മലയാളവിമർശനം:
ശില്പവും ശില്പികളും

ഡോ. ശോഭിതാ ജോയ്

ഇടുക്കി ജില്ലയിലെ കട്ടപ്പന വെള്ളയാംകുടി വെളിഞ്ഞാലിൽ ജോയ് മാത്യുവിന്റെയും മേരിക്കുട്ടി ജോയിയുടെയും മകൾ. മൂവാറ്റുപുഴ നിർമ്മല കോളേജ്, കട്ടപ്പന ഗവ കോളേജ്, എം.ജി. യൂണിവേഴ്സിറ്റി സ്കൂൾ ഓഫ് ലെറ്റേഴ്സ്, എൻ.എസ്.എസ്. ട്രെയിനിംഗ് കോളേജ് ഒറ്റപ്പാലം, കുപ്പം ദ്രാവിഡ സർവ്വകലാശാല എന്നിവിടങ്ങളിൽ വിദ്യാഭ്യാസം. വിവിധ കോളേജുകളിൽ അധ്യാപികയായിരുന്നു. ഇപ്പോൾ മൂവാറ്റുപുഴ നിർമ്മല കോളേജിൽ അസി. പ്രൊഫസറാണ്.

പുസ്തകങ്ങൾ:

ഭാവനയുടെ ഭൂപടങ്ങൾ, പാവവീട് -(പരിഭാഷ -സഹരചന)

അഡ്വ.റോണി മാത്യു ജിവിതപങ്കാളിയും മറിയ,സേറ, മാത്തൻ മക്കളുമാണ്.

എഡിറ്റർ: ഡോ. ശോഭിത ജോയ്

മലയാളവിമർശനം: ശില്പവും ശില്പികളും

പഠനങ്ങൾ

FEMINGO BOOKS
കോട്ടയം
2024

വില: 280 രൂപ

Malayala vimarsanam: Silpavum Silpikalum
Edited By: Dr. Sobhitha Joy
Malayalam Studies

Published by:-
FEMINGO BOOKS
femingobooks@gmail.com
Ph: 90740 98776, 8301034604

Cover Pic Courtsey:
Freepik

Cover Design:
Maxlab

Printed in India
at Max

Edition:
First Editon January 2024

Price: Rs. 280

ISBN: 978-81-19940-13-4

പ്രസാധകക്കുറിപ്പ്

സാഹിത്യത്തിൽ ഭാഷ ഉപയോഗിക്കുന്ന രീതികളിൽ ശ്രദ്ധ കേന്ദ്രീകരിക്കുന്ന ഒരു സാഹിത്യ സിദ്ധാന്തമാണ് ഭാഷാ വിമർശനം. ഭാഷയുടെ ഘടന, അത് എങ്ങനെ പ്രവർത്തിക്കുന്നു, വ്യത്യസ്ത സന്ദർഭങ്ങളിൽ എങ്ങനെ ഉപയോഗിക്കുന്നു എന്നിവ പരിശോധിച്ച് സാഹിത്യ ഗ്രന്ഥങ്ങളുടെ അർത്ഥം മനസ്സിലാക്കാൻ ശ്രമിക്കുന്ന ഒരു സമീപനമാണിത്. ഈ സമീപനത്തെ അടിസ്ഥാനമാക്കി വിവിധ ആശയങ്ങളിലൂടെ ഭാഷയുടെ വ്യത്യസ്തമായ അർത്ഥതലങ്ങൾ ചൂണ്ടിക്കാട്ടിയ നിരവധി ബൗദ്ധികചിന്തകർ മലയാളസാഹിത്യത്തെ അലങ്കരിച്ചിരുന്നു. മലയാളഭാഷയെ നട്ടുനനച്ചു വളർത്തിയെടുത്തതിൽ ഇവർക്കുള്ള പങ്ക് അതുല്യമാണ്. പ്രൊഫ. ശങ്കരൻ നമ്പ്യാർ മുതൽ മാരാർ വരെയും ജോസഫ് മുണ്ടശ്ശേരി മുതൽ പി.കെ. ബാലകൃഷ്ണൻ വരെയും അവിടുന്നങ്ങോട്ട് എസ്. ഗുപ്തൻ നായർ മുതൽ കെ.പി. അപ്പൻ വരെയും വിമർശനകലയുടെ ആഢ്യത്വം നമുക്ക് അനുഭവിക്കാനാവുന്നു. ഭാഷാവിദ്യാർത്ഥികൾക്കും പ്രത്യേകിച്ച് മലയാളസാഹിത്യത്തെ ഗൗരവമായി കാണുന്നവർക്കും ഗഹനമായി വായിച്ചെടുക്കാവുന്നതാണ് ഇതിലെ ഓരോ ലേഖനവും. അക്കാദമിക്ക് സൗന്ദര്യം നിഴലിക്കുന്ന പുസ്തകപരമ്പരയിലേക്ക് ചേർത്തുവെക്കാവുന്നതാണ് ഈ പുസ്തകമെന്നത് വെറും അവകാശവാദമല്ല, യാഥാർത്ഥ്യം തന്നെയാണ്.

ദുർഗ മനോജ്
ഫെമിൻഗോ ബുക്സ്

സമർപ്പണം...

പപ്പയ്ക്കും അമ്മയ്ക്കും

ഉള്ളടക്കം

ആമുഖം

മലയാളനിരൂപണത്തിലെ പ്രാരംഭകരും ആധുനികരും സമകാലികരുമായ ഏതാനും സാഹിത്യ നിരൂപകരുടെ സംഭവനകളെ വിലയിരിത്തുന്ന പുസ്തകമാണിത്. വിമർശനം. നിരൂപണം എന്നിങ്ങനെ വ്യവഹരിക്കുന്ന സാഹിത്യരൂപം അതിന്റെ വളർച്ചയുടെ പുതിയ ഘട്ടത്തിലെത്തിയിരിക്കുന്ന സാഹചര്യത്തിൽ വിദ്യാർത്ഥികൾക്കായി തയ്യാറാക്കിയതാണ് ഈ സമാഹാരം. സവർണ്ണ ന്യൂനപക്ഷത്തിന്റെ അവകാശമായിരുന്ന പദ്യ സാഹിത്യത്തിന് മാറ്റമുണ്ടായത് നവോത്ഥാന മൂല്യങ്ങളിലൂടെ തെളിച്ചമുണ്ടായ ഗദ്യത്തിലൂടെയാണ്. ഗദ്യശാഖയുടെ ഒരു വകഭേദം മാത്രമാണ് നിരൂപണം. അത്തരം നിരൂപണവഴിയുടെ ആരംഭം മുതൽ എഴുത്തുകാരുടെ എഴുത്തിന്റെ രീതി ശാസ്ത്രത്തെ വിവിധ വീക്ഷണകോണുകളിൽ നിന്ന് വായിക്കുന്ന ചില ലേഖനങ്ങളാണ് ഈ സമാഹാരത്തിൽ ഉൾപ്പെടുത്തിയിരിക്കുന്നത്.

ഡോ സിനി വി. എഴുതിയ 'മലയാള നിരൂപണത്തിന്റെ ചരിത്രം പ്രാരംഭഘട്ടം', എന്ന ലേഖനത്തിൽ 19-ാം നൂറ്റാണ്ടോടെ മലയാള സാഹിത്യ നിരൂപണം പ്രത്യേകം പരാമർശിക്കുന്ന സാഹിത്യ മണ്ഡലമായി ചർച്ച ചെയ്യുന്നതെങ്ങനെയെന്നും പ്രസ്ഥാനമായി പരിഗണിച്ചതെങ്ങനെയെന്നും വിശദമായി പഠനം നടത്തിയിരിക്കുന്നു. എ. ചന്ദ്രലേഖ എഴുതിയ 'ആദ്യകാല നിരൂപകർ', എന്ന ലേഖനത്തിൽ സാഹിത്യത്തിന്റെ ഗുണപരമായ നിലനിൽപ്പാണ് വിമർശനത്തിന്റെ അടിസ്ഥാന ലക്ഷ്യം. മലയാള നിരൂപണ പാരമ്പര്യത്തിന്റെ ആദ്യകാല നിരൂപകരുടെ വിമർശന സംഭാവനകളുടെ അടിസ്ഥാനത്തിൽ വിലയിരുത്തിയിരിക്കുന്നു.

രേണു വി.ആർ. എഴുതിയ 'പ്രൊഫ ശങ്കരൻ നമ്പ്യാർ' എന്ന ലേഖനത്തിൽ പാശ്ചാത്യ കാവ്യ സമ്പ്രദായങ്ങളെ മലയാളത്തിന് പരിചയപ്പെടുത്തിയ നിരൂപകനായ ശങ്കരൻ നമ്പ്യാർ എന്ന നിരൂ

പകനെ വിശദമായി പരിചയപ്പെടുത്തിയിരിക്കുന്നു. ജെ. എസ്. അനന്തകൃഷ്ണൻ എഴുതിയ 'വിമർശന രാജാങ്കണം മാരാരുടെ ആത്മാന്വേഷണങ്ങളിലൂടെ', എന്ന ലേഖനത്തിൽ വിമർശനത്തെ ഒരു സാമൂഹികോത്ഥാന പ്രക്രിയയായി കണ്ട ദാർശനികനായ മാരാരെ പരിചയപ്പെടുത്തുന്നു. മാരാരുടെ വ്യക്ത്യധിഷ്ഠിത വീക്ഷണങ്ങളുടെ പൊരുളിനൊപ്പം തന്നെ കലയും സ്രഷ്ടാവും തമ്മിലുള്ള ബന്ധത്തെക്കുറിച്ചുള്ള കാഴ്ചപ്പാടുകളും ചർച്ചയ്ക്ക് വിധേയമാകുന്നു.

ആരതി എ. എഴുതിയ 'ജോസഫ് മുണ്ടശ്ശേരിയുടെ സൈദ്ധാന്തിക നിരൂപണം', എന്ന ലേഖനത്തിൽ മലയാള നിരൂപണ രംഗത്തെ സർഗ്ഗാത്മക ശക്തിയുള്ള സൈദ്ധാന്തികനായ ജോസഫ് മുണ്ടശ്ശേരിയെ വിലയിരുത്തുന്നു. ഡോ. ജെൻസി കെ.എ.യുടെ 'പി.കെ ബാലകൃഷ്ണൻ' എന്ന സാഹിത്യ നിരൂപകൻ എന്ന ലേഖനത്തിൽ സമസ്ത മേഖലകളിലും വ്യക്തിമുദ്ര പതിപ്പിച്ച വ്യക്തിയാണന്നും അദ്ദേഹത്തിന്റെ നിരൂപണങ്ങളിലെ ആന്തരിക വൈരുദ്ധ്യങ്ങളെ വിലയിരുത്തുന്നുണ്ട്.

ശാന്തിനി എസ്.എം.ന്റെ 'എസ്. ഗുപ്തൻ നായരുടെ വിമർശന സങ്കല്പം', എന്ന ലേഖനത്തിൽ അദ്ദേഹത്തിന്റെ നിലപാടുകളും ഉൾക്കാഴ്ചകളും വിമർശന സങ്കല്പങ്ങളും വിശദമായി ചർച്ച ചെയ്തിരിക്കുന്നു. സ്വതന്ത്ര നിലപാടുകളിലൂടെ മലയാള നിരൂപണ രംഗത്തെ വേറിട്ട വ്യക്തിത്വത്തിനുടമയായ എം. ഗോവിന്ദന്റെ നിരൂപണ പദ്ധതികളെ ഏതാനും കൃതികളെ മുൻനിർത്തി കാവ്യ എം.വി എഴുതിയ 'എം. ഗോവിന്ദൻ' എന്ന ലേഖനം ഏറെ വിജ്ഞാനപ്രദമാണ്.

'നിരൂപണത്തിലെ ജനകീയതയുടെ വ്യാകരണം ആർ. വിശ്വനാഥന്റെ ലേഖനങ്ങളിൽ', എന്ന ലേഖനത്തിൽ സാഹിത്യ കസർത്തുകളുടെ പൊതുധാരയിൽ നിന്ന് മാറി സാഹിത്യ നിരൂപണത്തെ അന്യൂനമായ ആശയങ്ങളാലും അനന്വയമായ സാന്ദര്യചിന്തകളാലും ദീപ്തമാക്കിയ നിരൂപകനായിരുന്നു ആർ. വിശ്വനാഥൻ എന്ന് ആർ. ചന്ദ്രബോസ് വ്യക്തമാക്കുന്നു. ഡോ വി. എസ്. റോബർട്ടിന്റെ 'കെ.പി. അപ്പൻ: നിരൂപണത്തിലെ തിരുവെഴുത്ത്', എന്ന ലേഖനത്തിൽ നവീന വിമർശനത്തിന്റെ കേന്ദ്രസ്ഥാനത്ത് നിന്ന അദ്ദേഹത്തിന്റെ സാഹിത്യ വിമർശനലോകം പരിയപ്പെടുത്തിയിരിക്കുന്നു.

'കവിതയുടെ ജാതകം കുറിച്ച നിരൂപകൻ' എന്ന ഡോ. പ്രിൻസ് മോൻ ജോസിന്റെ ലേഖനത്തിൽ സൂക്ഷ്മമായ അന്വേഷണത്തിന്റെയും ഏകാഗ്രമായ മാനസികാധ്വാനത്തിന്റെയും വസ്തുനിഷ്ഠമായ വിലയിരുത്തലിന്റെയും ഇടമായി നിരൂപണത്തെ നോക്കിക്കണ്ട

എസ്. രാജശേഖരനെ വിലയിരുത്തുന്നു. ഭാവുകത്വത്തിന്റെ അളവടയാളങ്ങൾ എന്ന ലേഖനം കൽപ്പറ്റ നാരായണനെക്കുറിച്ചാണ്. ഡോ. സുനിൽ ജോസിന്റെ ഈ ലേഖനത്തിൽ കവിതയെയും കവികളെയും കുറിച്ചുള്ള കവിയായ തന്റെ ഭാവുകത്വ നിരീക്ഷണങ്ങളാണ് കല്പറ്റ നാരായണന്റെ എഴുത്തിന്റെ കാതൽ എന്നു കണ്ടെത്തുന്നു. സമകാലിക മലയാള നിരൂപണത്തിൽ കാഴ്ചയുടെ സാധ്യതകളെ ഏറ്റവും അധികമായി പ്രയോജനപ്പെടുത്തിയ നിരൂപകനായ ഇ.പി. രാജഗോപാലന്റെ രചനകളെക്കുറിച്ചാണ് ക്രിസ്റ്റി തോമസ് കെ.യുടെ 'കാഴ്ചയുടെ വർത്തമാനങ്ങൾ ഇ.പി. രാജഗോപാലന്റ നിരൂപണങ്ങൾക്ക് ഒരാമുഖം', എന്ന ലേഖനം ചർച്ച ചെയ്യുന്നത്.

സാഹിത്യ നിരൂപണം 'ജി. മധുസൂദനന്റെ കൃതികളിൽ എന്ന ലേഖനത്തിൽ' മനുഷ്യ സ്വത്വവും സമൂഹവും സാഹിത്യകൃതിയും തമ്മിലുള്ള ബന്ധത്തെ പാരിസ്ഥിതിക ബോധത്തോടെയും മൂല്യാധിഷ്ഠിതമായും പ്രതികരിക്കുന്ന എഴുത്തുകാരനെയാണ് ഗീതു പി.എസ് കണ്ടെത്തുന്നത്. 'മലയാള സാംസ്കാരിക വിമർശനത്തിന്റെ ഫെമിനിസ്റ്റ് ബോധ്യങ്ങൾ' എന്ന ലേഖനത്തിൽ സാറ ജോസഫിന്റെ സാംസ്കാരികവും ചരിത്രപരവുമായ സംഭാവനകളെയും ഇടപെടലുകളെയും ബേബി റീന എസ്. അടയാളപ്പെടുത്തുന്നു.

നിരൂപണത്തിന്റെ പുതിയ ചിന്താരീതികളെയും വിശകലന മാതൃകകളെയും മുൻനിർത്തി നിരുപണം നടത്തിയ നിരൂപകരെക്കുറിച്ച് ഒരാമുഖമായി തയ്യാറാക്കിയിരിക്കുന്ന സമാഹാരമാണിത്. ഈ പുസ്തകത്തിലെ ഓരോ ലേഖനങ്ങളും ഗവേഷകർക്കും പഠിതാക്കൾക്കും സാഹിത്യാസ്വാദകർക്കും പ്രയോജനപ്രദമാകുമെന്ന് പ്രത്യാശിക്കുന്നു.

ഈ സമാഹാരത്തിന് പ്രേരകശക്തിയായത് പാലാ സെന്റ് തോമസ് കോളേജ് അധ്യാപകനായ ഡോ. തോമസ് സ്കറിയയാണ്. അദ്ദേഹത്തെ നന്ദിയോടെ ഓർക്കുന്നു. ഓർമ്മിപ്പിച്ച് പ്രോത്സാഹിപ്പിച്ച ഉമർ മാഷിനെയും ഓർക്കുന്നു. തൊടുപുഴ ന്യൂമാൻ കോളേജിലെയും നിർമ്മല കോളേജിലെയും സഹപ്രവർത്തകരെയും ഓർമ്മിക്കുന്നു. ഇതിന്റെ പ്രസാധനം നിർവഹിച്ചിരിക്കുന്ന ഫെമിൻഗോ ബുക്സിന് ഏറെ നന്ദി. ലേഖനങ്ങൾ നൽകി സഹകരിച്ച സുഹൃത്തുക്കളെയും സ്നേഹത്തോടെ ഓർത്തുകൊണ്ട് നിരൂപണ സ്നേഹികൾക്കായി സമർപ്പിക്കുന്നു.

ഡോ. ശോഭിത ജോയ്

൦൦

1

മലയാള നിരൂപണ ചരിത്രം പ്രാരംഭഘട്ടം

ഡോ. സിനി വി.

പത്തൊൻപതാം നൂറ്റാണ്ടോടെ മലയാള സാഹിത്യനിരൂപണം പ്രത്യേകം പരാമർശിക്കുന്ന ഒരു സാഹിത്യമണ്ഡലമായി ചർച്ചചെയ്യപ്പെടുന്നു. ഇത്തരത്തിൽ മലയാള നിരൂപണത്തെ ഒരു പ്രത്യേക പ്രസ്ഥാനമായി പരിഗണിച്ചു തുടങ്ങിയ ആദ്യഘട്ടമാണ് ലേഖനത്തിലെ വിഷയം. കേരളവർമ്മ മുതൽ ദേശാഭിമാനി വരെയുള്ള നിരൂപകരെയാണ് പ്രധാനമായും പ്രാരംഭഘട്ടത്തിൽ കാണാൻ കഴിയുന്നത്. മലയാള ഗദ്യസാഹിത്യത്തിൽ ഏറ്റവും പ്രാധാന്യമർഹിക്കുന്ന ശാഖയായിട്ടാണ് നിരൂപണത്തെ ഭാഷാപഠിതാക്കൾ പരിഗണിക്കുന്നത്. ആസ്വാദകന് ഒരുകൃതി രസകരമോ വിരസമോ ആയ അനുഭവതലത്തെ പകർന്നുനൽകുന്നുണ്ട്. വായനക്കാരനിലേക്ക് സന്നിവേശിക്കപ്പെടുന്ന അനുഭവവേദ്യതയുടെ കാരണമന്വേഷിക്കലാണ് നിരൂപണം എന്നു പറയാം. ഒരു സാഹിത്യകൃതിയെ യുക്തിഭദ്രമായി വിലയിരുത്തുകയാണ് നിരൂപകൻ ചെയ്യുന്നത്. സാഹിത്യകൃതികളുടെ ഗുണദോഷവിചിന്തനം നിരൂപണത്തിൽ സംഭവിക്കുന്നു. നിരൂപണവിധേയമാകുന്ന കൃതി കൃത്യമായി അപഗ്രഥിക്കുകയും വിലയിരുത്തുകയുമാണ് നിരൂപകൻ ചെയ്യുന്നത്. വ്യക്തിപരമായ സ്വാധീനങ്ങൾക്കും പക്ഷപാതിത്വങ്ങൾക്കും ശരിയായ നിരൂപണങ്ങളിൽ സ്ഥാനമില്ല. സാഹിത്യസിദ്ധാന്തങ്ങളെ അടിസ്ഥാനമാക്കി കൃതികളെ വിലയിരുത്തുന്ന വിമർശനത്തേയും നിരൂപണത്തേയും ഒരേ അർത്ഥത്തിൽ പ്രയോഗിക്കാവുന്നതാണ്.

പത്തൊൻപതാം നൂറ്റാണ്ടിലാണ് മലയാളത്തിൽ ഗദ്യം വികാസം പ്രാപിക്കാനാരംഭിച്ചത്. കേരളവർമ്മ വലിയ കോയിത്തമ്പുരാന്റെ നേതൃത്വത്തിലുള്ള പാഠപുസ്തകകമ്മിറ്റി, ഹെർമ്മൻഗുണ്ടർട്ടിന്റെ

നേതൃത്വത്തിൽ ആരംഭിച്ച രാജ്യസമാചാരം, പശ്ചിമതാരക തുടങ്ങിയ പ്രസിദ്ധീകരണങ്ങളാണ് ഗദ്യത്തിന്റെ വളർച്ചക്ക് കാരണമായത്. സാഹിത്യപരമായ ചർച്ചകളിലുപരി ഭാഷാപരമായ പ്രത്യേകതകളിലാണ് ആദ്യകാലത്ത് ചർച്ച നടന്നത്. തിരുവിതാംകൂർ, കൊച്ചി, മലബാർ പ്രദേശങ്ങളിൽ രചിക്കപ്പെടുന്ന കൃതികൾ ഭാഷാപരമായി ഏകരൂപം പുലർത്തണമെന്നുള്ള സി.പി.അച്യുതമേനോന്റെ വാദം ശ്രദ്ധേയമാണ്. ഭാഷാപരമായും വ്യാകരണപരമായും ഉള്ള പ്രത്യേകതകൾ വിമർശനബുദ്ധ്യാ വിലയിരുത്തുകയും ചൂണ്ടിക്കാണിക്കുകയും ചെയ്യുന്ന രീതിയിൽ നിന്ന് സാഹിത്യ കൃതികളുടെ ആസ്വാദ്യതയേയും അനുഭവ പരിസരത്തേയും അപഗ്രഥിക്കുന്നിടത്തേക്ക് മലയാളനിരൂപണം വികാസം പ്രാപിച്ചു എന്നതാണ് സവിശേഷമായ വസ്തുത.

മലയാള നിരൂപണചരിത്രത്തിന്റെ പ്രാരംഭഘട്ടത്തിലെ നിരൂപകരും അവരുടെ നിരൂപണരീതിയുമാണ് ഈ ലേഖനത്തിൽ പഠനവിധേയമാക്കിയിട്ടുള്ളത്.

സി.പി. അച്യുതമേനോൻ

മലയാളത്തിലെ ആദ്യത്തെ സാഹിത്യമാസികയായ വിദ്യാവിനോദിനിയുടെ പത്രാധിപരാണ് സി.പി. അച്യുതമേനോൻ. രസം, ധ്വനി എന്നീ പൗരസ്ത്യ സാഹിത്യ ദർശനങ്ങളായിരുന്നു അദ്ദേഹത്തിന്റെ വിമർശനരീതിക്കടിസ്ഥാനം. കാവ്യത്തിന് ആദ്യമായും അവസാനമായും വേണ്ടത് അർത്ഥപുഷ്ടിയാണെന്ന് അദ്ദേഹം വാദിക്കുന്നു. 'അലംകൃതമായ വൈരൂപ്യത്തേക്കാൾ ശ്രേഷ്ഠമല്ലേ അനലംകൃതമായ സൗന്ദര്യം' എന്ന് ചോദിച്ചുകൊണ്ട് അന്ത:സാരശൂന്യമായ അലങ്കാരപ്പകിട്ടിനെ അച്യുതമേനോൻ നിശിതമായി വിമർശിക്കുന്നു. ഒരു കൃതിയുടെ നിരൂപണത്തിൽ സഹൃദയനുള്ള പങ്കിനെ ആദ്യമായി പരിഗണിച്ചതും ഇദ്ദേഹത്തിന്റെ നിരൂപണസമ്പ്രദായത്തിൽ കാണാൻ കഴിയും.

കാവ്യോദ്ദേശ്യം, മലയാളകവിത, മയൂര സന്ദേശനിരൂപണം, കല്യാണീനാടക നിരൂപണം എന്നിവയിൽ അദ്ദേഹത്തിന്റെ നിരൂപണരീതിയുടെ സൈദ്ധാന്തികമായ അഭിപ്രായങ്ങൾ കാണാൻ കഴിയും. അനുഭവത്തിന്റെ ഊഷ്മളത എഴുത്തുകാരനുണ്ടെങ്കിൽ കൃതി ശ്രേഷ്ഠമായിത്തീരുമെന്നും കടലാസും അച്ചടിമഷിയും ഉള്ളതുകൊണ്ടു മാത്രം പുറത്തുവരുന്ന കൃതികളല്ല വേണ്ടതെന്നും അദ്ദേഹം നിരീക്ഷിക്കുന്നു. കൃതികളുടെ തെറ്റുകൾ ചൂണ്ടിക്കാണി

ച്ചതിനുശേഷം പൊതുവേ നോക്കുമ്പോൾ കൃതി നന്നായിരുന്നു എന്ന് പുസ്തകാഭിപ്രായം പറയുന്ന മട്ടിലുള്ള നിരൂപണ രീതിയും അച്യുതമേനോന്റെ നിരൂപണങ്ങളിൽ കാണാം. 'ഭാഷയിൽ സജീവവും സമചിത്തവുമായ സാഹിത്യ പ്രസ്ഥാനത്തിന്റെ ഉപജ്ഞാതാവാണ്' അച്യുതമേനോൻ എന്ന് ഉള്ളൂർ അഭിപ്രായപ്പെട്ടത് ഇതിനാലാകാം.

കേരളവർമ്മ വലിയകോയിത്തമ്പുരാൻ

മലയാള സാഹിത്യവിമർശനത്തിൽ മലയാള വിമർശനത്തിന്റെ പിതാവ് കേരളവർമ്മ വലിയകോയിത്തമ്പുരാനാണ് എന്നൊരു വാദം പ്രൊഫസർ സുകുമാർ അഴീക്കോട് ഉന്നയിക്കുന്നുണ്ട്. സാഹിത്യത്തിന്റെ വികസനത്തിന് വേണ്ടി പോഷകവിമർശനം എന്നു വിശേഷിപ്പിക്കാവുന്ന ഒരു വിമർശന രീതിയാണ് അദ്ദേഹം സ്വീകരിച്ചത്. മലയാള നിരൂപണചരിത്രം പരിശോധിക്കുമ്പോൾ കേരളവർമ്മ പ്രമുഖ കൃതികൾക്കെഴുതിയ അവതാരികകളും നിരൂപണങ്ങളും ഒഴിച്ചുനിർത്താൻ കഴിയുന്നവയല്ല. അദ്ദേഹത്തിന്റെ പല നിരൂപണങ്ങളും ആസ്വാദനപരങ്ങളായിരുന്നു എന്നുമാത്രമല്ല സാഹിത്യലോകത്ത് പുതുമയുള്ള കൃതികളെ പ്രോൽസാഹിപ്പിക്കത്തക്ക രീതിയിലുള്ള നിർദ്ദേശങ്ങളും അവയിലുണ്ടായിരുന്നു.

കേരളപാണിനീയത്തിനെഴുതിയ അവതാരികയാണ് എടുത്തു പറയേണ്ട മറ്റൊരു സംഭാവന. നിയോ ക്ലാസിക് രചനാ സമ്പ്രദായവുമായി ചേർന്നുപോകുന്നതിനാലാകാം കൃത്യമായ സാഹിത്യ വ്യവസ്ഥകൾ അദ്ദേഹത്തെ ആകർഷിച്ചിരുന്നു. ഇത്തരം കൃതികളെ പോഷിപ്പിക്കുന്നതിലും അദ്ദേഹം ശ്രദ്ധവെച്ചു. ഒരു സാഹിത്യ വിമർശകനെന്നോ സാഹിത്യനിരൂപകനെന്നോ കരുതുന്നതിനപ്പുറം ഒരു സാഹിത്യകാരനായാണ് കേരളവർമ്മയെ കരുതേണ്ടത്.

ഏ.ആർ. രാജരാജവർമ്മ

പത്തൊൻപതാം നൂറ്റാണ്ടിന്റെ അവസാനത്തിൽ മലയാളിയുടെ ഭാവനയും അവന്റെ മേൽ ആധിപത്യമുറപ്പിക്കാൻ ശ്രമിച്ച സംസ്കൃതനിയമങ്ങളും തമ്മിൽ ഒരു സംഘട്ടനം മലയാള നിരൂപണരംഗത്ത് കാണാൻ കഴിഞ്ഞു ഒരു സാഹിത്യ നിരൂപകൻ എന്ന നിലയിൽ ഏആറിന്റെ വ്യക്തിത്വം സവിശേഷമായി വിലയിരുത്തപ്പെട്ടിട്ടില്ല. എങ്കിലും അക്കാദമീയ നിരൂപണം എന്ന നിലയിൽ അദ്ദേഹത്തിന്റെ 'കാന്താരതാരകം' എന്ന നളചരിതവ്യാഖ്യാനം പിന്നീട്

മലയാള നിരൂപണരംഗത്തെ ഏറെ സ്വാധീനിച്ചിട്ടുണ്ട്.

മലയാളത്തിലെ സാഹിത്യാഭിരുചികളും നിരൂപണരീതികളും കാൽപ്പനികതയോട് ചേർന്നുനിൽക്കാൻ തുടങ്ങുന്നു എന്നതിന്റെ അനുരണനങ്ങളാണ് അദ്ദേഹത്തിന്റെ 'നളിനി'യുടെ അവതാരികയിൽ കാണാൻ കഴിയുന്നത്. മലയാള സാഹിത്യരംഗത്തും നിരൂപണരംഗത്തും ഏറെ ചർച്ചകൾക്കും മാറ്റങ്ങൾക്കും വഴിയൊരുക്കിയ ഏതാണ്ട് മുപ്പത് വർഷത്തോളം നീണ്ടുനിന്ന പ്രാസവാദവും അതിനെ തുടർന്നുണ്ടായ രാജരാജവർമ്മ പ്രസ്ഥാനവും പ്രത്യേകം ശ്രദ്ധയർഹിക്കുന്നു.

സി. അന്തപ്പായി

മലയാള സാഹിത്യനിരൂപണ രംഗത്ത് നാടക നിരൂപണത്തിൽ സവിശേഷ ശ്രദ്ധപതിപ്പിച്ച നിരൂപകനാണ് സി.അന്തപ്പായി. പാശ്ചാത്യ നാടകസങ്കൽപ്പത്തിൽ കൃത്യമായ അവഗാഹമുണ്ടായിരുന്ന ഇദ്ദേഹം ഭാരതീയ നാടക സങ്കല്പത്തേയും മലയാളനാടകത്തേയും വിമർശിച്ചു. ഇതിവൃത്തത്തിന്റെ യുക്തിയുക്തമായ സംഘടനയാണ് നാടകത്തിന് വേണ്ടത് എന്ന വാദത്തിലാണ് അന്തപ്പായി ഉറച്ചു നിന്നത്. കഥാവസ്തു പ്രഖ്യാതമായിരിക്കണമെന്ന് പറയുന്നതിന്റെ പൊരുളെന്താണ് എന്ന ചോദ്യം 'മാലതീമാധവം' നാടകത്തിന്റെ നിരൂപണത്തിൽ അദ്ദേഹം ഉന്നയിക്കുന്നുണ്ട്.

മലയാള നാടകകൃത്തുക്കൾ കാണിക്കുന്ന അനുകരണ സ്വഭാവം ലജ്ജാകരമാണെന്നും ത്യാജ്യഗ്രാഹ്യ വിവേചന ബുദ്ധിയോടുകൂടിയാകണം പൂർവനാടകങ്ങളെ സമീപിക്കേണ്ടതെന്നും അദ്ദേഹം വ്യക്തമാക്കി. സംഭാഷണത്തിൽ നിന്നും ക്രിയയിൽ നിന്നും നാടകത്തിലെ കഥാപാത്രങ്ങളുടെ സ്വഭാവം വ്യക്തമാകണം. നാടകകൃത്ത് സ്വഭാവം അതരിപ്പിക്കുന്ന രീതി ഒഴിവാക്കണം. ഇങ്ങനെ മലയാളനാടകസാഹിത്യത്തിന് വളരെ വിശദവും വ്യക്തവുമായ നിരൂപണം അവതരിപ്പിക്കുന്നതിൽ സി. അന്തപ്പായി വിജയിച്ചു. സാഹിത്യത്തെ സംബന്ധിച്ചിടത്തോളം അതുവരെ നിരൂപണരംഗത്ത് വേണ്ടത്ര ശ്രദ്ധ ലഭിക്കാതിരുന്ന മലയാള നാടകസാഹിത്യം കൂടുതൽ പ്രാധാന്യത്തോടെ നിരൂപകശ്രദ്ധ ആകർഷിച്ചു.

സാഹിത്യപഞ്ചാനനൻ പി.കെ. നാരായണപിള്ള

മലയാള സാഹിത്യനിരൂപണ രംഗത്ത് ഗവേഷണമൂല്യവും

മലയാളവിമർശനം: ശില്പവും ശില്പികളും

വിവരണാത്മക സമീപനവും പുലർത്തിയ നിരൂപകനാണ് സാഹിത്യ പഞ്ചാനനൻ പി.കെ. നാരായണപിള്ള. പ്രാചീന കവിത്രയത്തെ കുറിച്ചുള്ള സുദീർഘപഠനങ്ങളാണ് മലയാളനിരൂപണരംഗത്ത് അദ്ദേഹത്തിന്റെ ഏറ്റവും പ്രധാന സംഭാവന. മലയാള സാഹിത്യത്തിനും ഭാഷയ്ക്കും കൃത്യമായ അടിത്തറ പാകിയവരാണ് ചെറുശ്ശേരി, എഴുത്തച്ഛൻ, കുഞ്ചൻനമ്പ്യാർ എന്നിരിക്കിലും അവരുടെ കൃതികളെ കർശനമായി വിമർശിക്കുന്നതിൽ അദ്ദേഹം യാതൊരു വിമുഖതയും കാണിച്ചില്ല. തന്റെ നിരൂപണരീതിയെ പ്രകടമാകുന്ന ധാരാളം സാഹിത്യോപന്യാസങ്ങളും ഇദ്ദേഹത്തിന്റേതായുണ്ട്. അന്നത്തെ മലയാള സാഹിത്യലോകം അല്പമൊരു ഭയത്തോട് കൂടി മാത്രം വീക്ഷിച്ചിരുന്ന കാഴ്ചപ്പാടുകളായിരുന്നു പി.കെ. നാരായണപിള്ളയുടേത്. വളരെ കർക്കശ മനോഭാവത്തോടുകൂടിയുള്ള തുറന്നെഴുത്തുകൾ ആയിരുന്നു അദ്ദേഹത്തിന്റെ നിരൂപണങ്ങളെല്ലാം തന്നെ.

സ്വദേശാഭിമാനി കെ. രാമകൃഷ്ണപിള്ള

മലയാളസാഹിത്യ നിരൂപണരംഗത്ത് സവിശേഷമായ സ്ഥാനം അർഹിക്കുന്ന നിരൂപകനാണ് സ്വദേശാഭിമാനി രാമകൃഷ്ണപിള്ള. സി.വി യുടെ ആഖ്യായികകളെക്കുറിച്ച് സ്വദേശാഭിമാനി എഴുതിയ വിമർശനം തികച്ചും കർക്കശമായ ഖണ്ഡന വിമർശനമായിരുന്നു. എന്നാൽ അത്തരത്തിലൊരു വിമർശനം സി.വി കൃതികൾ മലയാള ഭാഷയുടെ തനിമ വിട്ട് എത്രയോ അകലെയാണ് എന്ന് സാധാരണ വായനക്കാരനെ ചിന്തിപ്പിക്കാൻ പോന്നതുമായിരുന്നു.

എന്നാൽ ഈ വിമർശനം രാഷ്ട്രീയപരവും വ്യക്തി വിദ്വേഷപരവുമാണെന്ന അഭിപ്രായവും അന്നത്തെ സാഹിത്യമേഖലയിൽ സജീവമായിരുന്നു. പണ്ഡിറ്റ് കെ.പി. കറുപ്പന്റെ ബാലാകലേശം നാടകത്തിന് എഴുതിയ വിമർശനവും ഇത്തരത്തിൽ സാഹിത്യബാഹ്യപ്രേരണയാൽ എഴുതപ്പെട്ടതാണ് എന്നു കരുതുന്നവരാണ് അധികവും.

ഇരുപതാം നൂറ്റാണ്ടായപ്പോഴേക്കും പാശ്ചാത്യസാഹിത്യ ദർശനങ്ങളുടെ പ്രത്യക്ഷസ്വാധീനം മലയാള സാഹിത്യത്തിന്റെ എല്ലാ തലങ്ങളിലും കാണാൻ കഴിയുന്നു. പൗരസ്ത്യ-പാശ്ചാത്യ-ദർശനങ്ങളുടെ സമഗ്രമായ നിരീക്ഷണങ്ങൾ നിരൂപണരംഗത്തും കൃത്യമായ അടയാളപ്പെടുത്തലുകൾക്ക് കാരണമായി. തുടർന്ന് ജോസഫ് മുണ്ടശ്ശേരി, കുട്ടികൃഷ്ണമാരാർ, എം.പി. പോൾ തുടങ്ങിയ

വർ ഉൾക്കൊള്ളുന്ന സാഹിത്യനിരൂപണത്തെ ഏറെ ഗൗരവത്തോടെ ചർച്ച ചെയ്യുന്ന പുതിയൊരു ഘട്ടത്തിലേക്ക് മലയാള നിരൂപണ രംഗം പ്രവേശിച്ചു.

ഗ്രന്ഥസൂചി

- ബഞ്ചമിൻ. ഡി. ഡോ.: വിമർശനത്തിന്റെ സഞ്ചാരപഥങ്ങൾ, മാളൂബെൻ പ്രസിദ്ധീകരണം. ഡിസംബർ 2019.
- ബാലകൃഷ്ണൻ കല്പറ്റ ഡോ.: മലയാള സാഹിത്യചരിത്രം, കേരള ഭാഷാ ഇൻസ്റ്റിറ്റ്യൂട്ട്, ഒക്ടോബർ 1982.
- വാസുദേവൻ തോന്നയ്ക്കൽ, ഡോ.: മലയാള സാഹിത്യ വിമർശനം, ചിന്ത പബ്ലിഷേഴ്സ്, സെപ്റ്റംബർ 2007.
- ഗോപാലകൃഷ്ണൻ നായർ. ഡോ.: സാഹിത്യ നിരൂപണം, മാളൂബെൻ പ്രസിദ്ധീകരണം, ഡിസംബർ 2000.
- കൃഷ്ണപിള്ള എൻ.: കൈരളിയുടെ കഥ, ഡിസി ബുക്സ്, ജൂൺ 1958.

2
ആദ്യകാല നിരൂപകർ

ചന്ദ്രലേഖ എ.

ഒരു കൃതിയിൽ അടങ്ങിയിരിക്കുന്ന മൂല്യത്തിന്റെ വിലയിരുത്തലാണ് ഒരു നിരൂപകൻ അടിസ്ഥാനമായി പരിശോധിക്കുന്നത്. സാഹിത്യത്തിന്റെ ഗുണപരമായ നിലനിൽപ്പാണ് വിമർശത്തിന്റെ അടിസ്ഥാനലക്ഷ്യം. മലയാളത്തിനും ശക്തമായ നിരൂപണപാരമ്പര്യമുണ്ട്. പത്തൊമ്പതാം നൂറ്റാണ്ടിന്റെ അന്ത്യത്തോടെ ആരംഭിച്ച മലയാളവിമർശനം ഇന്ന് ലോകത്തെ ഏറ്റവും പ്രധാനപ്പെട്ട വിമർശനശാഖകളിൽ ഒന്നാണ്. മലയാള നിരൂപണപാരമ്പര്യത്തിന്റെ ചരിത്രം ആദ്യകാല നിരൂപകരുടെ വിമർശന സംഭാവനകളുടെ അടിസ്ഥാനത്തിൽ വിലയിരുത്തുകയാണ് ഈ പ്രബന്ധത്തിലൂടെ ചെയ്യുന്നത്.

പത്തൊമ്പതാം നൂറ്റാണ്ടിൽ രൂപംകൊണ്ട മലയാളനിരൂപണം വിദേശമിഷനറിമാരുടെ പ്രവർത്തനഫലമായി വ്യാപകമായ ഇംഗ്ലീഷ് വിദ്യാഭ്യാസത്തിന്റെയും അച്ചടിമാസികകളുടെയും ഗദ്യവളർച്ചയുടെയും പ്രചാരത്തോടെ പ്രബലമാകുകയും സംസ്കൃത പാശ്ചാത്യ സാഹിത്യ സിദ്ധാന്തങ്ങളിൽ നിന്നും സ്വാധീനമുൾക്കൊണ്ട് വികാസം പ്രാപിക്കുകയും ചെയ്തു. പത്രപ്രവർത്തനത്തിന്റെ സമ്പുഷ്ടദശയിലാണ് മലയാളനിരൂപണപ്രസ്ഥാനം ശക്തമാകുന്നത്. സി.പി. അച്യുതമേനോന്റെ പത്രാധിപത്യത്തിൽ പുറത്തിറങ്ങിയ വിദ്യാവിനോദിനി (1889) മാസിക ഗ്രന്ഥനിരൂപണത്തിന് സവിശേഷപ്രാധാന്യം നൽകിയിരുന്നു. അന്ന് നിലവിലിരുന്ന കൃതികളെയും പുതിയ ഗ്രന്ഥങ്ങളെയും പാശ്ചാത്യരചനകളുടെ തർജ്ജമകളുമെല്ലാം വിദ്യാവിനോദിനിയിൽ അച്ചടിച്ചു വന്നിരുന്നു.

സാഹിത്യ അഭിവൃദ്ധിക്കായി അക്ഷീണം പ്രയത്നിച്ച പത്രപ്രവർത്തകനാണ് കണ്ടത്തിൽ വർഗീസ് മാപ്പിള. അദ്ദേഹത്തിന്റെ

പത്രാധിപത്യത്തിലുള്ള മലയാള മനോരമയിലൂടെ സാഹിത്യ പുരോഗതി ലക്ഷ്യമാക്കി കവിതാപംക്തി, സാഹിത്യലേഖനങ്ങൾ എന്നിവ പ്രസിദ്ധീകരിച്ചിരുന്നു. മലയാളസാഹിത്യത്തിലെ ഭാവുകത്വപരിണാമത്തിന് തുടക്കംകുറിച്ച ദ്വിതീയാക്ഷരപ്രാസമെന്ന സാഹിത്യവാദത്തിന് കാരണഭൂതമായ ലേഖനം മലയാളമനോരമയിലൂടയൊണ് വെളിച്ചം കണ്ടത്. കണ്ടത്തിൽ വർഗീസ് മാപ്പിള, കേരളവർമ്മ വലിയകോയിത്തമ്പുരാൻ തുടങ്ങിയവരുടെ നേതൃത്വത്തിൽ കോട്ടയം കേന്ദ്രമാക്കി പ്രവർത്തിച്ചിരുന്ന 'കവിസമാജം' എന്ന സാഹിത്യസംഘടനയ്ക്ക് 'ഭാഷാപോഷിണി' എന്ന നാമം നൽകി സഭയുടെ മുഖപത്രമായി ഭാഷാപോഷിണി മാസിക പ്രസിദ്ധീകരിച്ചു. പ്രാചീനമായ അപ്രകാശിത കൃതികൾ, ഗദ്യകൃതികൾ, സാഹിത്യ ചർച്ചകൾ എന്നിവയ്ക്കുള്ള വേദിയായി ഈ മാസിക പ്രവർത്തിച്ചു. സാഹിത്യവിമർശനചരിത്രം പരിശോധിക്കുമ്പോൾ വിദ്യാവിനോദിനി, ഭാഷാപോഷിണി മുതലായ മാസികകൾക്ക് നിർണ്ണായകസ്ഥാനം നൽകേണ്ടിയിരിക്കുന്നു.

തിരുവിതാംകൂർ പാഠപുസ്തക കമ്മറ്റി അധ്യക്ഷനെന്ന നിലയ്ക്ക് ഗദ്യപുരോഗതി ലക്ഷ്യമാക്കി പ്രവർത്തിച്ച കേരളവർമ്മവലിയകോയിത്തമ്പുരാൻ മലയാളഭാഷയിലെ ഗ്രന്ഥദാരിദ്ര്യം പരിഹരിക്കാൻ ധാരാളം അവതാരികകളും മണ്ഡനവിമർശനവും എഴുതി. ദോഷപ്രഖ്യാപന വൈമുഖ്യത്തോടെയാണ് കേരളവർമ്മ സാഹിത്യകൃതികളെ സമീപിച്ചത്. അദ്ദേഹത്തിന്റെ പോഷകവിമർശനം സാഹിത്യത്തിലെ ഒട്ടേറെ നൂതനസൃഷ്ടികളുടെ പ്രവാഹത്തിനു കാരണമായി. ഏ.ആർ രാജരാജവർമ്മയുടെ കേരളപാണിനീയം ഒന്നാം പതിപ്പിന് ഇംഗ്ലീഷിൽ എഴുതിയ അവതാരികയിൽ കേരളവർമ്മയുടെ ഗൗരവമുള്ള വിമർശനസ്വരം മുഴങ്ങുന്നു. നിയോക്ലാസിക്പ്രസ്ഥാനത്തിന്റെ വക്താവായി നിലകൊണ്ട കേരളവർമ്മ ദ്വിതീയാക്ഷരപ്രാസവാദത്തിൽ പാരമ്പര്യത്തിന്റെ ചുവടുപിടിച്ചു പ്രാസ അനുകൂലിയായാണ് നിലകൊണ്ടത്. ഭാഷാപോഷിണി സഭയിലൂടെ കേരളവർമ്മയും അനുയായികളും നിരവധി സാഹിത്യപ്രവർത്തനങ്ങൾ നടത്തി. ഇത്തരത്തിൽ ഭാഷാപുരോഗതിക്കും വിമർശനശാഖയ്ക്കും അമൂല്യമായ സംഭാവനകൾ പ്രദാനം ചെയ്ത വിമർശകനാണ് കേരളവർമ്മ വലിയകോയിത്തമ്പുരാൻ.

മലയാളസാഹിത്യത്തിൽ നവീനമായ ഉണർവിന് നേതൃത്വം ഹിച്ച ഏ.ആർ രാജരാജവർമ്മ ശാസ്ത്രഗ്രന്ഥങ്ങളും അവതാരികകളും രചിച്ചു വിമർശനരംഗത്ത് ശ്രദ്ധേയനായി. വൃത്തമഞ്ജരി,

സാഹിത്യസാഹ്യം, ഭാഷാഭൂഷണം എന്നീ കൃതികളും ഉണ്ണായിവാര്യരുടെ നളചരിതത്തിന്റെ വ്യാഖ്യാനമായ കാന്താരതാരകം, മലയാളകവിതയുടെ കാല്പനികതയിലേക്കുള്ള ചുവടുവെയ്പ്പിന് നാന്ദികുറിച്ച കുമാരനാശാന്റെ നളിനിയ്ക്ക് എഴുതിയ അവതാരിക തുടങ്ങിയവ ഏ.ആറിന്റെ വിമർശനമാതൃകകളുടെ ഉത്തമനിദർശനങ്ങളാണ്. പാശ്ചാത്യസാഹിത്യത്തിൽ പ്രാവീണ്യമുണ്ടായിരുന്ന ഏ.ആർ രാജരാജവർമ്മ കവിതയുടെ രൂപത്തിനേക്കാൾ പ്രാധാന്യം കല്പിച്ചത് അർത്ഥത്തിനാണ്. ഈ നിലപാട് വ്യക്തമാക്കുന്നതിന് ദ്വിതീയാക്ഷരപ്രാസവാദത്തിൽ പ്രാസവിരോധികളുടെ നേതൃസ്ഥാനത്ത് അദ്ദേഹം നിലകൊണ്ടു.

വിദ്യാവിനോദിനി മാസികയുടെ പത്രാധിപരായി സാഹിത്യരംഗത്ത് വിഹരിച്ച സി.പി അച്യുതമേനോൻ മലയാളം നിരൂപണത്തിന് ശക്തമായ അടിത്തറ തീർത്തു. പാശ്ചാത്യ പൗരസ്ത്യ സാഹിത്യ സിദ്ധാന്തങ്ങളിലെ അറിവും അവഗാഹവും സി.പി.യുടെ നിരൂപണത്തിന് മാറ്റുകൂട്ടി. ഗദ്യസാഹിത്യ പുരോഗതി കണക്കാക്കി കവിതാനിരൂപണത്തിനൊപ്പം നോവൽ-നാടകനിരൂപണങ്ങളും അദ്ദേഹം എഴുതിയിരുന്നു. ഭാഷയിലെ മികവുറ്റ സൃഷ്ടികളെ പ്രശംസിക്കുകയും ക്ഷുദ്രകൃതികൾക്ക് നേരെ സി.പി. മുഖംനോക്കാതെ പ്രതികരിക്കുകയും ചെയ്തു. വിദ്യാവിനോദിനിയിലെ ആദ്യലക്കത്തിൽ പ്രസിദ്ധീകരിച്ച 'ഭാഷാകവിത' എന്ന ലേഖനത്തിൽ തുടങ്ങി കൊടുങ്ങല്ലൂർ കൊച്ചുണ്ണിതമ്പുരാൻ രചിച്ച കല്യാണിനാടകനിരൂപണം, സി.വി രാമൻപിള്ളയുടെ മാർത്താണ്ഡവർമ്മ, ചന്തുമേനോന്റെ ഇന്ദുലേഖ, ശാരദ എന്നീ നോവലുകൾ, മലയാളത്തിലെ ആദ്യസാഹിത്യചരിത്രഗ്രന്ഥമായ പി. ഗോവിന്ദപ്പിള്ളയുടെ മലയാളഭാഷാചരിത്രം, കേരളവർമ്മയുടെ മയൂരസന്ദേശം എന്നീ കൃതികൾക്ക് എഴുതിയ നിരൂപണങ്ങൾ സി.പി. അച്യുതമേനോന്റെ നിശിതവിമർശനത്തിന്റെ സാക്ഷ്യപത്രങ്ങളാണ്. മലയാളസാഹിത്യത്തിലെ ഗതാനുഗതികത്വ പ്രവണതകൾക്കെതിരെ സി.പി ശക്തമായ എതിർപ്പ് പ്രകടിപ്പിച്ചിട്ടുണ്ട്. മലയാളവിമർശനത്തിന് പ്രബലമായ മാർഗരേഖ തെളിയിച്ച വിമർശകനാണ് സി.പി. അച്യുതമേനോൻ. അദ്ദേഹത്തിന് ഗ്രന്ഥനിരൂപണത്തെ പിന്തുടർന്നാണ് സാഹിത്യനിരൂപണം ശക്തിപ്രാപിക്കുന്നത്.

മലയാളത്തിലെ വിഖ്യാതരായ കവികളാണ് കുമാരനാശാൻ, വള്ളത്തോൾ, ഉള്ളൂർ എന്നിവർ. കവിതയിലും നിരൂപണത്തിലും ഒരുപോലെ സർഗപ്രതിഭ വ്യാപരിച്ച ഇവരെ കവിനിരൂപകർ എന്ന്

വിശേഷിപ്പിക്കാം. സർഗാത്മക വിമർശകരെ പോലെ വിമർശ നക്ഷമത പ്രകടിപ്പിച്ച ഈ നിരൂപകർ പത്രപ്രവർത്തനത്തിലൂടെ യും ആനുകാലികങ്ങളിലെ ഗ്രന്ഥനിരൂപണത്തിലൂടെയും സാഹി ത്യചരിത്രനിർമ്മിതിയിലൂടെയും ആണ് വിമർശനരംഗത്ത് പ്രവർ ത്തനനിരതരായത്.

വിവേകോദയം പത്രത്തിന്റെ പത്രാധിപരായി ചുമതല വഹിച്ചി രുന്ന കുമാരനാശാൻ ഋജുവായ ഭാഷയിൽ ഗ്രന്ഥം നിരൂപണത്തി ലേർപ്പെട്ടിരുന്നു. കേരളവർമ്മ വലിയകോയിത്തമ്പുരാന്റെ വിവർ ത്തനകൃതിയായ ഭാഷാശാകുന്തളം, കുണ്ടൂർ നാരായണ മേനോന്റെ ഭാഷാരഘുവംശം (വിവ), പന്തളം കേരളവർമ്മ രചിച്ച രുഗ്മാംഗദ ചരിതം, ഉള്ളൂരിന്റെ ഉമാകേരളം, വള്ളത്തോളിന്റെ ചിത്രയോഗം എന്നീ കൃതികൾ ആശാൻ നിരൂപണം ചെയ്തു. വള്ളത്തോളിന്റെ ചിത്രയോഗം നിരൂപണം ചെയ്യുമ്പോൾ ആശാൻ കർക്കശമായ ശൈ ലിയാണ് സ്വീകരിച്ചത്. പഴയ ക്ഷേത്രങ്ങളിൽ നടന്നുവരുന്ന നെടു ങ്കുതിര കെട്ടിയെടുപ്പിന് സമാനമായി മഹാകാവ്യരചനയെ ചിത്രീകരിക്കുകയും അമിത അലങ്കാരങ്ങളും, വർണ്ണനകളും, സംസ്കൃതാഭിനേശവും, കൃത്രിമപദപ്രയോഗങ്ങളും, ശൈലിവൈ ചിത്രവും മഹാകാവ്യങ്ങളുടെ ന്യൂനതയായും ആശാൻ രേഖപ്പെടു ത്തുന്നു. സംസ്കൃതസാഹിത്യഗ്രന്ഥങ്ങളിൽ നിന്ന് വള്ളത്തോൾ തർജ്ജമ ചെയ്ത് സ്വീകരിച്ച ചിത്രയോഗത്തിലെ ഭാഗങ്ങൾ ഉദ്ധരി ച്ചുകൊണ്ട് അതിലെ കാവ്യദോഷങ്ങളും ന്യൂനതകളും ആശാൻ വിലയിരുത്തുന്നു. കവി നിരൂപകൻ ആകുമ്പോൾ കവിതാനിരൂപണം എത്രത്തോളം കുറ്റമറ്റതാകും എന്ന് കുമാരനാശാന്റെ നിരൂപണം തെളിയിക്കുന്നു.

ഗ്രന്ഥനിരൂപകനും ആത്മപോഷിണി പത്രാധിപരായിരുന്ന വള്ളത്തോൾ നാരായണമോനോൻ കാവ്യരംഗത്തെന്ന പോലെ വിമർശനത്തിനും ശ്രദ്ധേയനായിരുന്നു. സ്വപ്നവാസവദത്തം, ഭാഷാനാടകം, കേരളപാണിനീയം, ലീല എന്നീ കൃതികൾ വള്ള ത്തോൾ നിരൂപണം ചെയ്തു. കേരളപാണിനീയത്തിലെ പ്രയോഗ ങ്ങൾ നിരൂപണം ചെയ്യുമ്പോൾ വള്ളത്തോളിന്റെ വ്യാകരണപാ ണ്ഡിത്യം, ഭാഷാവബോധം എന്നിവ പ്രകടമാണ്. കുമാരനാശാന്റെ ലീലാകാവ്യം നിരൂപണം ചെയ്ത് ഇതിൽ ലക്ഷണമൊത്ത ശ്ലോക ങ്ങൾ കുറവാണെന്നും, ആശാന്റെ കാവ്യഭാഷ വിലക്ഷണരീതിയി ലുള്ളതാണെന്നും, പ്രാസാഭിനിവേശിയാണ് ആശാൻ എന്നും വള്ളത്തോൾ പരാമർശിക്കുന്നു.

മലയാളവിമർശനം: ശില്പവും ശില്പികളും

ഗവേഷണപാണ്ഡിത്യവും കവിത്വസിദ്ധിയും ഒത്തിണങ്ങിയ ഉള്ളൂർ സാഹിത്യചരിത്രരചനയിലൂടെ വിമർശനരംഗം കീഴടക്കി. അവതാരിക, പ്രസ്ഥാനനിരൂപണം, ഗ്രന്ഥനിരൂപണം എന്നീ മേഖലകളിലായി അദ്ദേഹത്തിന്റെ ഗവേഷണസംഭാവനകൾ വ്യാപിച്ചുകിടക്കുന്നു. മലയാളസാഹിത്യചരിത്രത്തെ വിമർശനാത്മകമായി വിലയിരുത്തുന്ന ഉള്ളൂരിന്റെ സമഗ്രമായ കൃതിയാണ് കേരളസാഹിത്യചരിത്രം.

സാഹിത്യവിമർശനം പുരോഗതി പ്രാപിക്കുന്ന ഘട്ടത്തിൽ പത്രമാസികകളിലൂടെ ഗ്രന്ഥനിരൂപണം നിർവഹിച്ച ആധുനിക കവിത്രയകവിതകൾ ഭാഷാസാഹിത്യാഭിവൃദ്ധിക്ക് ഉതകുന്ന നിരൂപണത്തിലാണ് ഏർപ്പെട്ടത്. കവികൾ കവിതാനിരൂപണത്തിൽ ഏർപ്പെടുമ്പോൾ കാവ്യദോഷങ്ങൾ, അർത്ഥന്യൂനത മുതലായവ കണ്ടെത്തി ഭാഷാകവിതയുടെ ഉന്നമനത്തിന് ഉതകുന്ന നിരൂപണത്തെ കാഴ്ചവെക്കുന്നു. എന്നാൽ വ്യക്തിപരമായ ഇഷ്ടാനിഷ്ടങ്ങളും, പക്ഷപാതങ്ങളും ഈ നിരൂപണത്തെ വികലമാക്കി എന്നത് വലിയൊരു ന്യൂനതയാണ്.

കവിതാനിരൂപണങ്ങളായിരുന്നു ആദ്യകാലങ്ങളിൽ വിമർശനപ്രസ്ഥാനം ഭരിച്ചിരുന്നത്. പാശ്ചാത്യസാഹിത്യ സമ്പർക്ക ഫലമായി മലയാളത്തിൽ വർദ്ധിച്ചുവന്ന നോവൽ, നാടകം, ചെറുകഥ തുടങ്ങിയ സാഹിത്യരൂപങ്ങളുടെ പ്രചാരം വർദ്ധിക്കുകയും ഗദ്യനിരൂപണം അത്യന്താപേക്ഷിതമാകുകയും ചെയ്തു. ഇന്ദുലേഖ, മാർത്താണ്ഡവർമ്മ എന്നീ നോവലുകളും അവയെ തുടർന്നുവന്ന നോവൽ വിമർശനങ്ങളും നിരൂപണസാഹിത്യത്തിൽ ചലനങ്ങൾ സൃഷ്ടിച്ചു. കേസരി വേങ്ങയിൽ കുഞ്ഞിരാമൻ നായനാർ തുടങ്ങിയവരും നോവലിലെ അടിസ്ഥാനഘടകങ്ങളെക്കുറിച്ച് ആഴത്തിൽ പഠനം നടത്തി. ഇന്ദുലേഖ, ശാരദ, കുന്ദലത എന്നീ നോവലുകൾ നിരൂപണം ചെയ്ത മൂർക്കോത്ത് കുമാരൻ, സ്വദേശാഭിമാനി കെ. രാമകൃഷ്ണപിള്ള, സി. ഈശ്വരവാര്യർ, കെ.എം. പണിക്കർ, അമ്പാടി നാരായണ മേനോൻ, നെടിയംവീട്ടിൽ ബാലകൃഷ്ണ മേനോൻ എന്നിവരിലൂടെ മലയാളനോവൽവിമർശനം കരുത്താർജ്ജിച്ചു.

മലയാളനാടകനിരൂപണ പ്രസ്ഥാനം സി.പി. അച്യുതമേനോനിലൂടെ ആരംഭിച്ച് സി. അന്തപ്പായി, സാഹിത്യപഞ്ചാനനൻ പി.കെ നാരായണപിള്ള എന്നിവരിലൂടെ പുരോഗമനം കൈവരിച്ചു. പാശ്ചാത്യ സാഹിത്യാവബോധവും സംസ്കൃതപാണ്ഡിത്യവും

തികഞ്ഞ സി. അന്തപ്പായി പാശ്ചാത്യനാടകസിദ്ധാന്തങ്ങളെ അടിസ്ഥാനമാക്കി മലയാളനാടകത്തെ പരിവർത്തനം ചെയ്യാൻ ശ്രമം നടത്തി. നാടകം ജീവിതത്തിന്റെ പകർപ്പാകണം, ഇതിവൃത്തഘടന പാലിക്കണം, നാടകം സംഘർഷാത്മകമായിരിക്കണം എന്നീ കാര്യങ്ങളിൽ അദ്ദേഹം തികഞ്ഞ നിഷ്കർഷത പുലർത്തിയിന്നു. പത്രമാസികകൾ ആയിരുന്നു അന്തപ്പായിയുടെ വിഹാരകേന്ദ്രങ്ങൾ. തോട്ടയ്ക്കാട്ട് ഇക്കാവമ്മയുടെ സുഭദ്രാർജ്ജുനം, ഭവഭൂതിയുടെ മാലതീമാധവം എന്നിവ അന്തപ്പായിയുടെ ഖണ്ഡനവിമർശന പരിധിയിൽ ഉൾപ്പെടുന്നു.

ആദ്യകാലവിമർശകരിൽ ശ്രദ്ധേയനായ സ്വദേശാഭിമാനി കെ. കൃഷ്ണപിള്ള കർക്കശമായ ഭാഷയിലാണ് നിരൂപണങ്ങൾ രചിച്ചത്. സി.വി രാമൻപിള്ളയുടെ ധർമ്മരാജ, കൊച്ചീപ്പൻ തരകന്റെ മറിയാമ്മ നാടകം, കെ.പി കറുപ്പന്റെ ബാലാകലേശം നാടകം തുടങ്ങിയവ സ്വദേശാഭിമാനിയുടെ നിശിതവിമർശനം ഏറ്റുവാങ്ങിയ കൃതികളാണ്.

ഗവേഷണപ്രധാനമായ നിരൂപണങ്ങൾ രചിച്ചു ശ്രദ്ധേയനായ സാഹിത്യപഞ്ചാനൻ പി.കെ. നാരായണപിള്ള ചെറുശ്ശേരി, എഴുത്തച്ഛൻ, കുഞ്ചൻ നമ്പ്യാർ എന്നിവരെക്കുറിച്ച് 'മൂന്ന് ഭാഷാകവികൾ' എന്ന പേരിലെഴുതിയ പഠനം വളരെ പ്രശസ്തമാണ്. കേരളവർമയുടെ മയൂരസന്ദേശം, കുമാരനാശാന്റെ കരുണ, സി.വി രാമൻപിള്ളയുടെ ചരിത്രാഖ്യായികകൾ എന്നിവയും സാഹിത്യപഞ്ചാനനൻ നിരൂപണം ചെയ്തു. ഗവേഷണപരവും വസ്തുനിഷ്ഠവുമായ ശൈലിയിലാണ് അദ്ദേഹത്തിന്റെ രചനകൾ.

ആനുകാലിക ലേഖനങ്ങളിലൂടെ വിമർശനത്തിൽ ശ്രദ്ധയാർജ്ജിച്ച മൂർക്കോത്ത് കുമാരൻ. സഹൃദയശൈലി നിരൂപണത്തിൽ പാലിച്ചതിനാൽ അദ്ദേഹത്തിന്റെ വിമർശനത്തിന്റെ ആന്തരിക ഗൗരവം കുറഞ്ഞുപോകുന്നതായി കാണാം.

മലയാളനിരൂപണസാഹിത്യത്തെ ഇന്ന് കാണുന്ന തരത്തിൽ പ്രബലമായ പ്രസ്ഥാനമായി വളർത്തിക്കൊണ്ടു വന്നതിൽ അനേകം സാഹിത്യകാരന്മാരുടെയും ഭാഷാസ്നേഹികളുടെയും കഠിനാധ്വാനത്താലാണ്. സി.പി.അച്യുതമേനോൻ, കേരളവർമ്മ വലിയകോയിത്തമ്പുരാൻ, കവിത്രയനിരൂപണം, സാഹിത്യപഞ്ചാനനൻ പി.കെ നാരായണപിള്ള തുടങ്ങിയ മുൻനിര നിരൂപകരുടെ വ്യത്യസ്തമായ സമീപനങ്ങളാണ് മലയാളവിമർശനത്തെ പുതിയ വിജ്ഞാന മണ്ഡലത്തിലേക്ക് തിരിച്ചുവിട്ടത്. അങ്ങനെ സാഹിത്യനിരൂപണത്തിന്റെ

പുരോഗതിയ്ക്ക് അക്ഷീണം യത്നിച്ച ആദ്യകാല വിമർശകർ നിരൂപണചരിത്രത്തിൽ സവിശേഷ സ്ഥാനം അടയാളപ്പെടുത്തുന്നു.

ഗ്രന്ഥസൂചി

രാജരാജവർമ്മ, എഴുമറ്റൂർ, കേരളവർമ്മ മുതൽ ചെമ്മനം വരെ (ലേഖനങ്ങൾ), കറന്റ് ബുക്സ്, 2007.

വേലായുധൻപിള്ള പി.വി., മലയാളസാഹിത്യ വിമർശനം, നാഷണൽ ബുക്ക്സ്റ്റാൾ, കോട്ടയം, 1981

വാസുദേവൻ, തോന്നയ്ക്കൽ, മലയാളസാഹിത്യവിമർശനം, ചിന്ത പബ്ലിക്കേഷൻസ്, തിരുനന്തപുരം, 2007

വാതുശ്ശേരി, വത്സലൻ, മലയാളസാഹിത്യനിരൂപണം അടരുകൾ; അടയാളങ്ങൾ, കേരളഭാഷാ ഇൻസ്റ്റിറ്റ്യൂട്ട്, തിരുവനന്തപുരം, 2015

മാങ്ങാട്ട്, അംബികാസുതൻ, സി.പി അച്യുതമേനോനും മലയാളവിമർശനവും, ഡി.സി. ബുക്സ്, 1995

അഴീക്കോട് സുകുമാർ, മലയാള സാഹിത്യ വിമർശനം, ഡി.സി. ബുക്സ്, 1996

3

പ്രൊഫ. പി.ശങ്കരൻ നമ്പ്യാർ

രേണു വി.ആർ.

പത്രമാസികകളുടെ കടന്നുവരവോടെയാണ് മലയാളത്തിലെ നിരൂപണരംഗം ശക്തമായതെന്ന് പറയാം. മലയാളത്തിലെ ആദ്യത്തെ പുസ്തകനിരൂപണം വരുന്നത് 1864-ൽ മി. കോളിൻസ് എഡിറ്ററായ കോട്ടയം കോളേജ് ക്വാർട്ടർലി മാഗസിനിൽ ആണ്. 'സന്മാർഗോപദേശം' എന്ന വിവർത്തന കൃതിയെക്കുറിച്ചുള്ളതായിരുന്നു അത്. അതിനുശേഷം കേരളീയ സുഗുണബോധിനിയിൽ ഏ.ആറിന്റെ കേരളപാണിനീയം പരിചയപ്പെടുത്തി. തുടർന്ന് കവനോദയം, ഭാഷാവിലാസം, ദക്ഷിണദീപം, കേരളകേസരി, രസികരഞ്ജിനി, വിദ്യാവിനോദിനി, വിവേകോദയം തുടങ്ങിയ മാസികകളിലൂടെ നിരവധി പുസ്തകനിരൂപങ്ങൾ അച്ചടിച്ച് വന്നിട്ടുണ്ട്. പത്തൊൻപതാം നൂറ്റാണ്ടിന്റെ ഉത്തരാർദ്ധത്തിൽ സംസ്കൃത കാവ്യമീമാംസയുടെ സമീപനങ്ങളും സാങ്കേതികരീതിയും പാശ്ചാത്യ സമീപനങ്ങളുമായി സമന്വയിക്കുകയും അതിന്റെ ഫലമായി ഒരു നിരൂപണശൈലി വളർന്നു വരികയും ചെയ്തു.

മലയാള സാഹിത്യനിരൂപണത്തിനു അടിത്തറ പാകിയവരിൽ പ്രധാനിയായിരുന്നു കേരളവർമ വലിയ കോയിത്തമ്പുരാൻ. അദ്ദേഹത്തെ ഇംഗ്ലീഷ് നിരൂപകകവിയായ ഡ്രൈഡനോടാണ് സുകുമാർ അഴീക്കോട് മലയാളസാഹിത്യവിമർശനത്തിൽ (പുറം-81) ഉപമിക്കുന്നത്. തുടർന്നുവന്ന വിദ്യാവിനോദിനി മലയാള സാഹിത്യനിരൂപണരംഗത്ത് വലിയ വിപ്ലവങ്ങൾ സൃഷ്ടിച്ചു. മലയാള സാഹിത്യവിമർശനത്തിന് മുൻതൂക്കം നൽകിയ ആദ്യ മലയാള പ്രസിദ്ധീകരണമായിരുന്നു വിദ്യാവിനോദിനി. തൃശ്ശൂരിൽ നിന്ന് സി.പി. അച്യു

തമേനോനോന്റെ നേതൃത്വത്തിലാണ് ഇതാരംഭിച്ചത്. പുസ്തകനിരൂപണത്തിനു മാത്രമായി പുസ്തകപരിശോധന എന്ന പേരിൽ ഒരു പംക്തി വിദ്യാവിനോദിനിയിൽ അദ്ദേഹം ഏർപ്പെടുത്തി. മലയാളത്തിലെ ഖണ്ഡനവിമർശനത്തിനു തുടക്കം കുറിച്ച നിരൂപകനായിരുന്നു സി.പി. അച്യുതമേനോൻ. നിരൂപണ രംഗത്ത് ശ്രദ്ധേയനായ മറ്റൊരാളാണ് എ.ആർ. രാജരാജവർമ്മ. 1905-ൽ നളചരിതം ആട്ടക്കഥക്ക് എഴുതിയ വ്യാഖ്യാനവിമർശനമായ 'കാന്തരതാരകം' 1912ൽ പുറത്തുവന്ന 'നളിനിയുടെ അവതാരിക' എന്നിവ നിരൂപകൻ എന്ന നിലയിൽ എ.ആറിന് ഏറെ പ്രശസ്തി നേടിക്കൊടുത്തവയാണ്. സ്വദേശാഭിമാനി. കെ. രാമകൃഷ്ണപിള്ള, സാഹിത്യപഞ്ചാനനൻ പി.കെ. നാരായണപിള്ള, സി.അന്തപ്പായി, സി.എസ്. നായർ, കുഞ്ഞിരാമൻ നായനാർ, ടി.കെ.കൃഷ്ണമേനോൻ, അപ്പൻ തമ്പുരാൻ, മൂർക്കോത് കുമാരൻ, പി.അനന്തൻ പിള്ള, ഉറുമീസ് തരകൻ, ഡി.പദ്മനാഭനുണ്ണി, പി.ശങ്കരൻ നമ്പ്യാർ, എം.ആർ. ബാലകൃഷ്ണവാര്യർ, എം.ആർ. നായർ, വടക്കുംകൂർ രാജരാജവർമ്മ തുടങ്ങിയവരെല്ലാം ആദ്യകാല നിരൂപണരംഗത്തെ പ്രശസ്തരാണ്.

പ്രൊഫ.പി.ശങ്കരൻ നമ്പ്യാരുടെ സാഹിത്യനിരൂപണം

കവി, നിരൂപകൻ, വാഗ്മി, ഭാഷാചരിത്രകാരൻ, അദ്ധ്യാപകൻ എന്നീ നിലകളിലെല്ലാം കേരളത്തിൽ വിപുലമായ അംഗീകാരം നേടിയെടുത്ത വ്യക്തിത്വമായിരുന്നു പ്രൊഫ. പി. ശങ്കരൻ നമ്പ്യാരുടേത്. സമസ്തകേരള സാഹിത്യപരിഷത്തിന്റെ സ്ഥാപകങ്ങളിലൊരാളായിരുന്നു അദ്ദേഹം. പാലാഴിമഥനം, ചമ്പു, സാഹിത്യപ്രവേശിക, ഭാഷാസാഹിത്യചരിത്രസംഗ്രഹം, പ്രസ്ഥാനത്രയം, സാഹിത്യനിഷ്കന്ധം, മകരന്ദമഞ്ജരി തുടങ്ങിയവ അദ്ദേഹത്തിന്റെ പ്രധാന രചനകളാണ്.

ഭാഷാചരിത്രസംഗ്രഹം

1922-ൽ പുറത്തുവന്ന പുസ്തകമാണ് ഭാഷാചരിത്ര-സംഗ്രഹം. മലയാളഭാഷയുടെ ഉല്പത്തി മുതൽ അത് എഴുതപ്പെട്ട കാലം വരെയുള്ള ഭാഷാസാഹിത്യപ്രസ്ഥാനങ്ങളെയെല്ലാം ഉൾക്കൊള്ളിച്ചു കൊണ്ടെഴുതിയ വിപുലമായ പുസ്തകമാണിത്. ആറ് അധ്യായങ്ങളാണ് ഈ പുസ്തകത്തിലുള്ളത്. ഇതിലെ ആദ്യ അധ്യായത്തിൽ ഭാഷയുടെ ഉത്പത്തിയെക്കുറിച്ച് പറയുന്നു. 'മൂല ദ്രാവിഡ കുടുംബത്തിലെ ഒരംഗവും മുത്തമിഴിന്റെ പുത്രിയും ചെന്തമിഴിന്റെ സഹോ

ദരിയും ആയിട്ടാണ് മലയാളഭാഷാ നിലനിൽക്കുന്നതെന്ന്' (പുറം -384) അദ്ദേഹം ഈ അധ്യായത്തിൽ അഭിപ്രായപ്പെടുന്നു. 'പ്രാചീനമലയാളകാലം' എന്ന രണ്ടാമത്തെ അധ്യായത്തിൽ കൊല്ലവർഷം അഞ്ചാം ശതകം വരെയുള്ള സാഹിത്യത്തെ പ്രതിപാദിക്കുന്നു. ആദ്യകാലസാഹിത്യം രൂപപ്പെട്ടത് പദ്യത്തിലാണെന്നു പറയുകയും അത് സ്ഥാപിക്കാനുള്ള കാരണങ്ങളും ഇവിടെ വിശദമായി പ്രതിപാദിക്കുന്നു. അന്നത്തെ ഭാഷാ രീതിക്കുദാഹരണമായി 'മുടിക്കാനിന്ത തിങ്കളോ...' എന്നു തുടങ്ങുന്ന പാട്ടും ഈ അധ്യായത്തിൽ ചേർത്തിട്ടുണ്ട്. തുടർന്ന് രാമചരിതത്തിലെ ഭാഷാരീതിയെക്കുറിച്ച് പറയുന്നു. മൂന്നാമധ്യായത്തെ 'മധ്യകാലമലയാളം' എന്ന നാമകരണം ചെയ്തിരിക്കുന്നു.

കൊല്ലവർഷം അഞ്ചാംശതകം മുതൽ എഴുത്തച്ഛന്റെ കാലം വരെയുള്ള കൃതികളെയാണ് ഇവിടെ ഉൾപ്പെടുത്തിയിരിക്കുന്നത്. രാമകഥാപ്പാട്ട്, മാവരതം പാട്ട് തുടങ്ങിയവയും തുടർന്ന് നിരണം കൃതികളെയും വിശദമായി പഠിച്ച് മലയാള ഭാഷാപരിണാമത്തെ കുറിച്ചു വിശദമായി ചർച്ച ചെയ്യുകയാണ് ഈ അധ്യായത്തിൽ. മലയാളഭാഷയ്ക്ക് സംസ്കൃത സ്വാധീനം ഉണ്ടായ സാഹചര്യത്തെ ലീലാതിലകത്തെ മുൻനിർത്തി വിശദീകരിക്കുന്നുമുണ്ട്. സന്ദേശകാവ്യങ്ങളെക്കുറിച്ചും കൃഷ്ണഗാഥയെക്കുറിച്ചും തുടർന്ന് വിവരിക്കുന്നു. അടുത്തഭാഗത്ത് ചമ്പുക്കളെക്കുറിച്ചാണ് പറയുന്നത്. ചമ്പുക്കളെ പരിചയപ്പെടുത്തുന്നതിനോടൊപ്പം അവയുടെ ഘടനയെക്കുറിച്ചും വളരെ വിശദമായിത്തന്നെ ഇവിടെ വിവരിക്കുന്നുണ്ട്. ആട്ടക്കഥകളുടെ ഉദ്ഭവവും വികസവുമാണ് അടുത്തഭാഗത്ത് വിവരിക്കുന്നത്.

തുഞ്ചത്തെഴുത്തച്ഛൻ മുതൽ കേരളവർമ വലിയകോയിത്തമ്പുരാൻ വരെയുള്ള കാലഘട്ടത്തിലെ സാഹിത്യവും ഭാഷാപരിണാമവുമാണ് ആധുനികമലയാളം എന്ന നാലാമധ്യായത്തിൽ വിവരിക്കുന്നത്. കിളിപ്പാട്ട്, ആട്ടക്കഥ, തുള്ളൽ തുടങ്ങിയ സാഹിത്യരൂപങ്ങളുടെ ഉദ്ഭവത്തെക്കുറിച്ചും വളർച്ചയെക്കുറിച്ചും ഈ അദ്ധ്യായത്തിൽ പ്രതിപാദിക്കുന്നു. 'ആധുനികമലയാളം' എന്ന നാലാമദ്ധ്യായത്തിന്റെ തുടർച്ചയാണ് അഞ്ചാമദ്ധ്യായം. കേരളവർമ്മ വലിയകോയിത്തമ്പുരാനും ഇന്നത്തെ മലയാളസാഹിത്യവും തമ്മിലുള്ള ബന്ധത്തെ കുറിച്ചാണ് ഈ അധ്യായത്തിൽ പ്രതിപാദിക്കുന്നത്. കേരളവർമ്മയെ ഒരു നാഴികക്കല്ലായാണ് പി. ശങ്കരൻ നമ്പ്യാർ കാണുന്നതെന്ന് ഈ അധ്യായത്തിൽ നിന്ന് നമുക്ക് മനസിലാക്കാം.

പിന്നീടുള്ള സാഹിത്യത്തെ കേരളവർമയെ മുൻനിർത്തിയാണ് അദ്ദേഹം അടയാളപ്പെടുത്തുന്നത്. ഉപസംഹാരത്തിൽ അതുവരെ പറഞ്ഞ കാര്യങ്ങളെ ക്രോഡീകരിക്കുകയും ഭാഷാപോഷണത്തിനാവശ്യമായ കാര്യങ്ങളെക്കുറിച്ചു ചർച്ച ചെയ്യുകയും ചെയ്യുന്നു.

പ്രൊഫ. പി. ശങ്കരൻ നമ്പ്യാരുടെ നിരന്തര പരിശ്രമത്തിന്റെയും, ഗവേഷണാഭിരുചിയുടെയും, സാഹിത്യപരിചയത്തിന്റെയും നികഷോപലമായി കണക്കാക്കാം ഭാഷാസാഹിത്യ ചരിത്രസംഗ്രഹം. ഇതിൽ ഏറെ പ്രാധാന്യം നൽകിയിരിക്കുന്ന സാഹിത്യരൂപം ചമ്പുവാണെന്ന് മനസിലാക്കാം. നിരൂപകനായ അദ്ദേഹത്തിന്റെ ഏറ്റവും മികച്ച നിരൂപണത്തിനുദാഹരണമായി ഈ ഭാഗത്തെ കണക്കാക്കാൻ സാധിക്കും. 'നിരൂപണത്തിൽ തറവാടിത്തം ദീക്ഷിക്കണമെന്ന്' അദ്ദേഹം പറയാറുണ്ടായിരുന്നതായി എ.ഡി. ഹരിശർമ അടയാളപ്പെടുത്തുന്നു. 'എതിരഭിപ്രായം പറയുന്നതിൽ വിരോധമില്ല. പക്ഷേ, സഭ്യതയുടെ അതിര് ഒരിക്കലും ലംഘിക്കരുത്.' (പുറം-607)

സാഹിത്യനിഷ്കുടം, മകരന്ദമഞ്ജരി തുടങ്ങിയ കൃതികൾ നിരൂപകൻ എന്ന നിലയിൽ പ്രൊഫ. പി. ശങ്കരൻ നമ്പ്യാരെ ശ്രദ്ധേയനാക്കുന്നു. മലയാള സാഹിത്യത്തിനു നൽകിയ വലിയ സംഭാവനകളാണ് സാഹിത്യനിഷ്കുടത്തിലും മകരന്ദമഞ്ജരിയിലും സമാഹരിക്കപ്പെട്ട ഉപന്യാസങ്ങൾ. സാഹിത്യത്തിലെ വിവിധ വശങ്ങളാണ് ഈ ഉപന്യാസങ്ങളിലെ പ്രമേയം. 'ഓരോ വാകൃത്തിലും സമതുലനവും ഓരോ ഖണ്ഡികയിലും ആരോഹാവരോഹക്രമവും ലേഖനത്തിലാകെ ഉപക്രമോപസംഹാരാവരുദ്ധമായ പരിപൂർണതയും വരുത്തുവാൻ ചെയ്ത ബോധപൂർവമായ പരിശ്രമം ഇവയിൽ കാണാമെന്ന്' എൻ.വി. കൃഷ്ണവാര്യർ അടയാളപ്പെടുത്തുന്നു. 1942-ൽ പ്രസിദ്ധീകൃതമായ 'സാഹിത്യനിഷ്കുടം' എന്ന ഉപന്യാസ സമാഹാരം വിജ്ഞേയമായൊരു സാഹിത്യസമ്പത്താണ്.

പ്രസ്ഥാനത്രയം

1914-ൽ പ്രസിദ്ധീകരിച്ച കൃതിയാണ് പ്രസ്ഥാനത്രയം. ഇതിനു അവതാരികയെഴുതിയത് ജി. ശങ്കരക്കുറുപ്പാണ്. പാശ്ചാത്യ സാഹിത്യത്തിൽ അതിപ്രാവീണ്യം നേടിയ പി. ശങ്കരൻ നമ്പ്യാർ അദ്ദേഹം ജീവിച്ചിരുന്ന കാലഘട്ടം വരെയുള്ള ഇംഗ്ലീഷ് കവികളെ വിശദമായി പഠിക്കുകയും അവരുടെ കാവ്യസംഭവനകളെ അപഗ്രഥിക്കുകയും ചെയ്തു. ഇംഗ്ലീഷ് കാവ്യരീതികളെ സ്വാഗതാഖ്യാനം

(monologue), ഗീതകം (sonnet) ഗീതം (ode) എന്നിങ്ങനെ മൂന്നായി തരം തിരിക്കുകയും ചെയ്തു.

സ്വാഗതാഖ്യാനം (monologue)

ഒരാൾ തന്റെ ജീവിതത്തിലെ ഒരു പ്രധാനസംഭവത്തെ മുറുകെ പിടിച്ചു കൊണ്ട് തന്റെ ഭൂതഭാവികളെ പരാമർശിക്കുന്ന വിധം നടത്തുന്ന ആത്മവിശകലനമാണ് സ്വഗതാഖ്യാനം (monologue). പി. ശങ്കരൻ നമ്പ്യാരുടെ അഭിപ്രായത്തിൽ ഏറ്റവും മികച്ച സ്വാഗതാഖ്യാന കവി ബ്രൗണിങ് ആണ്. ബ്രൗണിങ്ങിന്റെ Andrea Del Sarto എന്ന കൃതി 'ഐന്ദ്രിയ സാർത്ഥൻ' എന്ന പേരിൽ അദ്ദേഹം വിവർത്തനം ചെയ്തിട്ടുണ്ട്.

ഗീതകം (sonnet)

ലക്ഷണം തികഞ്ഞ ഗീതകങ്ങൾ മലയാളത്തിലില്ല എന്ന് പ്രൊഫ. പി.ശങ്കരൻ നമ്പ്യാർ അഭിപ്രായപ്പെടുന്നു. ചെറിയ കവിതകളിലൂടെ വലിയ ആശയങ്ങൾ പങ്കുവയ്ക്കുന്നവയാണ് ഗീതകങ്ങൾ. മലയാളത്തിലെ മുക്തകം, യുഗ്മകം, വിശേഷകം, കുളകം തുടങ്ങിയവയെ ഏതാണ്ട് അനുസ്മരിപ്പിക്കുന്നവയാണ് ഗീതകം. ഏതെങ്കിലും ഒരാശയമാണ് ഗീതകത്തിലൂടെ സ്ഫുരിപ്പിക്കുന്നത്. ഷേക്സ്പിയറിന്റെ കവിതയെ ഭജനം എന്ന പേരിലും വേർഡ്സ്വർത്തിന്റെ ഒരു പ്രസിദ്ധ ഗീതകത്തെ 'വെസ്റ്റ് മിൻസ്റ്റർ പാലത്തിന്മേൽ വച്ചെഴുതിയ ഗീതകം' എന്ന പേരിലും വിവർത്തനം ചെയ്ത ഗീതകത്തിന് ഉദാഹരണമായി ചേർത്തിട്ടുണ്ട്.

ഗീതം (ode)

ഇംഗ്ലീഷിലെ വിചിത്രവും വിസ്തൃതവുമായ 'ഓഡ്' എന്ന ഖണ്ഡകാവ്യ വിഭാഗത്തെയാണ് 'ഗീതം' എന്ന വിഭാഗത്തിലുൾപ്പെടുത്തിയിരിക്കുന്നത്. നാതിദീർഘങ്ങളും സൂക്ഷ്മമോ സ്ഥൂലമോ ആയ ഏതെങ്കിലുമൊരു പദാർത്ഥത്തിന്റെ നാനാവശങ്ങളെ വികസിപ്പിക്കുകയോ അല്ലെങ്കിൽ ഏതെങ്കിലുമൊരു വ്യക്തിയുടെ മാഹാത്മ്യത്തെ പ്രകീർത്തിക്കുകയോ ചെയ്യുകയാണ് ഗീതത്തിന്റെ ഇതിവൃത്തമെന്ന പ്രൊഫ. പി. ശങ്കരൻ നമ്പ്യാർ പറയുന്നു (പുറം-180). ഗീതങ്ങൾക്ക് ഈ കൃതിയിൽ കൂടുതൽ പ്രാധാന്യം അദ്ദേഹം നൽകിയിരുന്നതായി മനസിലാക്കാം. നിരവധി കവിതകൾ ഗീതത്തിനുദാഹരണമായി നൽകിയിരിക്കുന്നു. 'ബൈറന്റെ കവിത കാല

ത്തിനോട്' എന്ന പേരിൽ', വേർഡ്സ്വർത്തിന്റെ ode to duty 'ധർമത്തിനോട്' എന്ന പേരിൽ, 'ഷേക്സ്പിയറിന്റെ ഗീതകങ്ങൾ', 'ലണ്ടൻ നഗരത്തിലെ ഉഷഗീതം' (വേർഡ്സ്വർത്തിന്റെ കവിത), 'നിസ്സഹായത', (ഷേക്സ്പിയർ കാവ്യമാതൃക), 'മിൽട്ടന്റെ ലിസിഡസ്' (Lycidas) 'ലോകദാസൻ' എന്ന പേരിൽ, 'ടെന്നിസന്റെ യുളീസസ്' അതേ പേരിൽ, പക്ഷിഗീതങ്ങളുടെ മാതൃകയിൽ 'കുരരിഗീതം', 'രാത്രി' (ബ്ലാങ്കോ വൈറ്റിന്റെ കവിത)', 'കലാവിലാസിനിയോട്' (പാശ്ചാത്യവും പൗരസ്ത്യവുമായ കാവ്യമീമാംസകളെ സംഗ്രഹിച്ചെഴുതിയ ഒരു ഗീതകം), 'മൃത്യു' (ടാഗോറിന്റെ അവസാനത്തെ കവിത), 'രണ്ടു കാകന്മാർ', (ഇംഗ്ലീഷിലെ 'the two corbies' എന്ന നാടൻപാട്ടിന്റെ വിവർത്തനം), 'പശ്ചിമനിലഗീതം' (ഷെലിയുടെ Ode to the west wind), 'മരണഗീതം' (അലക്സാണ്ടർ പോപ്പിന്റെ കവിത), 'പ്രിയവിലാപം' (അലക്സാണ്ടർ സ്മിത്തിന്റെ Barbara എന്ന ലഘു കാവ്യത്തിന്റെ വിവർത്തനം, 'ഗാലഹദൻ അഥവാ ഒരു പാശ്ചാത്യ കർമയോഗി' (ടെന്നിസന്റെ സർ ഗാലഹാഡിന്റെ വിവർത്തനം), 'അഘമാനീയം' (പ്രാചീന യവന നാടകകൃത്തായ ഈസ്കിലിസിന്റെ Agamemnon എന്ന നാടകത്തിന്റെ വിവർത്തനം), 'ലോകമാകവേയൊരു നാടകരംഗം' (ഷേക്സ്പെയറിന്റെ As you like it എന്ന നാടകത്തിലെ ഒരു ഭാഗം).

കവി എന്ന നിലയിലും ഏറെ ശ്രദ്ധേയനാണ് പ്രൊഫ. പി. ശങ്കരൻ നമ്പ്യാർ. രാജപ്രശംസാപരമായ മംഗളശ്ലോകങ്ങൾ, കൊച്ചി -തിരുവിതാംകൂർ രാജവംശങ്ങൾക്ക് വേണ്ടിയെഴുതിയ സ്തുതികൾ, സ്വതന്ത്രകാവ്യങ്ങൾ തുടങ്ങിയവയിലെല്ലാം പദസ്വാധീനമുള്ളൊരു കവിയെ കാണാൻ സാധിക്കും. ഭാഗവതരുടെ ഭാഗധേയം, സ്യമന്തകം എന്നീ നാടകങ്ങളും അന്യം നിന്ന് എന്ന പേരിലൊരു ചെറുകഥയും അദ്ദേഹം രചിച്ചിട്ടുണ്ട്. പാലാഴിമഥനം, ദമയന്തി സ്വയംവരം എന്നീ ചമ്പുക്കളും ദാരികാവധം മണിപ്രവാളവും അദ്ദേഹത്തിന്റെ രചനകളാണ്.

ഗ്രന്ഥസൂചി

1. ഇളംകുളം കുഞ്ഞൻപിള്ള, കേരളഭാഷയുടെ വികാസപരിണാമങ്ങൾ, നാഷണൽ ബുക്സ് സ്റ്റാൾ, കോട്ടയം, 1958.

2. എഴുത്തച്ഛൻ കെ.എൻ., ഡോ., തിരഞ്ഞെടുത്ത പ്രബന്ധങ്ങൾ (ഒന്നാം ഭാഗം), കേരളസാഹിത്യ അക്കാദമി, തൃശൂർ, 1990

3. കൃഷ്ണപിള്ള എൻ., തിരഞ്ഞെടുത്ത പ്രബന്ധങ്ങൾ, ഡി സി

ബുക്സ്, കോട്ടയം, 1983.

4. കൃഷ്ണപിള്ള എൻ., നിരൂപണരംഗം, ഡി സി ബുക്സ്, കോട്ടയം, 1989.

5. ഗുപ്തൻ നായർ, എസ്.,ഇസങ്ങൾക്കപ്പുറം എസ്.പി.സി. എസ്, കോട്ടയം, 1970.

6. വസന്തൻ എസ്. കെ. (എഡി.), പ്രൊഫ. പി. ശങ്കരൻ നമ്പ്യാരുടെ സമ്പൂർണകൃതികൾ, പ്രൊഫ. പി. ശങ്കരൻ നമ്പ്യാർ ഫൗണ്ടേഷൻ, തൃശൂർ, 2004.

7. ശങ്കരൻ നമ്പ്യാർ, പി.(പ്രൊഫ), സാഹിത്യനിഷ്കുടം, ഒന്നാം അക്കാദമി പതിപ്പ്, കേരളസാഹിത്യ അക്കാദമി, തൃശൂർ, 1993.

8. സുകുമാർ അഴീക്കോട്, മലയാള സാഹിത്യവിമർശനം, ഡി.സി ബുക്സ്, കോട്ടയം, 2010.

○○

4
വിമർശനരാജാങ്കണം: മാരാരുടെ ആത്മാന്വേഷണങ്ങളിലൂടെ

ജെ. എസ്. അനന്തകൃഷ്ണൻ

വിമർശനം ഒരു സർഗാത്മക പ്രക്രിയയാണ്. ഏതൊരു സർഗസൃഷ്ടിയും എന്ന പോലെ കലോപാസകന്റെ ആത്മദർപ്പണത്തിൽ നീണ്ട ധ്യാനം വെളിവാക്കുന്ന സർഗസൃഷ്ടി. സുവിസ്തൃതമായ മാരാരുടെ സാഹിത്യ വിമർശനസപര്യയിൽ തെളിയുന്നതും ഈ സർഗപ്രതിഭയുടെ പ്രകാശമാണ്. കടുത്ത വിമർശനങ്ങൾക്കിടയിലും തന്റേതായ വ്യക്തിമുദ്ര മലയാള വിമർശനത്തിൽ അവശേഷിപ്പിച്ചു അരനൂറ്റാണ്ടു മുമ്പേ കടന്നു പോയ മാരാരുടെ സാഹിത്യ വഴികളിലൂടെ ഒന്ന് സഞ്ചരിക്കാം.

വിമർശനം ഒരു സാഹിത്യ പ്രവൃത്തിക്ക് അപ്പുറം ഒരു സാമൂഹിക പദ്ധതി കൂടെയാണ്. മാരാർ ഈ ആശയത്തിനെ തന്റെ ജീവിതത്തിലും തന്റെ സാഹിത്യസപര്യയിലും ഒരുപോലെ പകർത്തി പോന്നു. പുരോഗതിക്ക് ഉപകരിക്കുന്ന ശാസ്ത്രനിർദിഷ്ടമായ സദാചാരബോധമാകണം വിമർശനം എന്ന സാമൂഹിക പദ്ധതിയെ ഉത്തേജിപ്പിക്കേണ്ടതെന്നും അത് ഉത്തരോത്തരം മനുഷ്യഹൃദയങ്ങളിൽ ശുഭോദർക്കമായ പരിവർത്തനങ്ങൾ സൃഷ്ടിക്കണമെന്നും അദ്ദേഹം വിശ്വസിച്ചിരുന്നു.

മാരാരുടെ സാഹിത്യവിമർശ പദ്ധതി ഒരുപാടു ചർച്ചകൾക്ക് വിധേയമായിട്ടുണ്ട്. 'സംസ്കൃതമാത്രവിഭവൻ' എന്ന വിമർശനം

അദ്ദേഹം ചില കോണുകളിൽ നിന്ന് നേരിട്ടിട്ടുമുണ്ട്. ചിലർക്കാകട്ടെ അദ്ദേഹം പാശ്ചാത്യ സാഹിത്യചിന്തകരിൽ വലിയ താത്പര്യം പുലർത്തിയില്ല എന്നതാണ് വിഷമം. എന്നാൽ മറിച്ചൊന്നു ചിന്തിക്കാം. പിറന്നു വളർന്ന മണ്ണിന്റെ സാംസ്കാരിക പരിസരത്തു നിന്ന് തന്റെ നാടിന്റെ ആദ്ധ്യാത്മികോർജ്ജത്തിൽ ആത്മാന്വേഷണം നടത്തുകയായിരുന്നു മാരാർ. കണ്ണ് കൊണ്ടല്ല, അകക്കണ്ണ് കൊണ്ടാണ് മാരാർ സാഹിത്യത്തെയും അതിലൂടെ ജീവിതത്തെയും ദർശിച്ചത്. മറ്റൊരു രീതിയിൽ സാഹിത്യദർശനം മാരാർക്ക് ആത്മാന്വേഷണമായിരുന്നു.

ആത്മാന്വേഷണങ്ങളായതുകൊണ്ടു തന്നെ തന്റെ വ്യക്തിപക്ഷപാതിത്വത്തിന്റെ പ്രകാശനമായിട്ടാണ് മാരാർ വിമർശനത്തെ ആഘോഷിച്ചത്. ഇതിൽ ചിലർ പിശക് കാണുന്നു. വിമർശനം വസ്തുനിഷ്ഠമാകണം എന്നാണ് പൊതുവെ ഉള്ള രീതി. 1981-ൽ ഡേവിഡ് ബ്ളീക് പ്രസിദ്ധീകരിച്ച സബ്ജെക്റ്റീവ് ക്രിട്ടിസിസം എന്ന പുസ്തകം ഈ ആശയത്തെ എങ്ങനെ നേരിടുന്നു എന്ന് പരിശോധിക്കാം. ബ്ളീക്ക് പ്രാഥമികമായി ചോദിക്കുന്ന ചോദ്യം എത്രമേൽ വിമർശനം ഒരാൾക്കൂട്ടത്തിന്റെ ചിന്തകൾക്ക് വഴിപ്പെടാം എന്നതാണ്. വോട്ടിനിട്ട് തീരുമാനിക്കേണ്ട ഒന്നാണോ സാഹിത്യത്തിലെ അഭിലഷണീയമായ പ്രവണതകൾ? അത്തരത്തിൽ തീർത്തും വായനക്കാർക്കിടയിലെ ഏറ്റവും പ്രമുഖമായ ആശയത്തെ ആശ്രയിച്ച് ഉത്തമ സാഹിത്യത്തെക്കുറിച്ചൊരു പൊതുബോധം സൃഷ്ടിക്കുക എന്നത് എത്ര അനഭിലഷണീയമാണ്. ആൾക്കൂട്ടത്തിന്റെ തീരുമാനം എങ്ങനെയാണ് സത്യമെന്നു സമർത്ഥിക്കുക. സാഹിത്യം ഒരു രീതിയിൽ പൊതുചിന്തകളിൽ നിന്നുള്ള മാറിനടപ്പല്ലേ. അവിടെ നിന്നുതന്നെ പൊതുബോധത്തിൽ നിന്നും വ്യത്യസ്തനാകുകയല്ലേ സാഹിത്യകാരൻ. ഈ സാഹിത്യത്തെ വിശകലനം ചെയ്യുന്ന വിമർശകൻ തിരിച്ചു ആൾക്കൂട്ടത്തിലേക്ക് മടങ്ങി പോകേണമോ? അങ്ങനെ 'ജനാധിപത്യപരമായ വിമർശനം' ഒരു തരത്തിൽ പകർത്തിയെഴുതു മാത്രമേ ആകുന്നുള്ളൂ. വിമർശനം ഒരു സർഗാത്മക പ്രവർത്തനം ആകണമെങ്കിൽ, അത് ആത്മാംശമുള്ളതാകണം. അതായിരുന്നു മാരാരുടെ വഴി. ഈ ധൈര്യമാകണം മാരാർക്കു, തനിക്കു ടോൾസ്റ്റോയിയുടെ യുദ്ധവും സമാധാനവും എന്ന ക്ലാസിക്കിനോടുള്ള വികർഷണത്തെക്കുറിച്ച് തുറന്നെഴുതാൻ ഊർജമായതും.

കലയുടെ വിമർശനത്തിൽ അതിന്റെ ഘടകങ്ങളെ വേർതിരിച്ചു

അതിന്റെ ഘടനാരൂപത്തെ മനസ്സിലാക്കാനുള്ള ശ്രമം ഫോർമലിസ്റ്റുകളിലെ തുടങ്ങിയിരുന്നു. ഘടനക്കപ്പുറം സാഹിത്യകൃതികളെ ചേതനയുള്ളതാക്കുന്ന ഒന്നില്ലേ? സാഹിത്യത്തിന്റെ ആ ജീവചൈതന്യത്തെ മനസ്സിലാക്കാൻ പ്രാഥമികമായി വിമർശകൻ നല്ല ആസ്വാദകൻ കൂടി ആകേണ്ടതുണ്ട്. മാരാർ, സാഹിത്യത്തെ ആദ്യം സ്വീകരിക്കുന്നത് തന്റെ ആത്മാവിലേക്കാണ്. മാരാരിലെ ആസ്വാദകനാണ് സഹൃദയരോട് അനന്തരം സംവദിക്കുന്നത്. ഒളിമറവുകളില്ലാതെ മാരാർ ഇപ്രകാരം ആത്മാവിഷ്കാരം നടത്തുമ്പോൾ കേവലം സൈദ്ധാന്തികതലത്തിൽ നടത്തപ്പെടുന്ന വിശകലനങ്ങൾക്കു രണ്ടാം സ്ഥാനമേ കല്പിക്കായ്കയുള്ളു. സാഹിത്യവിമർശനം ആസ്വാദനത്തിന്റെ അമൂർത്തമായ ഒരു തലമാണ്. അതിനെ അക്ഷരങ്ങളുടെ രൂപത്തിലേക്ക് പരിവർത്തനം ചെയ്യുക എന്നത് അമ്മ എന്ന ആശയത്തെ ഒരു ശില്പമായി മാറ്റുന്നതോളം ശ്രമകരമാണ്.

ഇപ്രകാരം കാവ്യരചനയിലൂടെ ആത്മാവിഷ്കാരം നടത്തുന്ന കവികൾക്കപ്പുറം മഹാരഥന്മാരായി ലോകർ വാഴ്ത്തിപ്പോരുന്നത് കൂടുതൽ എഴുതുന്നവരാണെന്നു ഇരിക്കെ മാരാർക്കിതിനെ പറ്റി പറയാനുള്ളതും കേൾക്കാം.

'ഒരാളുടെ രചനാവിസ്തൃതിയെ ചങ്ങല പിടിച്ചളന്നു മഹാകവിത്വം കല്പിക്കുന്നതിലർഥമില്ല. ഒരാളെഴുതിയ നാല് വരിയിൽ നിന്നായാലും നാലു ലക്ഷം വരിയിൽ നിന്നായാലും അയാളുടെ ആത്മസത്ത ഏതു മണ്ഡലത്തിലെത്തിയിരിക്കുന്നു എന്ന് സൂക്ഷിച്ചു നോക്കിയിട്ടാണ് നാമത് നിശ്ചയിക്കേണ്ടത്.' ഇതുകൊണ്ടു തന്നെ മാരാർക്കു കവികളെല്ലാം കവികളല്ല. ശബ്ദാർത്ഥ ഭാവരചനാതലങ്ങളിലൂടെ അനുവാചകനെ നയിച്ച് രസാനുഭൂതി അനുഭവേദ്യമാക്കാൻ കഴിവുള്ളവനെ മാത്രമാണ് മഹാകവിയെന്നു മാരാർ വിളിക്കുന്നത്. ചുരുക്കത്തിൽ ഒരു ജീവിതത്തിൽ പലജീവിതം ജീവിക്കാൻ ഉതകുന്ന ഒരു സ്വർഗീയദാനമാണ് സാഹിത്യാനുഭവം. അങ്ങനെ അമൂർത്തമായി അദൃശ്യമായി നമുക്ക് ചുറ്റും ഉള്ള അനുഭവതലങ്ങളെ പ്രത്യക്ഷപ്പെടുത്തുന്ന ഒരു മന്ത്രികനായാണ് സാഹിത്യകാരനെ മാരാർ ദർശിക്കുന്നത്. ഇത്തരത്തിൽ പ്രത്യക്ഷമാകുന്ന ജീവിതഭാവങ്ങളുടെ ആകെ തുകയിൽ നിന്ന് സാമാന്യജനം ഗ്രഹിക്കുന്ന ജീവസത്തയാണ് സത്യം എന്ന് മാരാർ നമ്മോടു പറയുന്നു.

ഇതിനപ്പുറം സമൂഹത്തോട് മാരാർ എടുക്കുന്ന നിലപാട് കൂടി

പഠനവിധേയമാക്കേണ്ടതുണ്ട്. ഇതിനു ഏറ്റവും മികച്ച ദൃഷ്ടാന്തം അദ്ദേഹത്തിന്റെ 'വ്യക്തിയാണ് പ്രധാനം' എന്ന ഉപന്യാസമാണ്. സമഗ്രമായി സമൂഹത്തിന്റെ ഒരു പരിഛേദത്തെയാണ് സാഹിത്യകാരൻ അവതരിപ്പിക്കേണ്ടത് എന്ന ആശയം പൊതുവേ അവതരിപ്പിച്ചു കാണാറുണ്ടല്ലോ. എന്നാൽ മറിച്ചു പല യാഥാർഥ്യങ്ങൾ ഋഷിതുല്യമായ ധ്യാനത്തിൽ സർഗസൃഷ്ടിയിൽ വെളിപ്പെടുന്നു എന്നതാണ് മാരാരുടെ മതം. അങ്ങനെയാണ് സമഗ്രമായി കല ജീവിതമാകുന്നതു. ഇപ്രകാരം പലർ തങ്ങളുടെ സ്വത്വത്തിലൂന്നി സാഹിത്യസൃഷ്ടി നടത്തുമ്പോൾ അതിന്റെ ആകെത്തുകയിലാണ് സത്യം വെളിപ്പെടുന്നത്. മറിച്ചു ഏകാശയപരിസരത്തെ ആശ്രയിച്ചുള്ള സർഗസൃഷ്ടി മൃതിക്കു തുല്യമത്രേ.

ഇങ്ങനെ വെളിവാകുന്ന സാഹിത്യകൃതികളിൽ സത്യം തിരയുന്ന വിമർശകൻ തന്റെ ഉള്ളിലേക്ക് പ്രസ്തുത കൃതികളെ സ്വാംശീകരിച്ചു മനനം ചെയ്തു 'യുക്തിപൂർവം' അനുമാനങ്ങളിൽ എത്തേണ്ടുന്ന പ്രക്രിയയാണ് വിമർശനം. ഈ വാചകത്തിൽ 'യുക്തിപൂർവം' എന്നതു ശ്രദ്ധിച്ചിരിക്കുമല്ലോ? മാരാരും യുക്തിയും എങ്ങനെ ഒന്നിച്ചുപോകും എന്ന് ചോദിക്കുന്നവർ കുറവല്ല.

അത് മനസ്സിലാക്കണമെങ്കിൽ മാരാർ യുക്തി എന്ന് വിവക്ഷിക്കുന്നത് എന്തെന്ന് നാം മനസ്സിലാക്കേണ്ടിയിരിക്കുന്നു. അതിനും മുമ്പ് യുക്തിക്കു പിന്നിലെ യുക്തിയെ കുറിച്ചും. ഉത്തര-ഉത്തരാധുനികതയിലൂടെ, സത്യാനന്തര കാലത്തിലൂടെയാണല്ലോ നാം ചരിക്കുന്നതു. വിവിധങ്ങളായ മാധ്യമങ്ങളിലൂടെ സാമാന്യജനം സ്വീകരിക്കുന്ന വിവരങ്ങളെല്ലാം അറിവായി മാറുന്ന കാലമാണല്ലോ ഇത്. അല്ലെങ്കിൽ, സാമൂഹികമായ ചട്ടക്കൂടുകൾ നിർണയിക്കുന്ന ശരിതെറ്റുകളുടെ ഒരു യുക്തിബോധം നയിക്കുന്ന ജീവിതത്തിന്റെ അസംബദ്ധപ്രകൃതിയാണ് ഈ കാലഘട്ടത്തിന്റെ മുഖമുദ്ര. ഇപ്രകാരം പൂർവ്വനിശ്ചിതമായ ഒരു ചിന്താസരണിയിലൂടെ സാമൂഹികസൃഷ്ടിയായ ബാഹ്യ-യുക്തിയുടെ കൈപിടിച്ചു സാഹിത്യവിമർശത്തിന് മുതിരുമ്പോൾ ആ പ്രവൃത്തിയുടെ ഉദ്ദേശം തന്നെ അട്ടിമറിക്കപ്പെടുന്നു. ഉദാഹരണത്തിനു ചില ആശയങ്ങളിൽ മാത്രം വിശ്വസിക്കുന്ന വിമർശകർ അവയെ പിൻപറ്റി ആനയിലന്ധരെന്ന പോലെയുള്ള വിശകലനം നടത്തി തൃപ്തിയടയുന്നു. ഇത്തരത്തിൽ ബാഹ്യമായ യുക്തി ഒരു മരീചികയാണ്. ഏറെ ദൂരെയുള്ള സത്യത്തെ കാട്ടി അത് നമ്മെ ഭ്രമിപ്പിക്കുന്നു. മാരാർ നമ്മെ വിട്ടുപിരിഞ്ഞു ആറ് വർഷങ്ങൾക്കു ശേഷം എഴുതപ്പെട്ട ദി പോസ്റ്റ് മോ

ഡേൺ കണ്ടിഷൻ എന്ന കൃതിയിൽ ഴാങ് ഫ്രാങ്ഷ്വാ ലിയോത്താർ ഈ ആശയം പറഞ്ഞുവയ്ക്കുന്നു. 'ഉറവിനെക്കുറിച്ചു ചിന്തിക്കാതെ ഉരുവം കൊള്ളലിന്റെ യുക്തിയെകുറിച്ചു ചിന്തിക്കാതെ ആസ്വദിക്കുമോഴാണ് അനുഭൂതി അനിർവചനീയമായ തലത്തിലെത്തുക.'

ഈ ആന്തരിക-യുക്തി കൊണ്ടുള്ള പ്രധാനം ഗുണം മാരാരിൽ കാണാനാകുക, അദ്ദേഹത്തിന്റെ ഭാരതവിമർശനത്തിന്റെ ചില ഏടുകളിലാണ്. ഇതിൽ തന്നെ ഏറെ പ്രസക്തം യുധിഷ്ഠിരനോടുള്ള മാരാരുടെ നിലപാടാണ്. മാലോകരും ഭാരതകാരനും തന്നെ ധർമിഷ്ഠനെന്നു വിശേഷിപ്പിക്കുമ്പോഴും ചൂത് കളിച്ചു സ്വപത്നിയെ പണയം വച്ച യുധിഷ്ഠിരനെ അപ്രകാരം അംഗീകരിക്കാൻ മാരാരുടെ സത്യസന്ധത അനുവദിക്കുന്നില്ല.

ഇതിലെല്ലാത്തിലുമുപരി മാരാരുടെ സാഹിത്യനിരൂപണത്തിന്റെ രീതിയെ അദ്ദേഹത്തിന്റെ തന്നെ വാക്കുകളിൽ ചുരുക്കി വിവരിക്കാം ('നിഷ്പക്ഷ നിരൂപണം' എന്ന ലേഖനം)

'ഒരു പുസ്തകം വായിച്ചിട്ടു നിങ്ങൾക്ക് അത് അസ്സലായിട്ടുണ്ടെന്നോ, മോശമായിട്ടുണ്ടെന്നോ, ഈ രണ്ടറ്റത്തിനിടയിൽപെട്ട മറ്റു വല്ലതുമോ തോന്നുകയും നിങ്ങളത് മറ്റൊരാളോട് പറയുകയും ചെയ്യുന്നത് സാധാരണമാണല്ലോ -ഇതത്രെ സാഹിത്യനിരൂപണത്തിന്റെ പ്രാകൃതികമായ, മൗലികമായ രൂപം; അതിന്റെ ഗർഭപിണ്ഡത്തിൽ തെളിഞ്ഞുവരുന്ന നട്ടെല്ല്. പ്രസ്തുത കൃതി മറ്റുള്ളവരുടെ ദൃഷ്ടിയിൽ എത്ര മോശമായാലും നിങ്ങളൊരാളെ രസിപ്പിക്കത്തക്ക എന്തോ ഗുണം അതിനുണ്ടെന്നോ എത്ര മികച്ചതായാലും നിങ്ങൾക്കത് പറ്റിയിട്ടില്ലെന്നോ എന്ന് അതിനർത്ഥം. അത്രയേയുള്ളുതാനും"

തന്നിലെ തന്നെ സാഹിത്യോപാസനയിലൂടെ തേടുന്ന മാരാർ നമുക്ക് പിന്നിൽ കലയുടെ സത്യത്തെ തുറന്നു വയ്ക്കുന്നു. കല കലാകാരനിൽ നിന്നെന്ന പോലെ തന്നെ ആസ്വാദനം ആസ്വാദകനിൽ ഉണ്ടാകുന്നതാണ്. മറ്റൊരു രീതിയിൽ പറഞ്ഞാൽ കലാസൃഷ്ടിയുടെ പ്രത്യക്ഷത്തിൽ ആസ്വാദകന്റെ സൗന്ദര്യാസ്വാദനക്ഷമത അതിന്റെ പൂർണ ഗാംഭീര്യത്തിൽ വെളിപ്പെടുന്നു. സൂര്യപ്രകാശത്തിൽ പൂക്കൾ വിടരുന്നപോലെ. അപ്പോൾ കാവ്യാനുഭവത്തിന്റെ പൊരുൾ അറിയാൻ വിമർശകൻ അന്വേഷണം നടത്തേണ്ടത് തന്റെയുള്ളിലേക്ക് തന്നെയല്ലേ. ആസ്വാദകന്റെ മനസ്സറിയാതെ കലാസൃഷ്ടിയുടെ മൂല്യം മാത്രമറിഞ്ഞാൽ കേവല സ്തുതിഗാനം മാത്രമായി അവസാനിക്കാനാകും വിമർശനത്തിന്റെ വിധി.

താനെന്ന ആസ്വാദകനെ ആധാരമാക്കി, തനിക്ക് ഏറ്റവും പരി

ചിതമായ തന്റെ മനസ്സിന്റെ പരിസരത്തെ, ആശ്രയിച്ചു കളങ്കമില്ലാതെ, ആൾക്കൂട്ടത്തിനൊപ്പം നീങ്ങാതെ തന്റ വഴി നടന്നു തീർത്ത മഹാപ്രതിഭയാണ് മാരാർ.

ഗ്രന്ഥസൂചി

1. കുട്ടികൃഷ്ണമാരാർ. രാജാങ്കണം. മാരാർ സാഹിത്യപ്രകാശം, 1963.

2. ഡാനിയേൽ, മാത്യു. മലയാള വിമർശനത്തിന്റെ സൗന്ദര്യരേഖകൾ. കറന്റ് ബുക്ക്സ്, 2001

3. തോമസ്മാത്യു, എം. മാരാർ ലാവണ്യാനുഭവത്തിന്റെ യുക്തിശില്പം. കേരളാ സാഹിത്യ അക്കാഡമി, 2006.

4. പണിക്കർ, കെ. അയ്യപ്പ. അയ്യപ്പ പണിക്കരുടെ ലേഖനങ്ങൾ 1950-80. ഡിസി ബുക്ക്സ്, 1982.

5. Lyotard, Jean Francois. The Postmodern Condition. University of Minnesota, 1997.

5

ജോസഫ് മുണ്ടശ്ശേരിയുടെ സൈദ്ധാന്തിക നിരൂപണം

ആരതി. എ.

മലയാള നിരൂപണരംഗത്തെ സർഗാത്മക ശക്തിയുള്ള സൈദ്ധാന്തികനും പ്രയോക്താവുമായിരുന്നു ജോസഫ് മുണ്ടശ്ശേരി. സ്വന്തമായ കാഴ്ചപ്പാട് വളർത്തിയെടുക്കുകയും നിലനിർത്തുകയും ആ കാഴ്ചപ്പാടിലൂടെ മുൻകാല- സമകാല സാഹിത്യകൃതികളെ അദ്ദേഹം വിലയിരുത്തുകയും ചെയ്തു. നിരൂപണവിഷയത്തിൽ ദർശനതുല്യമായ സിദ്ധാന്തം കണ്ടെത്തിയ മുണ്ടശ്ശേരി സ്വന്തമായ ശൈലീവിലാസത്തിന്റെ ഉടമയായിരുന്നു.

മുണ്ടശ്ശേരി- വ്യക്തി, കാലം

1903 ജൂലൈ മാസം 17-ാം തീയതി തൃശൂരിനടുത്തുള്ള കണ്ടശ്ശാംകടവിൽ ഒരു ഇടത്തരം യാഥാസ്ഥിക കത്തോലിക്കാ കുടുംബത്തിലാണ് മുണ്ടശ്ശേരിയുടെ ജനനം. ചെറുപ്പത്തിലെ മുണ്ടശ്ശേരിയിൽ പ്രകടമായ സാഹിത്യതാല്പര്യങ്ങളോട് അദ്ദേഹത്തിന്റെ പിതാവിന് തികഞ്ഞ അസഹിഷ്ണതയായിരുന്നു. അതിനാൽ രഹസ്യമായിട്ടാണ് പുസ്തകങ്ങൾ വായിക്കുകയും ആസ്വദിക്കുകയും ചെയ്തിരുന്നത്. വിദ്യാഭ്യാസകാലത്ത് തന്നെ മുണ്ടശ്ശേരി 'പ്രേക്ഷിതൻ' മാസികയുടെ പത്രാധിപരായി. ഇതുവഴി വലിയ സാഹിത്യകാരന്മാരുമായി പരിചയപ്പെടാൻ അദ്ദേഹത്തിന് അവസരം ലഭിച്ചു. പിന്നീട് 'കേരളം', 'കൈരളി', 'മംഗളോദയം' എന്നീ മാസികകളുടെ പത്രാധിപസമിതിയിൽ അംഗമാകാൻ അദ്ദേഹത്തിന് കഴിഞ്ഞു. മലയാളത്തിന്റെ പേരിൽ കൊച്ചി മഹാരാജാവിൽ നിന്ന് സാഹിത്യനിപുണൻ, സാഹിത്യകുശലൻ എന്നീ ബഹുമതികൾ അദ്ദേഹം നേടി. ജീവിതത്തെക്കുറിച്ചും ചുറ്റുമുള്ള സമൂഹത്തെക്കുറിച്ചും തന്റേതായ

ധാരണകളും, പാശ്ചാത്യ പൗരസ്ത്യ സാഹിത്യ ചിന്തകളിൽ അവഗാഹവുമായാണ് മുണ്ടശ്ശേരി സാഹിത്യരംഗത്തേക്കിറങ്ങിയത്. നരവംശശാസ്ത്രം മുതൽ ഭാഷാശാസ്ത്രം വരെ, ഭൗതികശാസ്ത്രം മുതൽ മനഃശാസ്ത്രം വരെ, രാജ്യതന്ത്രം മുതൽ സാമ്പത്തികശാസ്ത്രം വരെ എല്ലാ വിജ്ഞാനമേഖലകളിലും മുണ്ടശ്ശേരി ജ്ഞാനം ആർജ്ജിച്ചിരുന്നു. വിജ്ഞാന മേഖലകളിൽ വന്നുകൊണ്ടിരുന്ന മാറ്റങ്ങളെല്ലാം ഉൾക്കൊള്ളാനും അതനുസരിച്ച് തന്റെ ചിന്തയെ നവീകരിക്കാനും അദ്ദേഹത്തിനു കഴിഞ്ഞു.

1944-ൽ 'മാറ്റൊലി' എന്ന കൃതി പ്രസിദ്ധീകരിച്ചതോടെയാണ് മുണ്ടശ്ശേരി നിരൂപണരംഗത്ത് ശ്രദ്ധേയനായത്. 1971-ൽ രചിച്ച 'ആശാൻ കവിത- ഒരു പഠനം', 'വള്ളത്തോൾ കവിത- ഒരു പഠനം' എന്നിവയാണ് അവസാനകാല കൃതികൾ. ഈ നീണ്ട കാലയളവിനിടയിൽ കവിതാനിരൂപണം, നോവൽ, ചെറുകഥ, ഉപന്യാസം, ജീവചരിത്രം, ആത്മകഥ, ശാസ്ത്രലേഖനം എന്നിങ്ങനെ എല്ലാ സാഹിത്യ രൂപങ്ങളിലും അദ്ദേഹം ശ്രദ്ധ പതിപ്പിച്ചു. അവയിലെല്ലാമായി നാല്പത്തിയാറ് കൃതികൾ പ്രസിദ്ധീകരിച്ചിട്ടുമുണ്ട്. 1928-ൽ പ്രസിദ്ധീകൃതമായ മുണ്ടശ്ശേരിയുടെ 'ചിന്താമാധുരി' എന്ന കവിതാസമാഹാരത്തിന് അവതാരിക എഴുതി ആശംസ നല്കിയത് വള്ളത്തോളായിരുന്നു.

സാഹിത്യജീവിതത്തെപ്പോലെ തന്നെ പ്രൗഢമായ രാഷ്ട്രീയജീവിതത്തിന്റെയും ഉടമയായിരുന്നു അദ്ദേഹം. 1947-ൽ പ്രജാമണ്ഡലം സ്ഥാനാർത്ഥിയായി തിരഞ്ഞെടുപ്പിൽ വിജയിച്ച അദ്ദേഹം കൊച്ചി രാജ്യത്തിലെ നിയമനിർമ്മാണസഭയിൽ അംഗമായി. തിരുവിതാംകൂർ- കൊച്ചി നാട്ടുരാജ്യങ്ങളുടെ സംയോജനത്തോടെ തിരു- കൊച്ചി അസംബ്ലി അംഗമായിത്തീർന്നു. സി. കേശവന്റെ നേതൃത്വത്തിലുള്ള മന്ത്രിസഭ ചാർജ്ജെടുക്കുകയും, അതിൽനിന്ന് കൊച്ചിക്കാർ ഒഴിഞ്ഞു നിൽക്കുകയും ചെയ്ത ഘട്ടത്തിൽ രാഷ്ട്രീയത്തോട് വിട പറയാൻ തീരുമാനിച്ചു. എങ്കിലും 1952-ലെ പാർലമെന്റ് തിരഞ്ഞെടുപ്പിൽ മത്സരിച്ചു പരാജയപ്പെട്ടു. ആ തെരഞ്ഞെടുപ്പിൽ കോൺഗ്രസ്സും, പി.എസ്.പി.യും അല്ലാത്തവരുടെ സഹായം തേടി എന്ന കാരണത്താൽ അദ്ദേഹത്തെ കമ്മ്യൂണിസ്റ്റ് എന്ന് മുദ്ര കുത്തി. 1952-ൽ ചൈനായാത്ര കഴിഞ്ഞ് തിരിച്ചെത്തിയ അദ്ദേഹം അതെക്കുറിച്ചെഴുതിയ യാത്രാവിവരണം മുണ്ടശ്ശേരി ഒരു കമ്മ്യൂണിസ്റ്റ് ആണെന്ന വിശ്വാസത്തിന് ആക്കം കൂട്ടി. ഇതിന്റെയെല്ലാം ഫലമായിട്ട് അദ്ദേഹത്തെ കോളേജിൽ നിന്ന് പിരിച്ചുവിട്ടു. പുതിയ സംഭവവികാസ

ങ്ങളുടെ ഫലമായി പുരോഗമനചിന്താഗതി ഉയർത്തിപ്പിടിക്കുന്ന 'നവജീവൻ' പത്രം 1953-ൽ അദ്ദേഹത്തിന്റെ പത്രാധിപത്യത്തിൽ ആരംഭിച്ചു. നവജീവന്റെ പ്രവർത്തനത്തിൽ സി. അച്യുതമേനോൻ, സി. ജനാർദ്ദനൻ, അച്യുതക്കുറുപ്പ് തുടങ്ങിയവരൊക്കെ ഭാഗഭാക്കായതോടെ ഒരു കമ്മ്യൂണിസ്റ്റ് സഹയാത്രികനായി മുണ്ടശ്ശേരി അംഗീകരിക്കപ്പെട്ടു. ഏ.ജെ. ജോണിന്റെ മന്ത്രിസഭയുടെ പതനത്തിനു ശേഷം ഉണ്ടായ തിരഞ്ഞെടുപ്പിൽ അദ്ദേഹം പരാജിതനായി. പിന്നീട് 1970-ലാണ് നിയമസഭയിലെത്തിയത്. 1972-ൽ കൊച്ചി സർവ്വകലാശാലയുടെ വൈസ് ചാൻസലർ സ്ഥാനത്ത് അവരോധിക്കപ്പെട്ടു. 1976-ൽ കേരള സാഹിത്യ അക്കാദമിയുടെ ഫെലോഷിപ്പിനും അർഹനായി. 1977-ൽ അന്തരിച്ചു.

കാവ്യപീഠിക

സാഹിത്യപഞ്ചാനൻ പി. കെ. നാരായണപ്പിള്ള, കുമാരനാശാന്റെ 'കരുണ'യെക്കറിച്ച് നടത്തിയ ചില പരാമർശങ്ങൾ സത്യത്തിനു നിരക്കുന്നതല്ല എന്നു തോന്നിയ മുൺണ്ടശ്ശേരി 1939-ൽ ഒരു പ്രതി - നിരൂപണമെഴുതി. അധിക്ഷേപങ്ങൾക്കും അഭിനന്ദനങ്ങൾക്കും ഒരുപോലെ കാരണമായ 'കരുണാ പഠന'മാണ് മുണ്ടശ്ശേരിയെ സാഹിത്യനിരൂപണരംഗത്ത് ശ്രദ്ധേയനാക്കിയത്. തുടർന്ന് ആശാൻ, ഉള്ളൂർ, വള്ളത്തോൾ എന്നീ മഹാകവികളുടെ പ്രസിദ്ധകൃതികളോരോന്നെടുത്ത് നിരൂപണം ചെയ്തു. മൂന്നു പേരിൽ ആശാനാണ് മഹാനെന്ന് വിധിക്കുകയും ചെയ്തു. അങ്ങനെയാണ് 'മാറ്റൊലി'യും 'അന്തരീക്ഷ'വും പ്രസിദ്ധീകരിക്കപ്പെട്ടത്. സംസ്കൃതവും ഇംഗ്ലീഷും പഠിച്ച അദ്ദേഹം ആധുനികകാലത്തിന് പറ്റിയ ഒരു കാവ്യനിയമഗ്രന്ഥം എഴുതിയതാണ് 'കാവ്യപീഠിക'. മനുഷ്യന്റെ ഉത്തമ രുചികളെ പ്രീണിപ്പിക്കേണ്ട സാഹിത്യാദികലകളുടെ മൗലികതത്ത്വങ്ങൾ എവിടെയും ഒന്നാവാനേ പാടുള്ളൂ എന്ന തന്റെ സിദ്ധാന്തത്തെ സമർത്ഥിക്കാനായി പാശ്ചാത്യരും പൗരസ്ത്യരുമായ നിരൂപകരുടെ സാഹിത്യതത്ത്വങ്ങളിൽ ഒരു താരതമ്യപഠനം നടത്തുകയാണ് അദ്ദേഹം ഈ കൃതിയിൽ.

1945-ലാണ് മുൺശ്ശേരി 'കാവ്യപീഠിക' പ്രസിദ്ധീകരിക്കുന്നത്. സാഹിത്യകല, പ്രതിഭ, സൗന്ദര്യം, രസം, കരുണം, പാത്രം, ധ്വനി, ഔചിത്യം, രീതി, അലങ്കാരം, വൃത്തം, ഭാഷ എന്നിങ്ങനെ പന്ത്രണ്ട് അദ്ധ്യായങ്ങളാണ് ഈ കൃതിയിൽ ഉള്ളത്. പൗരസ്ത്യ കാവ്യമീമാംസയിൽ ഭാരതീയ സാഹിത്യ നിരൂപകന്മാർ ഉപയോഗിച്ച അടി

സ്ഥാന സംജ്ഞകൾ തന്നെയാണ് മുണ്ടശ്ശേരിയും സ്വീകരിച്ചിട്ടുള്ളത്. സാഹിത്യത്തെ സംബന്ധിക്കുന്ന മൗലികമായ ചില തത്ത്വങ്ങൾ അവതരിപ്പിച്ച ശേഷം ആ തത്ത്വങ്ങളോട് പാശ്ചാത്യരും പൗരസ്ത്യരും എങ്ങനെ പ്രതികരിക്കുന്നു എന്നു വിശദീകരിച്ച് ഇരുകൂട്ടരുടെയും നിലപാടുകളെ താരതമ്യപ്പെടുത്തുകയാണ് 'കാവ്യപീഠിക'യുടെ രചനാതന്ത്രം.

രസചർച്ചയ്ക്കിടയിൽ സാഹിത്യം എന്തിനുവേണ്ടി എന്ന് മുണ്ടശ്ശേരി ചിന്തിക്കുന്നുണ്ട്. 'കല കലയ്ക്കു വേണ്ടി' എന്നഭിപ്രായപ്പെടുന്ന സൗന്ദര്യോപാസകരെ അദ്ദേഹം നിഷേധിക്കുന്നു. അവർ രസസംജ്ഞയുടെ വിവക്ഷിതം വെട്ടിക്കുറയ്ക്കുന്നതായി അദ്ദേഹം പരാതിപ്പെടുന്നു. പക്ഷേ അവിടുന്നും മുന്നോട്ടുപോയി സാഹിത്യകാരന്മാർ ജീവിതത്തെ നിഷ്കർഷണം ചെയ്ത് രസനീയ രൂപത്തിൽ പകർന്നു തരുന്ന സംസ്കാരം ആസ്വദിച്ച് തൃപ്തിപ്പെടുക എന്നതാണ് ആ നിർവൃതിക്ക് അർത്ഥമെന്ന് അദ്ദേഹം കല്പിക്കുന്നു. രസങ്ങളിൽ കരുണത്തിനാണ് മുണ്ടശ്ശേരി പ്രാധാന്യം കൽപിക്കുന്നത്. നവരസങ്ങളിൽ കരുണത്തെ മാത്രമെടുത്ത് പ്രത്യേകമായി ചർച്ച ചെയ്യുന്നത് ഈ രസത്തോടുള്ള അദ്ദേഹത്തിന്റെ പക്ഷപാതം വ്യക്തമാക്കുന്നു.

സാഹിത്യത്തിന്റെ എല്ലാ ഘടകങ്ങളിലേക്കും മുണ്ടശ്ശേരിയുടെ ശ്രദ്ധ പതിയുന്നതായി 'കാവ്യപീഠിക'യിൽ കാണാം. പൗരസ്ത്യ സാഹിത്യമീമാംസയുടെ മണ്ഡലത്തിൽ ഉറച്ചുനിന്നുകൊണ്ട് പാശ്ചാത്യ ചിന്തയ്ക്ക് അതിനോടുള്ള സാദൃശ്യം സഫലമായിത്തന്നെ അദ്ദേഹം നിർദ്ധാരണം ചെയ്യുന്നു. 1945-ൽ പ്രസിദ്ധീകരിച്ച 'കാവ്യപീഠിക'യ്ക്കു ശേഷം അരനൂറ്റാണ്ടു പിന്നിട്ടിട്ടും 'കാവ്യപീഠിക'യുടെ ന്യൂനതകളെ പരിഹരിച്ചുകൊണ്ട് പാശ്ചാത്യ പൗരസ്ത്യ സിദ്ധാന്തങ്ങളുടെ യോജിപ്പിന്റെ തലങ്ങൾ ചൂണ്ടിക്കാട്ടുന്ന ഒരു മൗലികകൃതി ഉണ്ടായിട്ടില്ല എന്നത് ഈ കൃതിയുടെ പ്രസക്തി വർദ്ധിപ്പിക്കുന്നു. പാശ്ചാത്യ പൗരസ്ത്യ സാഹിത്യചിന്തകളെ സ്വാംശീകരിച്ചതിനു ശേഷം അവയിൽ സമന്വയത്തിന്റെ മേഖലകൾ കണ്ടെത്തുന്ന മുണ്ടശ്ശേരിയുടെ രീതിയിൽ അവ്യക്തത ഉണ്ടായിരുന്നില്ല. ആശയ ക്ലിഷ്ടതയുടെയോ ദുർഗ്രഹതയുടെയോ തടസ്സങ്ങൾ 'കാവ്യപീഠിക'യുടെ വായനയിൽ തടസ്സമുണ്ടാക്കാത്തത് അതുകൊണ്ടാണ്. 'കാവ്യപീഠിക'യ്ക്കു ശേഷം പുറത്തിറങ്ങിയ പാശ്ചാത്യ പൗരസ്ത്യ സിദ്ധാന്ത സമന്വയം നടത്തുന്ന പുതിയ കൃതികളുമായി താരതമ്യപ്പെടുത്തുമ്പോഴാണ് മുണ്ടശ്ശേരിയുടെ

മഹത്വം കൂടുതൽ മനസ്സിലാവുന്നത്.

മാനദണ്ഡം

'കാവ്യപീഠിക'യ്ക്ക് ശേഷം അദ്ദേഹമെഴുതിയ 'മാനദണ്ഡ'ത്തെ 'മാറ്റൊലി'യുടെയും 'അന്തരീക്ഷ'ത്തിന്റെയും പിൻഗാമിയായി കരുതാവുന്നതാണ്. 'മാനദണ്ഡ'ത്തിന്റെ പ്രസിദ്ധീകരണത്തിനു ശേഷം മുണ്ടശ്ശേരിയുടേതായി പുറത്തുവന്ന കൃതികൾ അദ്ദേഹത്തിന്റെ നിരൂപക ജീവിതത്തിലെ മറ്റൊരു ഘട്ടത്തെ പ്രതിനിധാനം ചെയ്യുന്നു. സൗന്ദര്യദർശനത്തിലും മൂല്യബോധത്തിലും പ്രകടമായ മാറ്റങ്ങൾ ഈ രണ്ടാം ഘട്ടത്തിൽ സംഭവിക്കുന്നു. സാഹിത്യത്തിന്റെ നിഗൂഢഭംഗി അന്വേഷിച്ചിറങ്ങുന്ന ഏതൊരു നിരൂപകനും വ്യക്തമായ മൂല്യബോധവും സൗന്ദര്യബോധവും ഉണ്ടായിരിക്കും.

1946 വരെയുള്ള കാലത്ത് മുണ്ടശ്ശേരിയുടെ നിരൂപക വ്യക്തിത്വത്തിൽ സൗന്ദര്യബോധമായിരുന്നു മുന്നിട്ടു നിന്നത്. എന്നാൽ, ഈ രണ്ടാംഘട്ടം എത്തുമ്പോഴാകട്ടെ സൗന്ദര്യബോധത്തെ പിന്നോക്കം തള്ളിക്കൊണ്ട് സാമൂഹികതയിലൂന്നിയ ജീവിതാവബോധം അദ്ദേഹത്തിൽ ശക്തമായ സ്വാധീനം ചെലുത്തി. മുണ്ടശ്ശേരിയെ സംബന്ധിച്ചിടത്തോളം ഇതിനനുരൂപമായ ചില മാറ്റങ്ങൾ അദ്ദേഹത്തിന്റെ വ്യക്തി ജീവിതത്തിലും ഇവിടുത്തെ സാമൂഹ്യരംഗത്തും വന്നുഭവിക്കുന്നുണ്ട്. സാമ്പത്തികവും സാമൂഹികവുമായ അസമത്വങ്ങൾ കാണാനും അനുഭവിക്കാനും കഴിഞ്ഞ ഒരാളെന്ന നിലയ്ക്ക് അവയുടെയെല്ലാം നേർക്ക് അടങ്ങാത്ത പ്രതിഷേധഭാവം ചെറുപ്പത്തിലെ മുണ്ടശ്ശേരിയ്ക്കുണ്ടായിരുന്നു. സാമൂഹ്യ നീതികളോടുള്ള എതിർപ്പ് കൂടുതൽ പുരോഗമനപരമായി ചിന്തിക്കാനുള്ള പ്രേരണ അദ്ദേഹത്തിലുണ്ടാക്കി.

സമൂഹത്തെ പുരോഗതിയുടെ പാതയിലേക്ക് നയിക്കാൻ സാഹിത്യത്തിന് ചുമതലയുണ്ടെന്ന വാദത്തിന്റെ വക്താവായിത്തീർന്ന മുണ്ടശ്ശേരി 'മാനദണ്ഡ'ത്തിൽ ആ അഭിപ്രായം സൂചിപ്പിക്കുന്നുണ്ട്. 'സാഹിത്യകാരൻ അയാൾ ജീവിക്കുന്ന ലോകത്തിന്റെ പ്രവണതകളിൽ നിന്നുകൊണ്ടായിരിക്കണം ശ്വാസോച്ഛ്വാസം ചെയ്യുന്നത്. അവയിൽ തകരേണ്ടതിനെ തകർത്തും പുലരേണ്ടതിനെ പുലർത്തിയും ഉത്തമസംസ്കാര ശിൽപങ്ങൾ നിർമ്മിക്കാനയാൾ ഉത്തരവാദപ്പെട്ടിരിക്കുന്നു.' (ജോസഫ് മുണ്ടശ്ശേരി: 1981:337) എന്നദ്ദേഹം അഭിപ്രായപ്പെടുന്നു.

രൂപഭദ്രത

1951-ൽ പ്രസിദ്ധീകരിച്ച 'രൂപഭദ്രത' എന്ന കൃതി കല എന്തിനു വേണ്ടി, രൂപഭദ്രത എന്നാൽ, റിയലിസം മുന്നോട്ട് എന്നിങ്ങനെ മൂന്നദ്ധ്യായങ്ങളായി തിരിച്ചിരിക്കുന്നു. കമ്മ്യൂണിസത്തിൽ നിന്നും നിരാശ പിണഞ്ഞു പിന്തിരിഞ്ഞ ആന്ദ്രേജീദ്, സ്റ്റീഫൻ സ്പെൻഡർ തുടങ്ങിയ സാഹിത്യകാരന്മാർക്ക് കമ്മ്യൂണിസവും കലയും കൂടി യോജിപ്പിച്ചു കൊണ്ടുപോകാൻ വേണ്ടി അനുഭവിക്കേണ്ടി വന്ന വ്യഥകൾ അവരുടെ തന്നെ ഭാഷയിൽ മുണ്ടശ്ശേരി അവതരിപ്പിച്ചിരിക്കുന്നു. കല എന്തിനുവേണ്ടി എന്ന ആദ്യ അദ്ധ്യായത്തിൽ നാല്പതുകളിലെ മലയാള സാഹിത്യത്തിന്റെ നിലവാരത്തെക്കുറിച്ചും പുരോഗമന സാഹിത്യ സംഘടനയുടെ ഉത്ഭവവികാസങ്ങളെക്കുറിച്ചും, അതുമായി താൻ വിയോജിക്കാനുണ്ടായ പശ്ചാത്തലത്തെക്കുറിച്ചും വിവരിക്കുന്നു. രൂപഭദ്രത എന്നാൽ എന്ന രണ്ടാം ഭാഗത്ത്, പദവാക്യ ഛന്ദോലങ്കാരങ്ങളെക്കൊണ്ടുള്ള ചട്ടക്കൂടിനെയല്ല താൻ 'രൂപം' എന്ന് വിവക്ഷിക്കുന്നതെന്ന് അർത്ഥശങ്കയ്ക്കിട കൊടുക്കാതെ മുണ്ടശ്ശേരി വിശദീകരിക്കുന്നു. ഈ കൃതിയിൽ മുണ്ടശ്ശേരി സാഹിത്യകലയെ ഇപ്രകാരം നിർവ്വചിച്ചിരിക്കുന്നു. 'തന്റെയും തന്റെ വർഗത്തിന്റെയും അഭിവൃദ്ധിക്കുതകുംവണ്ണം സ്വപ്രതിഭാനുപാതികമായി കൈവരുത്തിപ്പോന്നിട്ടുള്ള പുതുസാംസ്കാരിക മൂല്യങ്ങളെ അന്യരിലേക്ക്, അവരുടെ ബുദ്ധിയുടേതിലുമധികം ഹൃദയത്തിന്റെ സമ്മതിയോടുകൂടി, പകർന്നുകൊടുക്കുവാൻ സാമൂഹ്യജീവിയായ മനുഷ്യൻ കാലേ കണ്ടുപിടിച്ചിട്ടുള്ള സവിശേഷവിദ്യകളിൽ മികച്ചതാണല്ലോ സാഹിത്യകല.' (ജോസഫ് മുണ്ടശ്ശേരി: 1981: 279)

രൂപഭദ്രതാവാദം മലയാളസാഹിത്യത്തിന് ചില സംഭാവനകൾ നല്കിയിട്ടുണ്ട്. സാഹിത്യകൃതികളിലെ പ്രമേയവും പ്രതിപാദനവും കലാപരമായി ഭദ്രമായിരിക്കണം നിഷ്കർഷിച്ചതാണ് അതിലൊന്ന്. ഫോർമലിസം, ക്രിട്ടിക്കൽ റിയലിസം, സോഷ്യലിസ്റ്റ് റിയലിസം എന്നിങ്ങനെയുള്ള കലാസങ്കേതങ്ങളെ വസ്തുനിഷ്ഠമായി വിശദീകരിച്ച് മലയാളത്തിൽ ആദ്യമായി അവതരിപ്പിക്കാൻ മുണ്ടശ്ശേരിയ്ക്കു കഴിഞ്ഞു എന്നതാണ് മറ്റൊന്ന്. കവിതാവിമർശനത്തിൽ ലയിച്ചിരുന്ന മുണ്ടശ്ശേരിയുടെ വിമർശനബുദ്ധി സമകാലികഗദ്യസാഹിത്യത്തിലേക്ക് തിരിയുന്നത് 'രൂപഭദ്രത'യുടെ കാലത്താണ്. എങ്കിലും ഒരു താത്വികഗ്രന്ഥം എന്ന നിലയിലേക്കു രൂപഭദ്രതയെ ഉയർത്താൻ മുണ്ടശ്ശേരിയ്ക്ക് കഴിഞ്ഞില്ല. ഏതൊരു കലയും സഫലമാകണമെ

ങ്കിൽ ഭദ്രരൂപമാകണം എന്ന തന്റെ സിദ്ധാന്തം ഈ കൃതിയിൽ വളരെ ഉപരിപ്ലവമായി ചർച്ച ചെയ്യുന്നതേയുള്ളൂ.

രാജരാജന്റെ മാറ്റൊലി

1961-ൽ പുറത്തിറങ്ങിയ 'രാജരാജന്റെ മാറ്റൊലി' ഏ. ആർ. രാജരാജവർമ്മയെ പ്രകീർത്തിക്കുന്ന കൃതിയാണ്. മലയാള സാഹിത്യത്തിന്റെ നവോത്ഥാനത്തിന് പിന്നിലെ ചാലകശക്തി ഏ. ആർ. ആയിരുന്നുവെന്ന് സ്ഥാപിക്കുകയാണ് രാജരാജന്റെ മാറ്റൊലിയുടെ ആദ്യഭാഗം. 'കേരളപാണിനീയം', 'ഭാഷാഭൂഷണം', 'വൃത്തമഞ്ജരി' തുടങ്ങിയവ എഴുതിയ ഏ.ആർ. ഒരു ക്ലാസിസിസ്റ്റിന്റെ മനോഭാവം പ്രദർശിപ്പിക്കുന്നു. 'സാഹിത്യസാഹ്യം', 'കാന്താരതാരകം', 'നളിനിയുടെ അവതാരിക' മുതലായവ എഴുതുകയും പ്രാസവാദത്തിന്റെ നേതൃസ്ഥാനത്ത് നിലയുറപ്പിക്കുകയും ചെയ്ത ഏ.ആർ. തന്നിലെ റൊമാന്റിക്കിന്റെ മനോഭാവമാണ് പ്രദർശിപ്പിച്ചതെന്ന് മുണ്ടശ്ശേരി വിലയിരുത്തുന്നു.

മലയാള കവിതയുടെ ഇന്നുവരെയുള്ള വളർച്ചയും ആ വളർച്ചയുടെ പ്രത്യേകതകളും വിവരിക്കുന്നതിനിടയിൽ മുണ്ടശ്ശേരി സാഹിത്യസംബന്ധമായ ചില മൗലികപ്രശ്നങ്ങളും ഈ കൃതിയിൽ ചർച്ച ചെയ്യുന്നു. മാനവസംസ്കാരത്തിൽ എന്തൊക്കെ ചലനങ്ങളും പരിണാമങ്ങളുമുണ്ടായാലും അതൊന്നും ബാധിക്കാതെ അചഞ്ചലമായി നിലകൊള്ളുന്ന സനാതന പ്രകൃതിയാണ് കവിക്കും കവിതയ്ക്കുമുള്ളത് എന്ന പരമ്പരാഗതവിശ്വാസത്തെ ആദ്യം അദ്ദേഹം എതിർക്കുന്നു. കവിതയേയും കാവ്യഘടകങ്ങളെയും കുറിച്ചുള്ള പൗരസ്ത്യമതങ്ങളിൽ ഏറിയ പങ്കും ഇന്നും സാധുവായിത്തന്നെ നിലനിൽക്കുന്നതുകൊണ്ട് കവിതയുടെ സനാതനപ്രകൃതിയെക്കുറിച്ചുള്ള അവരുടെ സങ്കല്പങ്ങൾ ഇന്നും അതേപടി നിലനിന്നുപോരുന്നു. കവിയായിത്തീരുന്ന മനുഷ്യനും കവിത ആസ്വദിക്കുന്ന മനുഷ്യനും കാലാകാലങ്ങളിൽ മാറ്റത്തിന് വിധേയരാകാറുണ്ട്. മനുഷ്യന്റെ സിദ്ധികളായി നാം കണ്ടിട്ടുള്ളതിനൊക്കെ കാലാന്തരത്തിൽ പരിണാമം സംഭവിക്കാറുമുണ്ട്. ഈ പരിണാമത്തിന് മനുഷ്യസൃഷ്ടിയായ സാഹിത്യവും വിധേയമായിത്തീരും. കവിതയിലെ താളത്തിൽനിന്ന് ഉത്ഭവിച്ച വൃത്തസങ്കല്പത്തിന് പടിപടിയായി വന്ന പരിണാമം ചൂണ്ടിക്കാട്ടി ഈ അഭിപ്രായം അദ്ദേഹം സമർത്ഥിക്കുന്നു. സാഹിത്യപ്രയോജനത്തെക്കുറിച്ചു കമ്മ്യൂണിസ്റ്റുകൾക്കിടയിലുണ്ടായ അഭിപ്രായവ്യത്യാസങ്ങളെക്കുറിച്ച് കൂടി ഈ കൃതിയിൽ

പരാമർശിക്കുന്നുണ്ട്. പ്രാസവാദത്തിലൂടെ ഭാഷാകവിതയിൽ ഒരു വിപ്ലവത്തിനുതന്നെ രാജരാജവർമ്മ കാഹളമൂതിയെങ്കിലും, രാജ രാജമതത്തിന്റെ ആന്തരാർത്ഥം അദ്ദേഹത്തോടൊപ്പം നിലകൊണ്ട വർക്കുപോലും മനസ്സിലാക്കാനായില്ല എന്നദ്ദേഹം ഈ കൃതിയിൽ ദുഃഖിക്കുന്നുണ്ട്.

നാടകാന്തം കവിത്വം

'രൂപഭദ്രത'യ്ക്കു ശേഷം സാഹിത്യത്തിന്റെ ആഭ്യന്തരശിൽപ്പം എങ്ങനെ സംവിധാനം ചെയ്യാം എന്നുമാത്രം ചിന്തിച്ചിരുന്ന മുണ്ട ശ്ശേരി സാഹിത്യത്തിന്റെ ബഹിരംഗം എങ്ങനെ സംവിധാനം ചെയ്യാം എന്നു ചർച്ച ചെയ്യുകയാണ് 'നാടകാന്തം കവിത്വ'ത്തിൽ. ദൃശ്യകാ വ്യങ്ങളും ശ്രവ്യകാവ്യങ്ങളും സംഘടനാത്മകമായ ജീവിതത്തെ നാട കീയമായി ആവിഷ്കരിക്കുകയാണ് ചെയ്യുന്നത് എന്ന കാര്യത്തിൽ മുണ്ടശ്ശേരിക്ക് സംശയം ഇല്ല. പക്ഷേ രസാനുഭൂതി കൈവരുത്താൻ ദൃശ്യകാവ്യങ്ങളിലേതിനേക്കാൾ ക്ലേശിക്കേണ്ടി വരിക ശ്രവ്യകാ വ്യങ്ങളിലാണെന്ന് അദ്ദേഹം അഭിപ്രായപ്പെടുന്നു. പരിതസ്ഥിതി കളും കഥാപാത്രങ്ങളും അവയുടെ മനോവാക്കർമ്മങ്ങളും രംഗത്തു നടന്നു കൊണ്ടിരിക്കെ നാടകാസ്വാദകന് അവയൊന്നും മനസ്സിൽ സങ്കല്പിച്ച് വിഷമിക്കണ്ട കാര്യമില്ല. എന്നാൽ ശ്രവ്യകാവ്യങ്ങളി ലാകട്ടെ അംഗോപാംഗങ്ങളോരോന്നും വായനയുടെ വേളയിൽ സഹൃദയന്മാർക്ക് അപ്പപ്പോൾ മനസ്സിൽ സങ്കല്പിക്കാൻ കഴിയണം; അതിന് സഹൃദയന്മാരെ പ്രാപ്തരാക്കുംവിധം ശ്രദ്ധാപൂർവ്വം വേണം കവി അയാളുടെ കാവ്യം രൂപപ്പെടുത്തേണ്ടത്. ശ്രവ്യകാവ്യകാരൻ ദൃശ്യകാവ്യകാരനേക്കാൾ ക്രാന്തദർശിയും വിവേകശാലിയുമായി രിക്കണം എന്ന തന്റെ അഭിപ്രായം എലിയറ്റ്, മത്തീസൻ തുടങ്ങിയ നിരൂപകരുടെ വാക്കുകളുദ്ധരിച്ച് മുണ്ടശ്ശേരി സമർത്ഥിക്കുന്നു.

ദൃശ്യകാവ്യത്തിലായാലും ശ്രവ്യകാവ്യത്തിലായാലും ജീവിത ത്തിലാണ് ഊന്നേണ്ടതെന്നും, ആ ജീവിതത്തിന്റെ ആവിഷ്കരണം നാടകീയമായാലേ ഭാവങ്ങളും രസങ്ങളും ആസ്വാദ്യമാവൂ എന്നും സ്ഥാപിച്ച പശ്ചാത്തലത്തിൽ 'നാടകാന്തം കവിത്വം' എന്ന പഴയ ചൊല്ലിന് ഒരു പുതിയ വ്യാഖ്യാനം കൽപിക്കുകയാണ് മുണ്ടശ്ശേരി. കാവ്യത്തിൽ എത്രത്തോളം ജീവിതമുണ്ട്, അതിന്റെ അവതരണം എത്രത്തോളം നാടകീയമാണ് എന്നതാണ് കാവ്യോൽക്കർഷം നിർ ണ്ണയിക്കാനുള്ള മുണ്ടശ്ശേരിയുടെ മാനദണ്ഡം.

'കാവ്യപീഠിക'യിൽ ആരംഭിച്ച് നാടകാന്തം കവിത്വത്തിൽ അവ

സാനിക്കുന്ന മുണ്ടശ്ശേരിയുടെ താത്വികനിരൂപണകൃതികൾക്കു തമ്മിൽ ഗണനീയമായ കാലവ്യത്യാസമുണ്ട്. 1945-ലാണ് 'കാവ്യപീഠിക' പ്രസിദ്ധീകരിക്കുന്നതെങ്കിലും 'കരുണാനിരൂപണം' പ്രസിദ്ധീകരിച്ച 1939 മുതൽക്കുള്ള അദ്ദേഹത്തിന്റെ സാഹിത്യദർശനത്തിന്റെ പ്രകടനപത്രികയിൽത്തന്നെ നാം അതിനെ കാണണം. പൗരസ്ത്യ- പാശ്ചാത്യ സാഹിത്യ തത്ത്വചിന്തകളുടെ സമന്വയം സാധിക്കുന്ന ആ കൃതിയിൽ നാം കാണുന്ന മുണ്ടശ്ശേരി തികഞ്ഞ സൗന്ദര്യപക്ഷപാതിയാണ്. 'കാവ്യപീഠിക'യിൽ നിന്ന് ആറുവർഷത്തെ വളർച്ചയുണ്ട് 'രൂപഭദ്രത'യ്ക്ക്. 1951-ൽ രാഷ്ട്രീയത്തിൽ സജീവമാവുകയും പുരോഗമന സാഹിത്യസംഘടനയുടെ മുന്നണിപ്പടയാളിയായി നിലകൊള്ളുകയും ചെയ്തുകൊണ്ട് പ്രയാണവും മനുഷ്യകഥാനുഗായികളും മറ്റുമെഴുതുന്നത് ഈ കാലത്തിനിടയിലാണ്. ആ കൃതികളിൽ നാം കാണുന്ന മുണ്ടശ്ശേരി സാഹിത്യനിരൂപണത്തിൽ സൗന്ദര്യദർശനത്തേക്കാൾ ജീവിതദർശനത്തിന് പ്രാധാന്യം നൽകുന്ന ഒരാളായിരുന്നു.

നാടകാന്തം കവിത്വത്തിനു ശേഷമെഴുതിയ ചില ലേഖനങ്ങൾ കുറെക്കൂടി വ്യക്തമായി അദ്ദേഹത്തിന്റെ സൗന്ദര്യപക്ഷപാതം മറനീക്കി കാട്ടിത്തരുന്നുണ്ട്. സാഹിത്യത്തെ സംബന്ധിച്ചിടത്തോളമുള്ള തന്റെ പക്ഷപാതത്തെ 'എന്റെ ക്ലാസിക് പക്ഷപാതം' എന്ന ലേഖനത്തിലൂടെ ഉറക്കെ പ്രഖ്യാപിക്കാനും അവസാനകാലത്ത് അദ്ദേഹം മടിക്കുന്നില്ല. ഉത്തമനായ എഴുത്തുകാരന്റെ പ്രതിപാദ്യം അവന്റെയുള്ളിൽ ആഞ്ഞുതറച്ച സാമൂഹികമോ വ്യക്തിഗതമോ ആയ അനുഭൂതികളാണെന്ന കാര്യത്തിൽ അദ്ദേഹത്തിന് സംശയമില്ല.

'കാവ്യപീഠിക', 'രൂപഭദ്രത', 'രാജരാജന്റെ മാറ്റൊലി' എന്നിവയാണ് മുണ്ടശ്ശേരിയുടെ താത്ത്വികനിരൂപണകൃതികൾ. ആലംബനോദ്ദീപങ്ങളെ ശ്രദ്ധാപൂർവ്വം നിബന്ധിച്ച് ഭാവോദ്ദീപനം സാധിക്കുമ്പോൾ ധ്വനിക്കപ്പെടുന്ന രസമാണ് കാവ്യജീവൻ എന്നു സ്ഥാപിക്കുന്ന നിരൂപകനാണ് 'കാവ്യപീഠിക'യിലെ മുണ്ടശ്ശേരി. അംഗോപാംഗങ്ങളുടെ ഉൾപ്പൊരുത്തംവഴി- അവയുടെ ഔചിത്യപൂർവ്വമായ വിന്യസനം വഴി കാവ്യത്തിനുണ്ടാകുന്ന സമഗ്ര സൗന്ദര്യത്തിൽ പരിപൂർണ്ണത ദർശിക്കുന്നവനാണ് രൂപഭദ്രതാകാരനായ മുണ്ടശ്ശേരി. ദൃശ്യകാവ്യങ്ങളിലായാലും, ശ്രവ്യകാവ്യങ്ങളിലായാലും ജീവിതത്തെ നാടകീയമായ അവതരിപ്പിക്കുന്നതിലാണ് കവിത്വത്തിന്റെ പരകോടി എന്ന സിദ്ധാന്തസ്ഥാപനത്തിനാണ് അദ്ദേഹം 'നാടകാന്തം കവി

ത്വത്തിൽ' ശ്രമിക്കുന്നത്. ഭാരതീയ സാഹിത്യതത്ത്വചിന്തയുടെ ഊർജ്ജം ഈ മൂന്നു കൃതികളിലും നിറഞ്ഞുനില്ക്കുന്നതിനായി അവയുടെ വിശകലനം തെളിയിക്കുന്നു.ജീവിതത്തിൽ താൻ കൈക്കൊണ്ട ചില സാഹിത്യബാഹ്യമായ നിലപാടുകൾക്ക് അദ്ദേഹം നൽകുന്ന സാഹിത്യപരമായ വ്യാഖ്യാനങ്ങളായിപ്പോലും ഈ സൈദ്ധാന്തികകൃതികളെ വിലയിരുത്താം. സൗന്ദര്യബോധത്തിൽനിന്ന് ജീവിതാവബോധത്തിലേക്കും അവിടെനിന്ന് തിരിച്ചും ചാഞ്ചാടിക്കൊണ്ടിരുന്ന ഒരു മൂല്യസങ്കൽപമായിരുന്നു സാഹിത്യത്തെ സംബന്ധിച്ചിടത്തോളം അദ്ദേഹത്തിനുണ്ടായിരുന്നത് എന്ന് തെളിയിക്കുന്നവയാണ് അദ്ദേഹത്തിന്റെ സൈദ്ധാന്തികകൃതികൾ.

സഹായഗ്രന്ഥങ്ങൾ

1. അയ്യപ്പപ്പണിക്കർ കെ., അയ്യപ്പപ്പണിക്കരുടെ ലേഖനങ്ങൾ, ഡി.സി. ബുക്സ്, കോട്ടയം, 1985.
2. ജോർജ് കെ.എം., സാഹിത്യവിജ്ഞാനവും വിജ്ഞാനസാഹിത്യവും, സാഹിത്യ പ്രവർത്തക സഹകരണസംഘം, കോട്ടയം, 1983.
3. ജോസഫ് മുണ്ടശ്ശേരി, മുണ്ടശ്ശേരിയുടെ കൃതികൾ, കറന്റ് ബുക്സ്, കോട്ടയം, 1981.
4. ദാമോദരൻ കെ., സാഹിത്യനിരൂപണം, പ്രഭാത് ബുക്ക് ഹൗസ്, തിരുവനന്തപുരം, 1982.
5. മുഹമ്മദ് പി. കെ., മുണ്ടശ്ശേരി: വ്യക്തി, വിമർശകൻ, സാഹിത്യ പ്രവർത്തക സഹകരണ സംഘം, കോട്ടയം, 1990.
6. രാമചന്ദ്രൻനായർ പന്മന, മലയാള സാഹിത്യനിരൂപണം, കറന്റ് ബുക്സ്, തിരുവനന്തപുരം, 2008.
7. രവികുമാർ കെ. എസ്., ആധുനികതയുടെ അപാവരണങ്ങൾ, സാഹിത്യ പ്രവർത്തക സഹകരണസംഘം, കോട്ടയം, 2014.
8. സുലേഖ എം. ടി., മുണ്ടശ്ശേരി നിരൂപണത്തിലെ കലയും കാലവും, കറന്റ് ബുക്സ്, കോട്ടയം, 2003

6

പി.കെ. ബാലകൃഷ്ണൻ എന്ന സാഹിത്യനിരൂപകൻ

ഡോ. ജെൻസി കെ.എ.

വിമർശനരംഗത്ത് മൂന്നു രീതിയിലാണ് പി.കെ. ബാലകൃഷ്ണൻ സംഭാവനകൾ നൽകിയിട്ടുള്ളത്. കവിതാ നിരൂപണം, നോവൽ നിരൂപണം, ഇതര നിരൂപണങ്ങൾ. കവിതാ നിരൂപണത്തിൽ ഏറെ ചർച്ച ചെയ്യപ്പെട്ട 'കാവ്യകല കുമാരനാശാനിലൂടെ' എന്ന കൃതിയും 'എഴുത്തച്ഛന്റെ കല: ചില വ്യാസഭാരതപഠനങ്ങളും' എന്ന കൃതിയും ഏറെ ശ്രദ്ധിക്കപ്പെട്ടതാണ്. നോവൽ നിരൂപണത്തിൽ 'ചന്തുമേനോൻ ഒരു പഠനം', 'നോവൽ സിദ്ധിയും സാധനയും' എന്നിവയാണ് അദ്ദേഹത്തിന്റെ പ്രധാന സംഭാവനകൾ. നിദ്രാ സഞ്ചാരങ്ങൾ, കേരളീയതയും മറ്റും എന്നീ കൃതികളിലും വ്യത്യസ്തമായ നിരൂപണ രീതികൾ അദ്ദേഹം അവലംബിക്കുന്നുണ്ട്. പി.കെ. ബാലകൃഷ്ണന്റെ സാഹിത്യ നിരൂപണത്തെക്കുറിച്ച് പഠിക്കാനാണ് പ്രബന്ധത്തിൽ ശ്രമിക്കുന്നത്.

പി.കെ. ബാലകൃഷ്ണന്റെ നിരൂപണ രീതി

പാശ്ചാത്യ സാഹിത്യ ലോകത്ത് ഡോ. ജോൺസന്റെ സംഭാവനകളോട് കിട നിൽക്കുന്ന രീതിയിൽ, ഒരു സാഹിത്യകാരനെ പഠിക്കുകയും, ആ സാഹിത്യകാരന്റെ ജീവിതാവസ്ഥകളെ മുൻനിർത്തി കൃതിയെ പഠിക്കുകയും ചെയ്യുന്ന ബയോഗ്രഫിക്കൽ ക്രിറ്റിസിസം എന്ന രീതിയാണ് നിരൂപണത്തിനായി പി.കെ ബാലകൃഷണൻ ഉപയോഗിച്ചത്. ജീവചരിത്ര ഗന്ധിയായ ഒരു നിരൂപണ മേഖലയാണ് അദ്ദേഹത്തിന്റേത്. 'ചന്തുമേനോൻ ഒരു പഠനം' എന്ന കൃതിയിൽ നോവലിസ്റ്റിനെ ആണ് അദ്ദേഹം പഠനവിധേയമാക്കിയിരിക്കുന്നത്.

'കാവ്യകല കുമാരനാശാനിലൂടെ' എന്ന കൃതിയിൽ കവിയെയാണ് പഠിക്കാൻ ശ്രമിക്കുന്നത്. അങ്ങനെ നൈസർഗികമായി ഉന്നത സാഹിത്യകാരന്മാരിൽ എങ്ങനെ പ്രതിഭയുടെ മിന്നലാട്ടമുണ്ടാകുന്നതെങ്ങനെയെന്ന് വിലയിരുത്തുകയാണ് പി.കെ. ബാലകൃഷ്ണൻ ചെയ്യുന്നത്. എഴുത്തച്ഛൻ പഠനത്തിലും ഡസ്തയോവിസ്കി, ജയിൻ ഓസ്റ്റൻ എന്നിവരെക്കുറിച്ചുള്ള പഠനത്തിലും ഈ രീതിയിലുള്ള അന്വേഷണം കാണാൻ സാധിക്കും.

'കാവ്യകല കുമാരനാശാനിലൂടെ' എന്ന കൃതിയിൽ തെളിയുന്ന ജീവിത വീക്ഷണം

കുമാരനാശാന്റെ ജീവിതത്തെ അടിമുടി പരിശോധിക്കുന്ന പി.കെ. ബാലകൃഷ്ണൻ സിദ്ധിയിലേക്കുള്ള കാൽവെപ്പായി ആശാൻ ജീവിതത്തെ കണ്ടെത്തുകയാണ് ചെയ്യുന്നത്. ആശാന്റെ ജീവിതകഥയിൽ ഏറ്റവും പ്രധാനമായ ശ്രീനാരായണഗുരുവുമായുള്ള കണ്ടുമുട്ടലിൽ തുടങ്ങുന്നു പി.കെ. ബാലകൃഷ്ണന്റെ ചരിത്രാന്വേഷണം.. 'ഇനി ശൃംഗാര ശ്ലോകങ്ങൾ എഴുതരുത്' എന്ന് ഗുരു പറഞ്ഞതിന്റെ അടിസ്ഥാനത്തിൽ ആശാൻ സ്തോത്രങ്ങളും മറ്റും രചിക്കുവാൻ തുടങ്ങി എന്ന കഥയെ ആശാന്റെ ജീവിതത്തെ അപഗ്രഥിച്ച് മാറ്റിമറിക്കാനുള്ള ഒരു ശ്രമം ബാലകൃഷ്ണൻ നടത്തുന്നുണ്ട്. 'ആരംഭത്തിൽ ത്തന്നെ കാലത്തിലൂടെ പിന്നോട്ട് നീങ്ങി ചെന്ന് കുമാരനാശാന്റെ ജീവിതത്തിലെ പരമപ്രധാനമായ ഒരു രംഗത്തെത്തി നിലയുറപ്പിക്കുകയാണ് പി.കെ. ബാലകൃഷ്ണൻ ചെയ്യുന്നത്' എന്നാണ് ഈ സംഭവത്തെക്കുറിച്ച് എം. ഗംഗാധരൻ അഭിപ്രായപ്പെടുന്നത്.

ആശാൻ ഗുരുവിനെ സന്ധിക്കുമ്പോൾ ഒരു ശൃംഗാരി അല്ലായിരുന്നു. അദ്ദേഹത്തിന് അല്പമൊക്കെസ്ഥാനപ്പേരും വ്യക്തിത്വവും ഉണ്ടായിരുന്നുവെന്നും സ്ഥാപിക്കാനായിരുന്നു പി.കെ. ബാലകൃഷ്ണന്റെ ശ്രമം. കുടുംബത്തോട് വൈകാരികത നിറഞ്ഞ വ്യക്തിവിശേഷം ആശാനിൽ കണ്ടെത്താത്തതിനു കാരണം അദ്ദേഹത്തിൽ കുടി കൊണ്ടിരുന്ന ജീനിയസ് ആണെന്ന് തെളിയിക്കുകയാണ് പിന്നീട് പി.കെ. ബാലകൃഷ്ണൻ ചെയ്യുന്നത്. ലോകത്തിന് പരിചിതമായ ജീവിതാവസ്ഥകളിലൂടെ കടന്നു പോകുന്നവർക്ക് പ്രതിഭയുടെ ചക്രവാളം എന്നും അകലെയായിരിക്കും എന്നും അദ്ദേഹം പറയുന്നുണ്ട്. ഇതെല്ലാം ചിന്തയിലേക്കും യോഗാത്മകയിലേക്കുമുള്ള വാതായനമായി പ്രവർത്തിച്ചു എന്ന് തെളിയിക്കുകയാണ് പി.കെ. ബാലകൃഷ്ണൻ ചെയ്യുന്നത്.

വ്യത്യസ്തമായ മൂന്നു കാഴ്ചപ്പാടുകളുടെ ആകരമായിട്ടാണ് ആശാനെ കാവ്യകല കുമാരനാശാനിലൂടെ എന്ന ഗ്രന്ഥത്തിൽ നിരീക്ഷിച്ചിരിക്കുന്നത്

1. കേരളത്തിലെ സാമൂഹ്യ നവോത്ഥാനത്തിന്റെ പ്രോദ്ഘാടകരിൽ ഒരാളും മുന്നണി നേതാവും എന്ന നിലയിലുള്ള ആശാന്റെ സ്ഥാനം

2. ഇവയോട് പ്രത്യക്ഷത്തിൽ ബന്ധപ്പെടാത്ത കാവ്യോപാസന വഴി നേടിയ കവിയശസ്സ്

3. മറ്റേതൊരു മനുഷ്യനും ഉള്ളതുപോലെ തികച്ചും സ്വകാര്യമായ താൽപര്യങ്ങളും സ്വഭാവസവിശേഷതകളും പുലർത്തുന്ന ആശാൻ.

ആശാന്റെ കവി യശസ്സ് വർദ്ധമാനമായതിനുള്ള മുഖ്യകാരണം അദ്ദേഹത്തിന് ആദ്യകാലങ്ങളിൽ നേരിടേണ്ടി വന്നിട്ടുള്ള ഖണ്ഡന വിമർശനങ്ങളാണ് എന്നാണ് പി.കെ. ബാലകൃഷ്ണന്റെ അഭിപ്രായം. കുട്ടിക്കാലത്ത് ആശാൻ അനുഭവിച്ച ദാരിദ്ര്യാവസ്ഥയും അദ്ദേഹത്തിന്റെ കാവ്യഭാവനയ്ക്ക് വളക്കൂറുള്ള മണ്ണായിരുന്നു എന്ന് പി.കെ. ബാലകൃഷണൻ പറയുന്നുണ്ട്. പക്ഷേ മറ്റ് നിരൂപകർ ഇക്കാര്യം അംഗീകരിക്കുന്നില്ല. ആശാൻ കവിതകളെ 'അനുഭൂതി വന്ധ്യമായ ജീവിതാനുഭവം' എന്നാണ് പി.കെ. ബാലകൃഷ്ണൻ വിശേഷിപ്പിക്കുന്നത്. ആശാന്റെ 'പ്രരോദനം' എ.ആർ രാജരാജവർമ്മയുടെ മരണത്തെയാണ് ചിത്രീകരിക്കുന്നത് എങ്കിലും വ്യക്തിബന്ധം എന്ന് വിശേഷിപ്പിക്കാവുന്ന ഒന്നും ഏആറും ആശാനും തമ്മിൽ ഇല്ലായിരുന്നു എന്ന് എ.ആറിന്റെ മകനും മകളും ചേർന്ന് എഴുതിയിട്ടുള്ള ജീവചരിത്രത്തിൽ നിന്നും വ്യക്തമാകുന്നതാണ്. അതുകൊണ്ട് അതിന്റെ രചന ടെന്നിസന്റെ 'ഇൻമെമ്മോറിയവും' ഷെല്ലിയുടെ 'അഡോണ'യും മറ്റും ശ്രദ്ധിച്ചു പഠിക്കുന്നതിൽ ആവേശം തോന്നിയ ആശാൻ വിലാപകാവ്യ സൃഷ്ടിക്കു വേണ്ടി രചിച്ച ഒന്നു മാത്രമായി കഴിയും എന്ന നിരീക്ഷണം പി.കെ. ബാലകൃഷ്ണൻ നടത്തുന്നു. കവിസ്വത്വവും വ്യക്തി സ്വത്വവും പിരിഞ്ഞു നിൽക്കുന്ന കാഴ്ചയാണ് ആശാൻ കവിതകളിൽ ദൃശ്യമാകുന്നത്.

ഈ നിഗമനങ്ങളുടെ അടിസ്ഥാനത്തിൽ 'ദുരവസ്ഥ' എന്ന കൃതിയെ പഠിക്കുമ്പോൾ അത് തികഞ്ഞ ഒരു പരാജയമായി മാറുന്നത് എങ്ങനെയെന്ന് ഇന്ന് കണ്ടെത്തുവാൻ കഴിയും. ഔചിത്യബോധം എന്ന കാവ്യകലയുടെ അടിസ്ഥാന സങ്കൽപത്തിന് കടക വിരുദ്ധമായാണ് ദുരവസ്ഥയുടെ രൂപഘടന നിലനിൽക്കുന്നത്.

ഇതിലെ വരികൾക്ക് പ്രത്യേകിച്ച് കാവ്യഭംഗി ഒന്നും കണ്ടെത്താൻ കഴിയുകയില്ല എന്നും ഗദ്യ രൂപത്തിൽ വായിച്ചുപോകാവുന്ന ഒന്നു മാത്രമായി ഇതിലെ വരികൾ മാറുന്നു എന്നാണ് ആദ്യമേ ബാലകൃഷ്ണൻ പറഞ്ഞു വയ്ക്കുന്നത്. പുലയച്ചാളയിൽ വന്നുചേർന്നതിലുള്ള ദുര്യോഗത്തെക്കുറിച്ചുള്ള അന്തർജ്ജനത്തിന്റെ ദുഃഖം കാവ്യത്തിൽ ഉടനീളം വായിച്ചെടുക്കാൻ കഴിയും. പ്രത്യേകിച്ച് വിപ്ലവം ഒന്നും തന്നെയില്ലാത്ത കൃതിയാണിത്. ലഹളയിൽ പെട്ട തന്റെ പ്രാണൻ രക്ഷിക്കാൻ ഓടിയെത്തിയ നമ്പൂതിരി യുവതിക്ക് അഭയം നൽകിയതിനേക്കാൾ ശ്രേഷ്ഠമായ നടപടിയായി ചാത്തൻ കാണുന്നത് നമ്പൂതിരി യുവതിയുടെ ജാതി മേന്മയെ ആദരിക്കാൻ സ്വന്തം അമ്മയെയും പെങ്ങളെയും വീട് മാറ്റി താമസിപ്പിക്കുന്നതാണ്.

അതുപോലെ കവിയും കഥാപാത്രമായ അന്തർജ്ജനവും കൂടി ശ്ലാഘനീയമായ നടപടികളായി എണ്ണിയെണ്ണി പറയുന്നവ ഓരോന്നും ജാതി കൃത്യമായ സ്വന്തം അധകൃതാവസ്ഥയെ സൂചിപ്പിക്കുന്ന നടപടികളാണ്. ഒറ്റവാക്യത്തിൽ സംഗ്രഹം പറയാവുന്ന ഒരു കഥ 1,700 വരികളിൽ കുമാരനാശാൻ പറഞ്ഞു തീർത്തു എന്നത് തന്നെ ആ കൃതിയുടെ ഒരു പോരായ്മയായി നിരൂപകൻ എടുത്തു കാണിക്കുന്നു. മാറ്റുവിൻ ചട്ടങ്ങളെ തുടങ്ങി ഉജ്ജ്വലമായ വിപ്ലവ വീര്യം പ്രസരിപ്പിക്കുന്ന വരികൾ ദുരവസ്ഥയിൽ നിന്നും ഉദാഹരണമായി എടുത്ത് പല നിരൂപകരും ഈ കൃതിയെ വിപ്ലവ കാവ്യമായി നോക്കി കാണാറുണ്ട്. എന്നാൽ ദുരവസ്ഥയിൽ വിപ്ലവമില്ല എന്ന പി.കെ. ബാലകൃഷ്ണന്റെ നിരീക്ഷണം വേറിട്ട ഒന്നായി മാറുന്നു.

കേരളത്തിലെ ജാതി വ്യവസ്ഥയെയും അതിനു സഹായിക്കുന്ന സാമൂഹ്യ സാഹചര്യങ്ങളെയും പഠനവിധേയമാക്കുക എന്ന ലക്ഷ്യം ബാലകൃഷ്ണന്റെ നിരൂപണങ്ങളുടെ സവിശേഷതമായി ഉൾക്കൊള്ളുന്നതായി കാണാം. സ്നേഹഗായകനായ ആശാന്റെ എല്ലാ കാവ്യങ്ങളും സ്നേഹത്തിന്റെ സമസ്തഭാവങ്ങളും പകർന്നുനൽകുന്നവയല്ലെന്നും സ്നേഹ കാവ്യം എന്ന പേരിൽ ആശാൻ എഴുതിയിട്ടുള്ളത് എല്ലാം പ്രേമകാവ്യങ്ങൾ ആണെന്നും ആണ് പി.കെ. ബാലകൃഷ്ണൻ അഭിപ്രായപ്പെടുന്നത്.

അസ്സൽ കവിതയുടെ രംഗത്തിൽ വളരെ വൈകിയാണ് കുമാരനാശാൻ വന്നതെങ്കിലും അകാലത്തിൽ മൃതിപ്പെട്ട കാമുകിയായി വീണപൂവിനെ സങ്കൽപ്പിച്ച് വിലപിച്ചുകൊണ്ട് ആശാൻ തന്റെ അര

ങ്ങേറ്റം നടത്തുകയാണുണ്ടായത്. തുടർന്ന് നളിനി എന്ന ശുദ്ധമാനസയുടെ പ്രേമത്തിന്റെയും പ്രേമ സായൂജ്യത്തിന്റെയും കഥയാണ് ഉദ്ഗാനം ചെയ്തത്. സമുദായ ജീവിതവുമായി ഒരു തരത്തിലും ബന്ധമില്ലാതിരുന്ന നളിനിയെ തന്റെ നേരെ കടക്കണ്ണെറിഞ്ഞ സുന്ദരിമാരിൽ നിന്നല്ല ബ്രഹ്മജ്ഞാനോപാസനാമഗ്ദനായ സ്വഹൃദയത്തിൽ നിന്നാണ് ആശാൻ സൃഷ്ടിച്ചതെന്നാണ് പി.കെ. ബാലകൃഷ്ണന്റെ അഭിപ്രായം.

'ചിന്താവിഷ്ടയായ സീത'യിൽ ആദർശവതിയായ സീതാദേവിയെ സൃഷ്ടിക്കാൻ കഴിയാത്ത കവിയുടെ പതനമാണ് കാണുന്നത്. കുമാരനാശാന്റെ ജീനിയസ് ഇതിഹാസങ്ങളെ പഠിക്കുമ്പോൾ വേണ്ടത്ര ഫലിച്ചില്ല എന്ന ചിന്തയും അദ്ദേഹം പങ്കുവെക്കുന്നു. കുമാരനാശാന്റെ കൃതികളിൽ ശ്രീബുദ്ധചരിതത്തെ അദ്ദേഹം സവിശേഷമായി പഠിക്കുന്നുണ്ട്. കുമാരനാശാന്റെ കരുണയിൽ ടാബ്ലോ പോലുള്ള നിശ്ചലചിത്രങ്ങൾ ആണ് കാണാനാവുക. ഭക്തിയെ മോക്ഷത്തിനുള്ള ഉപകരണമാക്കുന്ന ജീവിതാബോധത്തെ ഉൾക്കൊള്ളുന്ന കാവ്യമാണ് കരുണ. പ്രേമ പ്രധാനമായ മരണ കാവ്യങ്ങളോ മരണ പ്രധാനമായ പ്രേമ കാവ്യങ്ങളോ ആണ് ആശാന്റേത് എന്ന അഭിപ്രായം പി.കെ.ബിയ്ക്കുണ്ട്. ഉപഗുപ്തൻ ആശ്ലേഷിക്കുന്നതിന് മുൻപാണെങ്കിൽ വാസവദത്തയുടെ മരണം വെറും മരണമായേനെ. ഇങ്ങനെ നോക്കിയാൽ മുൻകൂട്ടി തയ്യാറാക്കിയ പ്ലാൻ പ്രകാരം കുറ്റമറ്റ ഒരു കവിത കൃത്യമായി എഴുതി മുഴുമിപ്പിക്കുന്ന ഒരു രണ്ടാം തരം കവിയാണ് ആശാൻ എന്ന നിഗമനത്തിലേക്ക് പി.കെ. ബാലകൃഷ്ണൻ എത്തിച്ചേരുന്നു.

എഴുത്തച്ഛന്റെ കല: ചില വ്യാസഭാരത പഠനങ്ങളും

ഇതിഹാസത്തോടും ചരിത്രത്തോടും ആഭിമുഖ്യം പുലർത്തുന്ന രീതിയിലുള്ള നിരൂപണങ്ങൾ ആണ് പി.കെ. ബാലകൃഷ്ണൻ നടത്തിയിട്ടുള്ളത്. ഭാഷയുടെ സൗന്ദര്യാത്മക തലത്തിലൂടെ, നവംനവങ്ങളായ മുഹൂർത്തങ്ങളിലൂടെ നടത്തുന്ന അന്വേഷണങ്ങളും കാണാവുന്നതാണ്. ഇനി ഞാൻ ഉറങ്ങട്ടെ എന്ന നോവൽ രചിക്കുന്നതിനു സമാന്തരമായി രചിച്ച കൃതിയാണ് എഴുത്തച്ഛന്റെ കല: ചില വ്യാസഭാരത പഠനങ്ങളും എന്ന കൃതി. ഈ ഗ്രന്ഥത്തിലെ ഓരോ വരിയും എഴുത്തച്ഛന്റെ മാനസിക വ്യാപാരങ്ങളിലൂടെയുള്ള ഏകാന്ത സഞ്ചാരമായാണ് വിഭാവനം ചെയ്യപ്പെട്ടിരിക്കുന്നത്. ബയോഗ്രഫിക്കൽ ക്രിട്ടിസിസം എന്ന രീതിയിൽ എഴുത്തച്ഛൻ എന്ന വ്യക്തി

യിലൂടെ ബോധധാര സമ്പ്രദായത്തിൽ ആഴ്ന്നിറങ്ങുന്ന പഠന രീതി തന്നെയാണ് ഇതിലും കാണാൻ കഴിയുക. ഭക്തിയിലൂടെ കേരളജനതയെ ആദ്ധ്യാത്മികതയിൽ ആറാടിച്ച എഴുത്തച്ഛൻ പ്രതിഭയെക്കുറിച്ചുള്ള അന്വേഷണം വ്യതിരിക്തമായ കാവ്യാനുഭവം ആക്കി പി.കെ. ബാലകൃഷ്ണൻ പ്രതിഷ്ഠിക്കുന്നു. വ്യാസ ഭാരതത്തെയും എഴുത്തച്ഛന്റെ ശ്രീ മഹാഭാരതത്തെയും പരിശോധിക്കുവാൻ പി.കെ. ബാലകൃഷ്ണൻ ഒരുമ്പെടുന്നു.

1635 പുറം വരുന്ന വ്യാസഭാരതം 645 പുറങ്ങളിലായി എഴുത്തച്ഛൻ സംക്ഷേപിച്ചു. ശാന്തിപർവ്വം മുതൽ സ്വർഗ്ഗാരോഹണ പർവ്വം വരെ 80 പുറത്തിൽ ഗംഭീര രചന നടത്തുകയാണ് ചെയ്യുന്നത്. കിളിമകളോട് കഥപറയാൻ ഏഴുപ്രാവശ്യം ആവശ്യപ്പെടുകയും നെടുനീളൻ ശ്രീകൃഷ്ണ സ്തുതികൾ ഉരുക്കഴിക്കുകയും ചെയ്യുന്നുണ്ട്. എന്നാൽ എഴുത്തച്ഛൻ കവിതയിലെ വരിക്കണക്കുകൾ സൂചിപ്പിക്കുന്ന ബാലകൃഷ്ണൻ അദ്ദേഹം പർവ്വങ്ങളിൽ വരുത്തിയ മാറ്റം, വിട്ടുകളഞ്ഞ പ്രധാന ആഖ്യാനങ്ങൾ എന്നിവ വിശദീകരിക്കുവാൻ ശ്രദ്ധിച്ചിട്ടില്ല എന്ന് കാണാവുന്നതാണ്. ഈ ഭാഷാ ചർച്ചയിൽ ഭാരതം കിളിപ്പാട്ട് പൂർണമായും ഒഴിവാക്കി. എന്നാൽ എഴുത്തച്ഛൻ സൃഷ്ടിച്ച നവഭാഷയിലേക്ക് അദ്ധ്യാത്മരാമായണം മൂലത്തിലെ ആശയങ്ങളും സംസ്കൃത മഹാകവികളുടെയും മണിപ്രവാളക്കാരുടെയും കൽപ്പനകളും പുനഃസൃഷ്ടി ചെയ്തിരിക്കുകയാണ്. എന്നാൽ മനോധർമ്മം പ്രയോഗിക്കുന്നതിലാണ് എഴുത്തച്ഛൻ കൃതികളിലെ ശിൽപ്പഭംഗി കുടികൊള്ളുന്നത് എന്ന് പി.കെ. ബാലകൃഷ്ണൻ കരുതുന്നു. കേരളത്തിലെ ജാതിവ്യവസ്ഥയെ ഭാരതത്തിന്റെ സവിശേഷ പശ്ചാത്തലത്തിൽ വിശദീകരിക്കുവാനാണ് ഈ കൃതിയുടെ അവസാന ഭാഗത്ത് പി.കെ. ബാലകൃഷ്ണൻ ശ്രമിക്കുന്നത്. നോവലിലും നിരൂപണത്തിലും ചരിത്രത്തിലും ഒരുപോലെ കടന്നു വരുന്ന ഒരു പ്രവണതയാണ് ജാതിവ്യവസ്ഥതി പഠനം.

ചന്തുമേനോൻ: ഒരു പഠനം-നോവൽ നിരൂപണം

ബയോഗ്രഫിക്കൽ ക്രിട്ടിസിസം എന്ന രീതി ഉപയോഗിച്ചുകൊണ്ട് തന്നെയാണ് 'ചന്തുമേനോൻ ഒരു പഠനം' എന്ന കൃതിയും പി.കെ. ബാലകൃഷ്ണൻ രചിച്ചത്. ചടുലമായ രചനാശൈലി ഉപയോഗിച്ചു കൊണ്ട് അത്യന്തം ആകർഷകമായി നോവൽ വിവരിക്കുകയും പഠിക്കുകയും ചെയ്യുന്നുണ്ട് പി.കെ. ബാലകൃഷ്ണൻ. നോവലിനെ വെറുതെ പഠിക്കുകയല്ല നോവലിസ്റ്റിന്റെ സ്വഭാവസ

വിശേഷതകളും കാലഘട്ടവും പഠനവിധേയമാക്കി കൊണ്ടാണ് കഥാപാത്രങ്ങളുടെ ഉള്ളറകളിലേക്ക് അദ്ദേഹം കടന്നുചെല്ലുന്നത്. ചന്തു മേനോൻ ഒരു പഠനം അപഗ്രഥിക്കുന്നതിന് ഇന്ദുലേഖ എന്ന നോവലിലെ ചരിത്രപരവും സാമൂഹ്യപരവുമായ കാലഘട്ടത്തെ വിശകലന വിധേയമാക്കുന്നുണ്ട്.

ഒരേ കാലഘട്ടത്തിൽ ജീവിച്ച രണ്ടുതരം ആശയങ്ങളുടെ വക്താക്കളായി നോവലിന്റെ ആഖ്യാനതന്ത്രം കൈകാര്യംചെയ്ത തെക്കും വടക്കും ജീവിച്ച സാഹിത്യ മഹാരഥന്മാരായ സി.വി. രാമൻ പിള്ളയെയും ചന്തുമേനോനെയും ആദ്യഘട്ടത്തിൽ വിശദമായി പഠിക്കുന്നുണ്ട്. ഇവരെ പാരമ്പര്യ അനുസാരികളും പാരമ്പര്യ നിഷേധികളും ആയ രണ്ടു പ്രബലശക്തികളായി നിലനിർത്തിക്കൊണ്ട് കാലഘട്ടത്തിന്റെയും സമൂഹത്തിന്റെയും ആവശ്യങ്ങളെ ആരാണ് കണ്ടറിഞ്ഞത് എന്നൊരു ചോദ്യവും അനുവാചകരിൽ എത്തിക്കാൻ പി.കെ. ബാലകൃഷ്ണൻ ശ്രമിക്കുന്നുണ്ട്. രണ്ട് തരം നിലപാടുകൾ സാഹിത്യരംഗത്ത് പുലർത്തിയ ഈ സാഹിത്യകാരന്മാരെ ഒരേ കോണിലൂടെ പഠിച്ചെടുത്തത് കൊണ്ടുള്ള ദോഷവും ഈ കൃതിക്ക് ഉണ്ട്. യുക്തി, പഠനം, അപഗ്രഥനം ഇവ മൂന്നിന്റെയും വെളിച്ചത്തിൽ കാര്യകാരണ ബന്ധത്തെ വിശകലനം ചെയ്യുന്ന നിരൂപകൻ ദാർശനികതയിൽ കലാപരതയെ പ്രതിഷ്ഠിക്കുന്നു. നവോത്ഥാനത്തിന്റെ തലം ഈ പഠനത്തിന് അടിസ്ഥാനമായി ഭവിക്കുന്നുണ്ട്. കേരളീയ ജീവിതത്തിൽ ഗംഭീരമായ ഒരു പരിവർത്തന ഘട്ടത്തിന്റെ സൃഷ്ടിയായി താനറിയാതെ മാറിപ്പോയ ചരിത്രമാണ് ചന്തുമേനോന്റെ നോവൽ സാക്ഷാത്കരിക്കുന്നത് എന്ന് സമർത്ഥിക്കുകയാണ് പി.കെ. ബാലകൃഷ്ണൻ. സ്വഗതാഖ്യാനപരമായി പലഭാഗങ്ങളും മാറുന്നതായി കാണാം. ഒരു ജീനിയസിന്റെ അത്ഭുതകരമായ വിഷൻ ചന്തുമേനോന് ഉണ്ടായിരുന്നുവെന്നും ചന്തുമേനോന്റെ കണ്ണിൽ കേരളമല്ല സമ്പൂർണ്ണ ഭാരതമായിരുന്നു ഒരു ചിത്രമായി ഇതൾവിരിഞ്ഞത് എന്നും ആദ്യമായി അവതരിപ്പിച്ചത് പി.കെ. ബാലകൃഷ്ണനാണ്. മനുഷ്യത്വം ആയിരുന്നു ഈ നവ ഭാരതത്തിന്റെ ഉൾക്കരുത്ത് എന്നും ആ മനുഷ്യത്വം പാശ്ചാത്യ സംസ്കാര സന്നിവേശത്താൽ ഉടച്ചുവാർക്കുകപെട്ടതും സമൃദ്ധവും ആയിരുന്നു എന്ന് പി.കെ. ബാലകൃഷ്ണൻ കരുതുന്നു. ചന്തുമേനോന്റെ ഇംഗ്ലീഷ് ഫിലോസഫി മന്ത്രവാദിയുടെ മാജിക് വാന്റ് പോലെ പ്രവർത്തിക്കുന്നു എന്നും ബാലകൃഷ്ണൻ കരുതുന്നു. ഇംഗ്ലീഷ് ആയിരുന്നു ചന്തുമേനോന്റെ മതവും ഫിലോസഫിയും. ഇതോടൊപ്പം തന്നെ

ഈ കൃതിയിൽ നോവൽ എന്ന സാഹിത്യരൂപത്തിന്റെ അനന്തസാധ്യതകളെ കൂടി പഠനവിധേയമാക്കാൻ അദ്ദേഹം ശ്രമിക്കുന്നുണ്ട് നിർവചിക്കാനാവാത്ത ഒരു സാഹിത്യരൂപമാണ് നോവൽ എന്നും അതിന്റെ സങ്കീർണതകളും സാധ്യതകളും അത്രയ്ക്ക് അപാരമാണെന്നും പി.കെ. ബാലകൃഷ്ണൻ കരുതുന്നു. നോവൽ ഒരു ഒന്നാന്തരം നുണയാണെന്നും സമ്പൂർണവും സജീവവുമായ കഥാപാത്രങ്ങൾ അതിൽ ആവശ്യമാണെന്നും പി.കെ. ബാലകൃഷ്ണൻ വ്യക്തമാക്കുന്നു. നോവൽ എങ്ങനെ ആയിരിക്കണം എന്നതിന് ഒരു ഉദാഹരണം എന്ന നിലയിൽ ചന്തുമേനോന്റെ നോവലിനെ എടുത്തു കാണിക്കാനും ശ്രമിക്കുന്നുണ്ട്. കഥ അങ്ങനെയേ വരു എന്ന് നമുക്ക് അറിവുള്ളത് കൂടിയാണെങ്കിലും ഇന്ദുലേഖയിലെ പ്രതിപാദന ക്രമം, ആഖ്യാനരീതി, കഥാപാത്ര സംവിധാനം എന്നീ മൂന്ന് അംശങ്ങൾ കൊണ്ട് ആ കുറവ് അദ്ദേഹം പരിഹരിക്കുന്നു എന്നും ചന്തുമേനോൻ നിരീക്ഷിക്കുന്നു. വിടാതെ പിൻതുടർന്ന് നിലനിർത്തപ്പെടുന്ന രസികതയാണ് നോവലിനെ നോവലാക്കുന്നത്.

ഏതെങ്കിലും കഥാപാത്രങ്ങളെ എങ്ങനെയെങ്കിലും മെനഞ്ഞു വയ്ക്കുകയല്ല, കഥാപാത്രങ്ങളുടെ നേതൃത്വത്തിലും കാര്യശേഷിയിലും ബൽസാക്ക്, ഡിക്കൻസ് എന്നീ നോവലിസ്റ്റുകളുടെ സ്വഭാവം പ്രകടിപ്പിക്കുകയാണ് ചന്തുമേനോൻ ചെയ്യുന്നത് എന്ന് ബാലകൃഷ്ണൻ അഭിപ്രായപ്പെടുന്നു. മഹാ നോവലിസ്റ്റുകളുടെ വർഗ്ഗക്കാരൻ തന്നെയായ ഈ സാഹിത്യകാരന്റെ ഫോട്ടോഗ്രാഫി സ്വഭാവമാണ് കഥാപാത്രങ്ങൾക്കും അപ്രധാന കഥാപാത്രങ്ങൾക്കും അവിസ്മരണീയ ചാരുത നൽകുന്നതിൽ പ്രധാന പങ്കുവഹിച്ചത്.

'ഫോട്ടോ ക്യാമറയിലെ പോലെ ഒറ്റ നൊടിയിടയിൽ എല്ലാ വിശദാംശങ്ങളും കൂടി സമ്പൂർണമായ ഒരു ചിത്രമാണ് മനസ്സിൽ പതിയുന്നത്. മനസ്സിൽ പതിഞ്ഞ ആ ഫോട്ടോയാണ് നോവലിസ്റ്റ് തന്റെ വിവരണകലയിലൂടെ മികച്ച ആ ലേഖ്യമായി അവതരിപ്പിക്കുന്നത്. ഒരു മാധവനെയും ഇന്ദുലേഖയും വൈത്തിപ്പട്ടരേയും സൂക്ഷ്മവും വിശദവുമായി അതരിപ്പിക്കാൻ കഴിഞ്ഞേക്കും. പക്ഷേ ഒരു ശീനുപ്പട്ടരെയും ഒരു കണ്ടരു മേനോനേയും കൂട്ടത്തിൽ അലക്ഷ്യമായി വരയ്ക്കാൻ കഴിയണമെങ്കിൽ മഹാ നോവലിസ്റ്റുകളുടെ വർഗ്ഗക്കാരൻ തന്നെ വേണം. ഈ ഫോട്ടോഗ്രാഫിക് സിദ്ധിയാണ് ചന്തുമേനോൻ സാഹിത്യത്തെ മറ്റൊരു വലിയ ലോകത്തേക്ക് മാറ്റി നിർത്തുന്നത്.' (ചന്തുമേനോൻ ഒരു പഠനം -പി.കെ. ബാലകൃഷ്

ണനൻ ജ. 130)

ഭാവികാലത്തിന്റെ ചിന്തയെയും ബോധത്തെയും നിലവാരത്തെയും വർത്തമാനകാലത്തിൽ താനറിയാതെ ആവിഷ്കരിച്ചുപോകുന്ന അത്ഭുതകരമായ കഴിവാണ് ജീനിയസ്. താൻ തെരഞ്ഞെടുത്ത നോവലിസ്റ്റുകളുടെ കൃതികൾ പഠിക്കുന്നതിലൂടെ ബോധപൂർവ്വമായ ആഗ്രഹത്തെയും ലക്ഷ്യത്തെയും കവിഞ്ഞ തനിക്ക് ഉള്ളതായി താൻ അറിയുന്ന കഴിവുകളുടെ സീമകളും ലംഘിക്കുന്ന എന്തോ ആയി കാണാനുള്ള ശ്രമമാണ് എഴുത്തുകാരൻ നടത്തുന്നത്.

നോവൽ സിദ്ധിയും സാധനയും

ജന്മസിദ്ധമായ പ്രതിഭയും അതിന്റെ സാക്ഷാത്കാരത്തിന് സഹായകമായി നിൽക്കുന്ന നിരന്തര സാധനയും - ഈ രണ്ട് അസുലഭ ഘടകങ്ങളുടെ സംയോജന ഫലമാണ് നല്ലതും മഹത്തുമായ നോവൽ എന്ന് സ്ഥാപിക്കുവാൻ എഴുതിയിട്ടുള്ള ഗ്രന്ഥമാണ് നോവൽ സിദ്ധിയും സാധനയും. സിദ്ധിയുടെയും സാധനയുടെയും നില മനസ്സിലാക്കുന്നതിന് സഹായകരമായ താരാശങ്കർ ബാനർജിയുടെ ആരോഗ്യനികേതനം, ജയിൻ ഓസ്റ്റിന്റെ പ്രൈഡ് ആന്റ് പ്രജുഡിസ് ഉൾപ്പെടെയുള്ള നോവലുകൾ, ദസ്തയേവ്സ്കിയുടെ കാരമസോവ് സഹോദരന്മാർ എന്നിവയാണ് പി.കെ. ബാലകൃഷ്ണൻ പഠിക്കുന്ന മൂന്ന് നോവലുകൾ. ഇവിടെയും ബയോഗ്രഫിക്കൽ ക്രിട്ടിസിസത്തിന്റെ സ്വഭാവം തന്നെയാണ് അദ്ദേഹം ഉപയോഗിക്കുന്നത് അത്. കാലത്തിന്റെ അതിഭയങ്കരമായ പ്രവാഹം സ്വാസ്ഥ്യം നശിപ്പിക്കുന്ന നാട്ടിൽപുറങ്ങളുടെ സമഗ്രചിത്രമായിട്ടാണ് ആരോഗ്യനികേതനത്തെ അദ്ദേഹം അവതരിപ്പിക്കുന്നത്. കല കലയ്ക്കുവേണ്ടി എന്ന പാശ്ചാത്യ വാദത്തോട് അദ്ദേഹം ആഭിമുഖ്യം പുലർത്തി. ജെയിൻ ഓസ്റ്റിന്റെ നോവലുകളുടെ വലിയ പ്രത്യേകതയായ ഉപഹാസം എന്ന വിഷയത്തെ അടിസ്ഥാനമാക്കി ഐറണിയെക്കുറിച്ച് പഠിക്കുവാനും പി.കെ. ബാലകൃഷ്ണൻ സമയം കണ്ടെത്തുന്നുണ്ട്.

തന്റെ ആഖ്യായിക കലയുടെ വിശ്വരൂപം കരമസോവ് സഹോദരന്മാരിലൂടെയാണ് ദസ്തയോവ്സ്കി പുറത്തു കൊണ്ടുവന്നത്. കലാപരമായ പ്രശ്നങ്ങളാണ് അദ്ദേഹം കൈകാര്യം ചെയ്യാൻ ശ്രമിച്ചത്. രൂപത്തിന്റെ പ്രശ്നങ്ങളെ ക്രാഫ്റ്റിൽ ഉള്ള വിശേഷം ജ്ഞാനം കൊണ്ടും ക്രാഫ്റ്റിലുള്ള വിശേഷ പരീക്ഷണങ്ങൾ കൊണ്ടും പരിഹരിക്കാൻ ശ്രമിക്കുകയായിരുന്നു ദസ്തയോവ്സ്കി എന്ന് കണ്ടെ

ത്തുകയാണ് പി.കെ. ബാലകൃഷ്ണൻ ചെയ്യുന്നത്.

കൂടാതെ കാരൂർ നീലകണ്ഠപിള്ളയെക്കുറിച്ച് പറയുന്നിടത്ത് മുദ്രകളിൽ പ്രസന്നത കലർന്ന ആർദ്രത ഉണ്ടെങ്കിലും കാരൂർ കലയിൽ ഒരു ലൈംഗികാസക്തി കൂടി ഉൾപ്പെടുന്നുണ്ട്. കാരൂരിന്റെ സിദ്ധി ലൈംഗിക ആവിഷ്കാരത്തിലൂടെ മേന്മ തെളിയിക്കുന്നതായി അദ്ദേഹം കരുതുന്നു.

'ചുടലതെങ്ങ്'ലെ അമ്മൂമ്മയുടെ വികാരവിക്ഷോഭങ്ങളിൽ രതിയുടെ സ്പർശമുണ്ട്. സ്ത്രീയും പുരുഷനും തമ്മിലുള്ള സ്നേഹബന്ധം നിത്യസമാനമായ രൂപത്തിൽ കാരൂർ ഒരിടത്തും കൈകാര്യം ചെയ്യുന്നില്ല. സി.ജെ. തോമസിനെക്കുറിച്ച് പഠിക്കുന്ന സമയത്ത് പ്രതിഭ ഉത്തേജിതമാകുന്ന നിമിഷത്തിൽ മഹാനായ കലാകാരന്റെ ഉന്നതസൃഷ്ടി ആയിട്ടാണ് ദാവീദിനെ പോലെയുള്ള കഥാപാത്രങ്ങൾ അദ്ദേഹം സൃഷ്ടിച്ചത് എന്ന് കണ്ടെത്തുന്നു. സി.എൻ. ശ്രീകണ്ഠൻ നായരുടെ സിദ്ധിയും സാധനയും പഠിക്കുന്ന സമയത്ത് സി.എൻ. സൃഷ്ടിച്ച കഥാപാത്രങ്ങളുടെ സൃഷ്ടിയെ മുൻനിർത്തി പ്രതിഭയെ അളക്കാൻ ഉള്ള ശ്രമമാണ് നടത്തുന്നത്. പാശ്ചാത്യ ക്ലാസിക്കൽ ട്രാജഡികളുടെ സങ്കല്പത്തെ അതേ മഹിമയോടെ ഉൾക്കൊണ്ട് രൂപഭദ്രമായ ശില്പത്തിലൂടെ അവതരിപ്പിച്ച ലങ്കാലക്ഷ്മി മലയാളനാടകത്തിലെ കിടയറ്റ ഏകാന്ത വിസ്മയ ആയിട്ടാണ് ബാലകൃഷ്ണൻ നോക്കിക്കാണുന്നത്. സി.വി രാമൻപിള്ളയുടെ പ്രതിഭയും ജീനിയസ്സും പഠിക്കുമ്പോൾ 20 കൊല്ലം കൊണ്ട് ഉണ്ടായ പ്രതിഭയുടെ വികാസം, ആസുരതയിൽ കണ്ടെത്തുന്ന സിദ്ധപ്രതിഭ, നായർ മാഹാത്മ്യം എന്നീ കാര്യങ്ങളെ ബാഹ്യതലത്തിൽ സ്പർശിക്കുവാൻ മാത്രമേ സി.വി.യ്ക്ക് കഴിയുന്നുള്ളു എന്ന് കണ്ടെത്തുന്നു. തകഴി, ചങ്ങമ്പുഴ, കുഞ്ചൻ നമ്പ്യാർ, കുഞ്ഞുണ്ണിമാഷ്, വൈലോപ്പിള്ളി തുടങ്ങി സാഹിത്യത്തിലെ മികച്ച പ്രതിഭാശാലികളെ എല്ലാം പഠനവിധേയമാക്കുന്നുണ്ട് ബാലകൃഷ്ണൻ എന്ന പ്രതിഭ.

ഉപസംഹാരം

സിദ്ധിയെക്കാൾ സാധനയ്ക്ക് അപൂർവ്വമായ മഹിമ ഉള്ളതായി പി.കെ. ബാലകൃഷ്ണന്റെ എല്ലാ പഠനങ്ങളും സ്ഥാപിക്കുന്നു. ജന്മസിദ്ധമായ ആ പ്രതിഭയ്ക്ക് വേണ്ടി അക്ഷീണം പ്രവർത്തിക്കുന്നതിനുള്ള സാധനയുമാണ് പല പ്രമുഖ എഴുത്തുകാരനിലും അദ്ദേഹം കണ്ടെത്തുന്നത്. നോവൽ രചനയിൽ സാധനയ്ക്ക് പ്രാമുഖ്യം

കൊടുക്കുന്ന പി.കെ. ബാലകൃഷ്ണൻ സാഹിത്യരംഗത്ത് ബുദ്ധി കൊണ്ടും അധ്വാനം കൊണ്ടും കൗശലം കൊണ്ടും സിദ്ധി ഇല്ലാത്തവർക്ക് കൂടി കൂടി കയറിക്കൂടാം എന്നൊരു ധ്വനി കൂടി നൽകുന്നുണ്ട്. നോവലിന്റെ സാഹിതീയ പദവി മലയാളവായനക്കാരനെ ബോധ്യപ്പെടുത്തുക എന്ന ലക്ഷ്യവും അദ്ദേഹത്തിനുണ്ട്. കലയുടെ സ്വതന്ത്രപദവിക്കു വേണ്ടി വ്യഷ്ടിയിലൂടെ സമഷ്ടിയെ കണ്ടെത്തുക എന്ന ചിന്തയിലാണ് പി.കെ. ബാലകൃഷ്ണൻ ഊന്നുന്നത്. ബയോഗ്രഫിക്കൽ ക്രിറ്റിസിസത്തിന്റെ സാധ്യത നിരൂപണത്തിലുടനീളം പരീക്ഷിച്ചതാണ് അദ്ദേഹത്തിന്റെ നിരൂപണത്തിലെ അനന്യതയായി ചൂണ്ടിക്കാട്ടാനാകുന്നത്.

സഹായക ഗ്രന്ഥങ്ങൾ

കാവ്യകല കുമാരനാശാനിലൂടെ -പി.കെ. ബാലകൃഷ്ണൻ

നോവൽ സിദ്ധിയും സാധനയും -പി.കെ. ബാലകൃഷ്ണൻ

എഴുത്തച്ഛന്റെ കല, ചില വ്യാസ ഭാരത പഠനങ്ങളും -പി.കെ. ബാലകൃഷ്ണൻ

ചന്തുമേനോൻ ഒരു പഠനം -പി.കെ. ബാലകൃഷ്ണൻ

കേരളീയതയും മറ്റും -പി.കെ. ബാലകൃഷ്ണൻ

നിദ്രാസഞ്ചാരങ്ങൾ -പി.കെ. ബാലകൃഷ്ണൻ

7
എസ്. ഗുപ്തൻനായരുടെ വിമർശനസങ്കല്പം

ശാന്തിനി എസ്.എൽ.

'വിമർശനം' എന്നത് ഒരുതരം വിധിനിർണ്ണയമോ വിലയിരുത്തലോ ഒക്കെയാണ്. ഖണ്ഡനവിമർശനമെന്നും മണ്ഡനവിമർശനമെന്നും വിമർശനത്തെ രണ്ടുതരത്തിൽ വിഭജിക്കാറുണ്ട്. കൃതിയെ സംബന്ധിച്ച വിയോജിപ്പുകളാണ് വിമർശനത്തിന്റെ കാതലെങ്കിൽ അത് ഖണ്ഡനവിമർശനമാണ്. കൃതിയെ സർവ്വഥാ അനുകൂലിച്ചുകൊണ്ട് എഴുതുന്ന വിമർശനം മണ്ഡനവിമർശനമാണ്. മലയാളനിരൂപണ രംഗത്ത് മണ്ഡന വിമർശകനെന്നു പൊതുവെ പരിഗണിക്കപ്പെട്ടു പോരുന്ന നിരൂപകനാണ് എസ്. ഗുപ്തൻനായർ. അക്കാദമിക സ്വഭാവം പുലർത്തുന്ന അദ്ദേഹത്തിന്റെ പുസ്തക നിരൂപണങ്ങളും പഠനങ്ങളും സാഹിത്യത്തെ സംബന്ധിച്ച പല ഉൾക്കാഴ്ചകളും നൽകാൻ പര്യാപ്തമാണ്. അദ്ധ്യാപകൻ, പ്രബന്ധകാരൻ, സാഹിത്യവിമർശകൻ എന്നീ നിലകളിലെല്ലാം തന്റെ വ്യക്തിമുദ്ര പതിപ്പിക്കാൻ അദ്ദേഹത്തിന് കഴിഞ്ഞിട്ടുണ്ട്. 1951-ലാണ് ഗുപ്തൻനായരുടെ പ്രഥമകൃതിയായ 'ആധുനികസാഹിത്യം' പ്രസിദ്ധീകരിക്കപ്പെട്ടത്. തുടർന്ന് സമാലോചന (1957), ക്രാന്തദർശികൾ (1958), വിവേകാനന്ദസൂക്തങ്ങൾ (പരിഭാഷ-1960), മോളിയേർ നാടകങ്ങൾ (പരിഭാഷ -1962), ഇസങ്ങൾക്കപ്പുറം (1966), കാവ്യസ്വരൂപം (1973), ടാഗോർ കവിയും മനുഷ്യനും (1974), തിരയും ചുഴിയും (1979), തിരഞ്ഞെടുത്ത പ്രബന്ധങ്ങൾ (1982), പുനരാലോചന (1986), രാമായണസംഗ്രഹം (1987), കേസരിയുടെ വിമർശം (1987), അമൃതസ്മൃതി (1990), സ്മൃതിമാധുര്യം(1991), കാറ്റിൽ പറക്കാത്ത കത്തുകൾ (1971), സൃഷ്ടിയും സ്രഷ്ടാവും (1995), അസ്ഥിയുടെ പൂക്കൾ (1998), വാഗർ

ത്ഥവിചാരം (2003), കേരളവും സംഗീതവും (2004), മനസാസ്മ രാമി (2005), എന്നീ കൃതികൾ തുടർന്ന് പ്രസിദ്ധീകരിക്കപ്പെട്ടു.

നിരൂപണപ്രക്രിയയിൽ സൗന്ദര്യാത്മകമായ അന്വേഷണപരത യെയും, ധാർമ്മികമായ മൂല്യപരതയെയും സംയോജിപ്പിച്ച നിരൂ പകപ്രതിഭയായിരുന്നു എസ്. ഗുപ്തൻനായർ. ലളിതവും അവക്ര വുമായ വിമർശനശൈലിയാണ് അദ്ദേഹത്തിന്റെ നിരൂപണഗ്രന്ഥ ങ്ങളിൽ കാണാനാവുന്നത്. സംഗീതം, ചിത്രകല, സാമൂഹികശാ സ്ത്രം എന്നിങ്ങനെ ഭിന്നമേഖലകളെ അദ്ദേഹം തന്റെ വീക്ഷണപ രിധിയിൽ ഉൾപ്പെടുത്തുന്നുണ്ട്. നിരൂപണലക്ഷ്യത്തെ സംബന്ധിച്ച വ്യക്തതയോടുകൂടി നിരൂപണകർമ്മത്തിൽ മുഴുകാൻ അദ്ദേഹത്തിന് സാധിച്ചിരുന്നു. അതുകൊണ്ടുതന്നെ നല്ല ആസ്വാദകരെ സൃഷ്ടി ക്കുക എന്നതാണ് നിരൂപകന്മാരുടെ പ്രധാനകർത്തവ്യമെന്ന തന്റെ നിലപാടിൽ ഉറച്ചുനിൽക്കാൻ ഗുപ്തൻനായർക്ക് കഴിഞ്ഞു.

നിരൂപണത്തെ ഒരു സർഗ്ഗാത്മകപ്രവൃത്തിയായാണ് അദ്ദേഹം പരിഗണിച്ചിരുന്നത്. 'കവിതയ്ക്ക് കുറെയേറെ വായനക്കാരുണ്ടാ വുകയല്ല ഇന്നത്തെ ആവശ്യം. കുറേ നല്ല വായനക്കാർ ഉണ്ടാവുക യാണ്. നല്ല വായനക്കാർ എന്നു പറഞ്ഞാൽ ഭാവവിധേയത്വവും മനഃസംസ്കാരവും ധ്വനിബോധവും ഉള്ളവർ എന്നാണർഥം. അതി നുള്ള ഒരേയൊരു വഴി സഹാനുഭവവും സംവേദനവുമുള്ള വിമർ ശകരുണ്ടാവുകയാണ്. വളരെ ആസ്വാദകരെ സൃഷ്ടിക്കുക എന്ന ജോലി കഥാകാലക്ഷേപക്കാരെ ഏൽപ്പിക്കാം. നല്ല ആസ്വാദകനെ സൃഷ്ടിക്കുന്ന ജോലി വിമർശകനേറ്റെടുക്കട്ടെ....' (ഗുപ്തൻനായർ, 1970:23)

ഈ നിലപാടിൽ തന്നെ അദ്ദേഹത്തിന്റെ നിരൂപണ സങ്കല്പം അനാവൃതമാകുന്നുണ്ട്. വിമർശനത്തെപ്പറ്റിയുള്ള ഗുപ്തൻനായരുടെ ഉൾക്കാഴ്ചകൾ അദ്ദേഹത്തിന്റെ വിമർശനശൈലിയെയും സാധൂ കരിക്കുന്നു. സാഹിത്യത്തെ സർഗ്ഗാത്മകവും, പരിപാവനവുമായ സൃഷ്ടികർമ്മമായി കാണാനാണ് ഗുപ്തൻനായർ ശ്രമിച്ചിട്ടുള്ളത്. സാഹിത്യസൃഷ്ടി കലാത്മകതയിലാണ് ദൃഷ്ടിയുറപ്പിക്കേണ്ടതെന്ന നിലപാടാണ് അദ്ദേഹത്തിനുള്ളത്. അതുകൊണ്ടുതന്നെ സാഹി ത്യസൃഷ്ടിയെ സാമൂഹിക വിമർശനത്തിനുള്ള ഉപാധിയായി പരി ഗണിക്കുന്നതിനോട് പൂർണ്ണമായി യോജിക്കാൻ അദ്ദേഹത്തിന് കഴി യുന്നില്ല. അദ്ദേഹം പറയുന്നത് ശ്രദ്ധിക്കുക. 'ഈ സമൂഹം മനുഷ്യ ജീവിതത്തിന്റെ ആകെത്തുകയാണെന്നും കാണണം. മനുഷ്യജീവി തത്തിന് ഭൗതികാനുഭവങ്ങൾ മാത്രമല്ല, മാനസികവും, ആദ്ധ്യാത്മി

കവും, മതാത്മകവുമായ ഒട്ടേറെ അനുഭൂതികളിൽ കലാപരമായ ആവിഷ്കാരം കാത്തുകിടപ്പുണ്ട്. ഒരു കാലത്ത് അവഗണിക്കപ്പെട്ടു കിടിന്നിരുന്ന ദീനരുടെയും പതിതരുടെയും ജീവിതത്തിന് മുൻഗണനന നൽകിയത് പുരോഗമനസാഹിത്യമാണെന്ന് സമ്മതിക്കുന്നു. അത് നല്ല കാര്യം. പക്ഷേ അതുമാത്രമാണ് എല്ലാവരും എപ്പോഴും ചെയ്യേണ്ടതെന്ന വാദം നിരർത്ഥകമാണ്. സാഹിത്യകാരന്റെ സകല സൃഷ്ടികളിലും സമൂഹികവിമർശനം അനിവാര്യമാണെന്ന് പറയുന്നതും അർത്ഥമില്ലാത്ത വാദമാണ്.' (ഗുപ്തൻനായർ, 2009:90).

ഇരുപതാം നൂറ്റാണ്ടിൽ മനുഷ്യവംശത്തിന്റെ ചിന്തകളിലും അഭിരുചികളിലും വിസ്ഫോടനാത്മകമായ മാറ്റങ്ങൾ സൃഷ്ടിച്ചുകൊണ്ട് ബൗദ്ധികമായ ഒരു ഉണർച്ച ഉണ്ടാക്കിയെടുക്കാൻ ആധുനികതാ പ്രസ്ഥാനത്തിന് കഴിഞ്ഞു. പാശ്ചാത്യസാഹിത്യത്തിലെ ആധുനിക പ്രവണതകൾ എന്താണെന്ന് നന്നായി ഉൾക്കൊണ്ടശേഷം അതിനെപ്പറ്റിയുള്ള വിശകലനത്തിനൊരുങ്ങിയവരിൽ പ്രധാനിയാണ് എസ്. ഗുപ്തൻനായർ. പ്രാചീനത്തിലും നവീനത്തിലും വന്ദിക്കേണ്ടതും നിന്ദിക്കേണ്ടതും ഉണ്ടെന്നും, അവ വേർതിരിച്ച് കാണാൻ കാലാനിഷ്ഠമായ മാനദണ്ഡങ്ങൾ സ്വീകരിക്കണമെന്നുമുള്ള നിലപാടാണ് അദ്ദേഹം വച്ചുപുലർത്തിയത്. മലയാളത്തിലെ ആധുനിക കവിതയുടെ പ്രചരണതന്ത്രത്തിന്റെ സഹനീയമല്ലാത്ത കാപട്യങ്ങളായി രൂപഭ്രമം, വിലോമകത്വം, വികൃതീകരണം, ദുർഗ്രഹത, വിദേശി എന്നിവയെ വിശദമാക്കാൻ അദ്ദേഹം ശ്രമിക്കുന്നുണ്ട്. ആധുനികകവിതയെ അന്ധമായി വിമർശിക്കുകയായിരുന്നില്ല അദ്ദേഹത്തിന്റെ ലക്ഷ്യം. പുതിയ പ്രമേങ്ങളെയും, പുതിയ ശൈലികളെയും, അനുക്ഷണം പരിണമിക്കുന്ന ജീവിതപ്രവാഹത്തെയും ഉൾക്കൊള്ളാൻ കവിതയ്ക്ക് കഴിയണം എന്നതാണ് അദ്ദേഹം ആഗ്രഹിക്കുന്നത്. നവീനമായ ഉന്മേഷം എന്ന നിലയിൽ ആധുനികതയെ അംഗീകരിക്കാൻ അദ്ദേഹത്തിന് വൈമനസ്യം ഉണ്ടായിരുന്നില്ല. അതുകൊണ്ടാണ് പാലൂരിന്റെ 'വിമാനത്താവളത്തിലൊരു കവി' എന്ന കവിതയിൽ

'അവനിരുപതാം ശതകതിലിപ്പോൾ
അനാസിനാക്കുന്നു പ്രധാന ഭക്ഷണം' –

എന്ന വരികൾ കേൾക്കുമ്പോൾ രസക്ഷയമൊന്നും സംഭവിക്കുന്നില്ല എന്ന് അദ്ദേഹത്തിന് പറയാൻ കഴിയുന്നത്. ആദ്യവിമർശനഗ്രന്ഥമായ 'ആധുനികസാഹിത്യ'ത്തിൽ പുരോഗമനസാഹിത്യ പ്രസ്ഥാനത്തെ അനുകൂലിക്കുന്ന നിലപാടാണ് ഗുപ്തൻനായർ

സ്വീകരിച്ചിരിക്കുന്നത്. എന്നാൽ 'ആശാൻ ജനകീയകവിയോ?', 'കലയും സാമാന്യജനങ്ങളും', 'ജനങ്ങളുടെ കലാസ്വാദനം', 'കലാകാരന്റെ സ്വാതന്ത്ര്യം' എന്നീ ലേഖനങ്ങളിൽ അദ്ദേഹം പുരോഗമന സാഹിത്യസിദ്ധാന്തങ്ങളെ നിരാകരിക്കുന്നതായി കാണാം. സാമാന്യജനത്തിനുവേണ്ടി കലയെ താഴ്ത്തുകയല്ല, അത് ആസ്വദിക്കാവുന്ന വിധത്തിൽ അവരെ ഉയർത്തിക്കൊണ്ട് വരണമെന്നാണ് 'കലയും സാമാന്യജനതയും' എന്ന ലേഖനത്തിലൂടെ ഗുപ്തൻനായർ മുന്നോട്ടുവയ്ക്കുന്ന ആശയം.

പാശ്ചാത്യവും പൗരസ്ത്യവുമായ കാവ്യദർശനങ്ങളെ തന്റെ കാഴ്ചപ്പാടിൽ വിലയിരുത്താൻ ഗുപ്തൻനായർ ശ്രമിച്ചിട്ടുണ്ട്. 1996-ൽ പ്രസിദ്ധീകരിച്ച 'സൃഷ്ടിയും സ്രഷ്ടാവും' എന്ന ഗ്രന്ഥം ഇതിനൊരു ഉദാഹരണമാണ്. പൗരസ്ത്യസാഹിത്യചിന്തകളുടെ അവലോകനം ഈ പുസ്തകത്തെ കൂടുതൽ ഗൗരവമുറ്റതാക്കുന്നു. അന്ന് ഭാഗങ്ങളായി തിരിച്ചിരിക്കുന്ന ഈ ഗ്രന്ഥത്തിലെ 'സാഹിത്യതത്വം' എന്ന ഒന്നാം ഭാഗത്തിലെ ഏഴ് ഉപന്യാസങ്ങൾ സാഹിത്യസൃഷ്ടി, സാഹിത്യധർമ്മം, സാഹിത്യാനുഭവം എന്നീ വിഷയങ്ങളിലൂന്നിയാണ് എഴുതിയിട്ടുള്ളത്. 'ഇസങ്ങൾക്കപ്പുറം' എന്ന ഗ്രന്ഥത്തിൽ കാവ്യപ്രയോജനത്തെപ്പറ്റിയുള്ള നിരീക്ഷണങ്ങൾ ഗുപ്തൻനായർ അവതരിപ്പിക്കുന്നു. പൗരസ്ത്യ-പാശ്ചാത്യ സാഹിത്യചിന്ത എല്ലാ കാലത്തും സാഹിത്യത്തിന്റെ പ്രയോജനത്തെക്കുറിച്ച് ചിന്തിച്ചിട്ടുണ്ട്. വായനക്കാരന്റെ വിജ്ഞാനത്തെ വിപുലപ്പെടുത്തുന്നു സാഹിത്യം. സാഹിത്യത്തിലൂടെ പ്രചരിക്കുന്ന അറിവ് വളരെ വേഗം വ്യാപിക്കുന്നു. ഈ വസ്തുതയെ ചൂണ്ടിക്കാട്ടാൻ ഫ്രോയിഡിയൻ ചിന്ത നൂറ്റാണ്ടുകളായി നിലനിന്ന സ്ത്രീ-പുരുഷ ബന്ധത്തെ മാറ്റിമറിച്ച സാഹചര്യം അദ്ദേഹം സൂചിപ്പിക്കുന്നുണ്ട്. ഈ മാറ്റം നല്ലതോ ചീത്തയോ എതിന് പ്രാധാന്യം കൊടുക്കാതെ സാഹിത്യം മാറ്റം കൊണ്ടുവന്നു എതിനാലാണ് നിരൂപകൻ പ്രാധാന്യം നൽകുന്നത്. ഭാരതീയ സങ്കൽപം അനുസരിച്ച് കാവ്യരചനയുടെ ഉദ്ദേശം അനുവാചകരെ ധർമ്മമാർഗത്തിൽ നയിക്കുകയെന്നതാണ്. കാവ്യം ഒന്നും ഉദ്ദേശിക്കാതെ ജീവിതത്തെ വശീകരിച്ചാലും സാഹിത്യത്തിന്റെ പ്രയോജനം സഫലമാണൊണ് ഗുപ്തൻനായർ വാദിക്കുന്നത്. ഉപദേശത്തിനുമപ്പുറമാണ് സാഹിത്യരസവും സാഹിത്യമൂല്യവും എന്നതാണ് ഗുപ്തൻനായരുടെ എക്കാലത്തെയും നിലപാട്. 'വായിച്ച് ആവേശം കൊള്ളുന്നു എന്നൊക്കെപ്പറയുന്നതിന്റെ അർത്ഥം, നമ്മുടെ ഹൃദയത്തിൽ ചില വേഗസാരങ്ങൾ ഉണ്ടായി എന്നു മാത്രമാണ്. ഇ

ങ്ങനെ ഒരാനന്ദ നിർഭരതയിലേക്ക് നമ്മെ എത്തിക്കുമ്പോൾ നമ്മുടെ സംസ്കാരത്തിന്റെ സിതനിധിയിലേക്ക് വിലപ്പെട്ട ഒരു സംഭാവന ലഭിച്ചുവെന്നും അർത്ഥമുണ്ട്. ഇതുതന്നെയാണ് സാഹിത്യത്തിന്റെ പ്രയോജനം. മറ്റെല്ലാം ആനുഷംഗികമാണ്. നമ്മിൽ ഓരോരുത്തന്റെയും ചിത്തതിനു ലഭിക്കുന്ന ദീപ്തിയും വികാസവും വിശ്രാന്തിയും സമുദായത്തിന്റെ മൊത്തത്തിലുള്ള നേട്ടം കൂടിയാണുതാനും' (ഗുപ്തൻനായർ, 1970: 99).

എഴുത്ത് എന്ന പ്രക്രിയയിൽ സ്വാതന്ത്ര്യം അത്യാന്താപേക്ഷിതമാണ്. സാഹിത്യകാരന്റെ സ്വാതന്ത്ര്യത്തെപ്പറ്റിയുള്ള അദ്ദേഹത്തിന്റെ നിലപാടുകൾ 'ആധുനിക സാഹിത്യ'ത്തിൽ അവതരിപ്പിക്കുന്നുണ്ട്. 'യഥാർത്ഥ സാഹിത്യകാരൻ ആഗ്രഹിക്കുന്ന സ്വാതന്ത്ര്യം പ്രതിലോമകാരിയുടെ തോന്ന്യാസമല്ല. പുരോഗമനകാരിയുടെ സ്വാതന്ത്ര്യമാണ്. സമുദായത്തിന്റെ സമുന്നത താല്പര്യങ്ങളെ ക്ഷതപ്പെടുത്താത്ത സ്വാതന്ത്ര്യം' (ഗുപ്തൻനായർ, 1954:31). സാഹിത്യകൃതിയുടെ സാംസ്കാരിക മൂല്യത്തെ പരമപ്രധാനമായി ഗുപ്തൻനായർ പരിഗണിച്ചിരുന്നു. എഴുത്തുകാരൻ തന്റെ എഴുത്തിൽ പുലർത്തേണ്ട ഔചിത്യബോധത്തെയും, വാക്കുകൾ പ്രയോഗിക്കുമ്പോൾ ദീക്ഷിക്കേണ്ട സഭ്യതയെയും കുറിച്ചുള്ള നിലപാടുകളും അദ്ദേഹം തുറന്നെഴുതുന്നുണ്ട്. 'സമൂഹത്തെ ഞെട്ടിക്കുന്നത് തീർച്ചയായും തെറ്റല്ല. പക്ഷേ ആ ഞെട്ടിക്കൽ കലാപരമായി നിർവ്വഹിക്കുമ്പോൾ മാത്രമേ അത് സാഹിത്യത്തിന്റെ ഗണകോടിയിൽ എത്തുകയുള്ളൂ. അല്ലാതെയുള്ള തെറിയെഴുത്തുകളെല്ലാം സാഹിത്യത്തിന്റെ മേൽവിലാസത്തിൽ പ്രചരിക്കാൻ ആഗ്രഹിച്ച ചില കള്ളനാണയങ്ങൾ മാത്രമാണ്. നമ്മുടെ വായനക്കാരെയും പ്രേക്ഷകരെയും കുളിപ്പുരയിലെ ചുവരെഴുത്തുകൾ വായിച്ചു രസിക്കുന്നവരുടെ നിലവാരത്തിലേക്കു വലിച്ചുതാഴ്ത്തുന്നത് സാമൂഹ്യ സേവനവുമല്ല, സാഹിത്യസേവനവുമല്ല' (ഗുപ്തൻനായർ, 1999:50). സാഹിത്യപ്രയോജനം, സാഹിത്യസ്വാതന്ത്ര്യം എന്നീ വിഷയങ്ങളെക്കുറിച്ചെല്ലാം ചിന്തിക്കുമ്പോൾ വായനക്കാരന്റെയും സമൂഹത്തിന്റെ ഉത്കർഷത്തിനാണ് ഗുപ്തൻനായർ ഊന്നൽ നൽകിയിട്ടുള്ളത്.

സൗന്ദര്യാത്മകമായ അന്വേഷണപരതയും സാഹിത്യലക്ഷ്യത്തെ സംബന്ധിച്ച വ്യക്തതയുമാണ് ഗുപ്തൻനായരുടെ നിരൂപണത്തിന്റെ സവിശേഷത. രാഷ്ട്രീയപ്രേരിതമായ ഏതെങ്കിലും ചട്ടക്കൂടിൽ ഒതുങ്ങിനിൽക്കുന്ന എഴുത്തുകാരന്റെ പ്രതിജ്ഞാബദ്ധതയെയും, സാഹിത്യത്തിലൂടെയുള്ള രാഷ്ട്രീയ വിചാരതന്ത്രങ്ങളെയും അദ്ദേഹം

പ്രോത്സാഹിപ്പിക്കുന്നില്ല. കലയുടെ സൗന്ദര്യാത്മകമായ തികവിനെയും സംശുദ്ധിയെയുമാണ് അദ്ദേഹം ആദരിക്കുന്നത്. ഇക്കാര്യങ്ങൾ തന്നെയാണ് ഗുപ്തൻനായരുടെ വിമർശന സങ്കല്പങ്ങളുടെ ആധാരമായി വർത്തിക്കുന്നത്.

ഗ്രന്ഥസൂചി

1. ഗുപ്തൻനായർ. എസ്, ആധുനികസാഹിത്യം, നാഷണൽ ബുക്സ് സ്റ്റാൾ, കോട്ടയം, 1954

2. ഗുപ്തൻനായർ. എസ്, ഇസങ്ങൾക്കപ്പുറം, സാഹിത്യപ്രവർത്തക സഹകരണസംഘം, കോട്ടയം, 1970

3. ഗുപ്തൻനായർ. എസ്, തെരെഞ്ഞെടുത്ത ലേഖനങ്ങൾ, കേരളസാഹിത്യഅക്കാദമി, തൃശ്ശൂർ, 2009

4. ഗുപ്തൻനായർ. എസ്, സൃഷ്ടിയും സ്രഷ്ടാവും, ഡിസി ബുക്സ്, കോട്ടയം, 1999

8
എം. ഗോവിന്ദൻ

കാവ്യ എം.വി.

സ്വതന്ത്രമായ ചിന്തകൾ കൊണ്ട് മലയാളനിരൂപണരംഗത്ത് തന്റെ വ്യക്തിമുദ്ര പതിപ്പിച്ച എഴുത്തുകാരനാണ് എം.ഗോവിന്ദൻ. നിരൂപകനെന്ന നിലയിൽ മാത്രമല്ല കവി, സാംസ്കാരികപ്രവർത്തകൻ, പത്രാധിപർ, ചിന്തകൻ എന്നീ മേഖലകളിലും അദ്ദേഹം പ്രഗത്ഭനാണ്. സാഹിത്യരംഗത്തെ മാറ്റങ്ങൾ തിരിച്ചറിയാനും അതിന്റെ മൗലികവശങ്ങൾ എഴുത്തുകാർക്ക് പകർന്നു നൽകുവാനും എം.ഗോവിന്ദന് സാധിച്ചു. പ്രത്യയശാസ്ത്രബദ്ധമല്ലാത്ത എന്നാൽ ആശയസമ്പന്നതയിലൂന്നിയ പുതിയ ചിന്താപദ്ധതിയായിരുന്നു എം. ഗോവിന്ദന്റേത്. മനുഷ്യനെ സംബന്ധിച്ച ഏതൊരു വിഷയവും തനിക്കന്യമല്ല എന്ന നിലപാടിൽ നിന്ന് കൊണ്ട് മാനവതാവാദത്തിന്റെ ഉദാത്തമായ ആശയങ്ങളാണ് അദ്ദേഹം ചൂണ്ടിക്കാട്ടിയത്. മാനവതാവാദം (humanism) എന്ന ദർശനം മുന്നോട്ടു വയ്ക്കുന്നതു പോലെ മനുഷ്യന് തങ്ങളുടേതായ മൂല്യാധിഷ്ഠിതജീവിതം രൂപപ്പെടുത്തുവാനും അതിനനുസരിച്ചു ജീവിതം നയിക്കുവാനും സാധിക്കും. വിദ്യാഭ്യാസം, ഭരണകൂടം, മനുഷ്യാവകാശങ്ങൾ, ജനാധിപത്യം, അഭിപ്രായസ്വാതന്ത്ര്യം എന്നീ വ്യവസ്ഥിതികൾക്കാണ് സാമൂഹികജീവിതത്തിൽ സ്ഥാനം നൽകേണ്ടത്. മതം എന്ന സങ്കല്പനം പോലും വിദ്യാഭ്യാസത്തിലോ ഭരണകൂടത്തിലോ സ്വാധീനം ചെലുത്തുന്നതിനെ മാനവതാവാദികൾ എതിർക്കുന്നു.

കമ്മ്യൂണിസ്റ് പാർട്ടി ഓഫ് ഇന്ത്യയുടെ സ്ഥാപകനേതാവായ എം.എൻ. റോയ് തന്റെ പ്രത്യയശാസ്ത്ര നിലപാടുകളിൽ നിന്ന് വ്യതിചലിച്ചു മുന്നോട്ട് വച്ച "റാഡിക്കൽ ഹ്യൂമനിസം" കുറച്ചുകൂടി മനുഷ്യനെ കേന്ദ്രീകരിക്കുന്ന ആശയങ്ങളാണ് പുലർത്തുന്നത്.

എം.എൻ. റോയുടെ ദർശനങ്ങളെ എം.ഗോവിന്ദൻ ശക്തമായി പിന്തുണയ്ക്കുന്നു. ശാസ്ത്രത്തിനും യുക്തിചിന്തയ്ക്കും പ്രാധാന്യം നൽകി ലോകത്തെ നോക്കികാണാനും മനുഷ്യന്റെ ക്ഷേമമാണ് ആത്യന്തികമായി ഏതൊരു മൂല്യാധിഷ്ഠിത കലാചിന്തയുടെയും കാതൽ എന്നും എം.ഗോവിന്ദൻ തന്റെ രചനകളിലൂടെ വ്യക്തമാക്കുന്നു. അടിസ്ഥാനപരമായി വ്യക്തി, സമൂഹം എന്നിവയായിരുന്നു അദ്ദേഹത്തിന്റെ ആശയലോകം. അതിനാൽത്തന്നെ ഏതൊരു കൃതിയും നിരൂപണം ചെയ്യുമ്പോൾ എഴുത്തുകാരനെയും കൃതിയെയും ആഴത്തിൽ മനസിലാക്കാൻ അദ്ദേഹം ശ്രമിക്കുന്നു. പ്രത്യയശാസ്ത്രപരമായ ലക്ഷ്യങ്ങൾക്കപ്പുറം കൃതിയുടെ രാഷ്ട്രീയം അടയാളപ്പെടുത്തുവാനാണ് എം.ഗോവിന്ദനിലെ സ്വതന്ത്രചിന്തകൻ താല്പര്യപ്പെട്ടത്.

എം. ഗോവിന്ദൻ തന്റെ സമകാലീനരായ എഴുത്തുകാർക്ക് ലോകസാഹിത്യത്തിലെ പുതിയ പ്രസ്ഥാനങ്ങൾ പരിചയപ്പെടുത്തുന്നതിൽ അതീവശ്രദ്ധ ചെലുത്തി. ഒപ്പം മലയാളത്തിലെ പ്രധാനകൃതികളെ, അവയിലടങ്ങിയ വൈയക്തികമോ സാമൂഹികമോ ആയ അംശങ്ങളെ മുൻനിർത്തി പുനർവായന നടത്തുകയും ചെയ്തു. മിത്തുകൾ, ഐതിഹ്യങ്ങൾ മുതൽ ആദ്യനോവലായ ഇന്ദുലേഖയും കാല്പനികതയെന്ന പുതിയ പ്രസ്ഥാനത്തിന്റെ ഉത്തുംഗസ്ഥാനത്തു നിൽക്കുന്ന ചങ്ങമ്പുഴകൃഷ്ണപിള്ളയുമൊക്കെ അദ്ദേഹത്തിന്റെ വിഷയങ്ങളായിരുന്നു. സാഹിത്യം മാത്രമല്ല മാനവതാവാദിയായ എം.ഗോവിന്ദൻ മനുഷ്യജീവിതസംബന്ധിയായ മൂല്യങ്ങളെ കുറിച്ചും നിരവധി ലേഖനങ്ങൾ രചിച്ചിട്ടുണ്ട്.

അദ്ദേഹത്തിന്റെ സാഹിത്യനിരൂപണങ്ങളിൽ ഏറ്റവും ശ്രദ്ധേയമായ പഠനമാണ് ചങ്ങമ്പുഴയെ കുറിച്ചുള്ളത്. 'കരഞ്ഞകവിയും ചിരിച്ച തത്ത്വജ്ഞാനിയും' എന്ന ലേഖനം ചങ്ങമ്പുഴ കൃഷ്ണപിള്ളയുടെയും സഞ്ജയന്റെയും വ്യക്തിജീവിതത്തെയും അവർ പരസ്പരം നടത്തിയ ആശയസമരത്തെയും സംബന്ധിച്ച വിശകലനമാണ് ഇരുവരുടെയും പ്രതിഭയെ അംഗീകരിച്ചുകൊണ്ട് ക്ഷയരോഗം കാർന്നെടുത്ത ക്ഷണികജീവിതത്തിന്റെ ഉള്ളിലേക്കാണ് നിരൂപകൻ കടന്നു ചെല്ലുന്നത്. നശിക്കാറായ നാടുവാഴി സംസ്കാരത്തിന്റെ വിദൂഷകനായിരുന്നു സഞ്ജയൻ. ദേശീയതയും ഗാന്ധിഭക്തിയും അദ്ദേഹത്തിലെ ഫ്യൂഡൽ ചിന്തയുടെ ഭാഗം മാത്രമാണ്. ചങ്ങമ്പുഴയാകട്ടെ അതിനെ സമൂലം പുച്ഛിച്ചു കൊണ്ട് വിപ്ലവത്തിന്റെ പാതയിൽ സഞ്ചരിച്ച കവിയാണ്. കവിയുടെ ഭാഷ കടുത്ത ആ

ത്മാലാപനത്തിന്റേതായിരുന്നെങ്കിലും ദുഷിച്ച വ്യവസ്ഥിതികളോടുള്ള നീക്കുപോക്കില്ലാത്ത നിലപാടായിരുന്നു പുലർത്തിയിരുന്നത്. സഞ്ജയന്റെ പരിഹാസശരങ്ങൾ വായനക്കാർക്ക് ചങ്ങമ്പുഴയോടുള്ള സഹതാപം വർദ്ധിപ്പിക്കാനുള്ള ഉൽപ്രേരകമായി എന്ന് നിരൂപകൻ സമർത്ഥിക്കുന്നു. തന്റെ കവിതകൾ വിൽപ്പനവസ്തുവാക്കിക്കൊണ്ടുതന്നെ ചങ്ങമ്പുഴ നേടിയെടുത്ത സ്ഥാനം എം.ഗോവിന്ദൻ ഈ ലേഖനത്തിലൂടെ ചൂണ്ടിക്കാട്ടുന്നു.

'ചങ്ങമ്പുഴ: പാരമ്പര്യം, നിഷേധം, നിർവൃതി' എന്ന ലേഖനം വിവിധ കവിതകളെ മുൻനിർത്തി ചങ്ങമ്പുഴയിലെ കാല്പനികനെയും വിപ്ലവകാരിയെയും അടയാളപ്പെടുത്തുന്ന പഠനമാണ്. പാരമ്പര്യത്തിന്റെ നിഷേധസ്വരം ഇരുപതാം നൂറ്റാണ്ടിലെ മിക്ക കവികളിലും കാണാം. നിയോക്ലാസിസത്തിന്റെ കെട്ടുപാടുകളിൽ നിന്ന് മോചിതരായ അവർ ആത്മാംശങ്ങളിലൂന്നി വൈകാരികസത്തയെ തിരിച്ചറിഞ്ഞു കൃതികൾ ആവിഷ്കരിച്ചവരാണ്. ഭാഷയിലും പ്രമേയത്തിലും പരിണാമമുണ്ടായി. മഹാകാവ്യങ്ങളുടെയും വെണ്മണി പാരമ്പര്യത്തിന്റെയും മടിത്തട്ടിൽ നിന്ന് ഇറങ്ങിവന്ന മലയാളകവിത നവോത്ഥാനത്തിന്റെയും മനുഷ്യനിലെ അസ്തിത്വബോധത്തിന്റെയും ദർശനങ്ങൾ ആഖ്യാനം ചെയ്യാൻ ആരംഭിച്ചു. മനുഷ്യസത്തയിലൂന്നിയ പ്രണയം പ്രധാന വിഷയമായി കടന്നു വന്നു. വരമൊഴിയിൽ പ്രണയം കടന്നു വരുന്നത് ഇന്ദുലേഖയുടെയാണെന്ന് എം. ഗോവിന്ദൻ പറയുന്നു. ശകുന്തളാദുഷ്യന്തപ്രണയത്തിൽ നിന്നും വിഭിന്നമായി അത് ഭൂമിയിൽ പറിച്ചുനടപ്പെട്ടതായിരുന്നുവെന്നാണ് അദ്ദേഹം കണ്ടെത്തുന്നത്. ഇന്ദുലേഖയുടെയും മാധവന്റെയും പ്രണയത്തിൽ നിന്നാണ് നോവൽ വിദ്യാഭ്യാസം, സ്ത്രീസ്വാതന്ത്ര്യം, ഇന്ത്യൻ രാഷ്ട്രീയം തുടങ്ങി വിവിധങ്ങളായ വിഷയപരിസരങ്ങളിലേയ്ക്ക് വ്യാപിക്കുന്നത്. ഇന്ദുലേഖയുടെ ചുവടുപിടിച്ചു നിരവധി നോവലുകൾ ഇത്തരം സാമൂഹിക വിഷയങ്ങൾ പ്രതിപാദിച്ചുകൊണ്ട് കടന്നു വന്നു. കവിതയിലാകട്ടെ ശൃംഗാരശ്ലോകങ്ങളിൽ നിന്നും വീണപൂവിലേയ്ക്കും നളിനിയിലേയ്ക്കുമൊക്കെ ആശാൻ നടത്തിയ ചുവടുമാറ്റം മാംസബദ്ധമല്ലാത്ത സ്നേഹസങ്കല്പങ്ങൾക്ക് മാതൃകയായി. ആശാൻ ആവിഷ്കരിച്ച സ്നേഹസങ്കൽപം സ്വാതന്ത്ര്യത്തിന്റെ പ്രതിബിംബമായി എം. ഗോവിന്ദൻ കണക്കാക്കുന്നു. വള്ളത്തോളിന്റെയും ഉള്ളൂരിന്റെയുമൊക്കെ ക്ലാസ്സിക്ക് പ്രണയസങ്കല്പങ്ങളിൽ നിന്നും വ്യത്യസ്തമാണ് ചങ്ങമ്പുഴയുടേത്. അദ്ദേഹത്തിന്റെ ഭാഷ അക്ഷരാർത്ഥത്തിൽ വൈകാ

രികാനുഭൂതിയുടെ അനർഗ്ഗള പ്രവാഹമായിരുന്നു. അതിലാകട്ടെ കവിയുടെ ആത്മാംശത്തിന്റെ സത്യസന്ധതയും നിഴലിച്ചിരുന്നു. കവിയുടെ വേദനകളിൽ വായനക്കാർ താദാത്മ്യം പ്രാപിച്ചു. ചങ്ങമ്പുഴ പാരമ്പര്യത്തെ പുതുക്കിയത് ഇപ്രകാരമാണ്. ഇടപ്പള്ളി രാഘവൻപിള്ളയെയും ചങ്ങമ്പുഴയ്ക്കൊപ്പം നിരൂപകൻ പരാമർശിക്കുന്നു. ഇടപ്പള്ളിക്കവികളുടെ കവിതകളിൽ 'മാദകമായ ആവേശത്താൽ ഇളകിവശായ' യുവചേതനയെ എം.ഗോവിന്ദൻ സാക്ഷ്യപ്പെടുത്തുന്നു.

ആദ്യന്തം കാല്പനികനായ ചങ്ങമ്പുഴ സമൂഹത്തിനു വേണ്ടി എഴുത്തിനെ ഉപയുക്തമാക്കിയില്ല എന്ന അഭിപ്രായത്തോട് എം.ഗോവിന്ദൻ യോജിക്കുന്നില്ല. കാരണം 'വാഴക്കുല', 'എന്റെ ഗുരുനാഥൻ' തുടങ്ങി നിരവധി കവിതകളിൽ ചങ്ങമ്പുഴയിലെ വിപ്ലവവീര്യത്തിന്റെ ആഴം കാണാവുന്നതാണ്. ഗാന്ധിജിയെ ഗുരുനാഥനായി കാണുന്ന വള്ളത്തോൾ കവിതയ്ക്ക് മറ്റൊരു ഭാഷ്യം ചമയ്ക്കുകയാണ് കർഷകനെ ഗുരുവായി കാണുന്ന ചങ്ങമ്പുഴ. അന്നം നൽകുന്ന കർഷകൻ സമൂഹത്തിൽ അർഹിക്കുന്ന സ്ഥാനമെന്താണെന്ന് തന്റെ രചനയിലൂടെ ഓർമ്മിപ്പിക്കുകയാണ് കവി. സാമൂഹിക മുന്നേറ്റത്തിന് കാല്പനിക വികാരങ്ങളോളം തന്നെ കവി നൽകുന്ന പ്രാധാന്യത്തെയാണ് നിരൂപകൻ ചൂണ്ടിക്കാട്ടുന്നത്. വ്യക്തിയും സമൂഹവും പരസ്പരപൂരകമാണെന്ന ഓർമ്മപ്പെടുത്തലാണ് ചങ്ങമ്പുഴക്കവിതകളുടെ സൂക്ഷ്മമായ വിഷയവൈവിധ്യത്തിന് അടിസ്ഥാനം.

ചങ്ങമ്പുഴകവിതകളിൽ അന്തർലീനമായ മറ്റൊരു പ്രധാനഘടകമാണ് 'മൃത്യുബോധം.' മരണത്തെ നീക്കുപോക്കില്ലാത്ത വിധിയായും ജീവിതത്തെ നിറം പിടിച്ചു തഴയ്ക്കേണ്ട നിധിയായും ചങ്ങമ്പുഴ സമീപിക്കുന്നതായി എം. ഗോവിന്ദൻ പറയുന്നു. ചങ്ങമ്പുഴയുടെ മൃത്യുബോധം അറുപതുകളിലും എഴുപതുകളിലും ആധുനികർ പുലർത്തിയ അസ്തിത്വവാദത്തിന്റെ പൂർവ്വമാതൃകയാണ്. പാരമ്പര്യത്തെ തന്റെ ആഖ്യാനശൈലി കൊണ്ട് പുതുക്കുകയും നിഷേധിക്കേണ്ടവ തിരുത്തിയും ചങ്ങമ്പുഴ എന്ന കാല്പനികൻ മലയാളസാഹിത്യത്തിൽ വ്യതിരിക്തനായി നിലകൊള്ളുന്നു. ചങ്ങമ്പുഴയെ കുറിച്ചു വിശകലനം നടത്തിക്കൊണ്ട എം.ഗോവിന്ദൻ ശക്തമായൊരു നിലപാട് വ്യക്തമാക്കുന്നുണ്ട്. കാലാനുസൃതമായി സാഹിത്യത്തെ ക്ലാസ്സിസ്സിസം, നിയോക്ലാസ്സിസ്സിസം, റൊമാന്റിസം എന്നിങ്ങനെ വേർതിരിക്കുന്നത് യുക്തിസഹമല്ല. മറിച്ചു കൃതിയിലെ പ്രമേയം, അവ മുന്നോട്ടുവയ്ക്കുന്ന വൈകാരികാനുഭവം, സാമൂഹികപ്രസക്തി

തുടങ്ങിയ ഘടകങ്ങളെ മുൻനിർത്തി വേണം സാഹിത്യവിശകലനം സാധ്യമാക്കേണ്ടത്.

ചങ്ങമ്പുഴയ്ക്കു സമാനമായി എം.ഗോവിന്ദൻ താരതമ്യം ചെയ്യുന്ന കവിയാണ് പി.ഭാസ്കരൻ. അദ്ദേഹത്തിന്റെ 'മർദ്ദിതൻ' എന്ന കവിതയെ നിരൂപണം ചെയ്തുകൊണ്ടാണ് ഈ സാദൃശ്യം കണ്ടെത്തുന്നത്. 'സമരകവി'യെന്നാണ് പി.ഭാസ്കരനെ നിരൂപകൻ വിശേഷിപ്പിക്കുന്നത്. യോദ്ധാവായ കവിയുടെ ഉള്ളിലെ ഓരോ അണുവിലും സാഹിത്യം നിറഞ്ഞു നിൽക്കുന്നു. 1930-1940 കാലയളവിൽ മലയാള സാഹിത്ത്യത്തിൽ നവോത്ഥാനത്തിന്റെ നേതൃനിരയിൽ നിന്ന കവിയാണ് പി. ഭാസ്കരൻ. എന്നാൽ അദ്ദേഹത്തിന്റെ ഭാഷ തീർത്തും കാല്പനികമായിരുന്നു. സ്വതന്ത്രലോകവും സാംസ്കാരികമായി ഉയർന്ന ചിന്താഗതിയുള്ള മനുഷ്യസമൂഹവുമാണ് പി. ഭാസ്കരൻ വിഭാവനം ചെയ്തത്. സാമൂഹികപരിവർത്തനത്തനത്തിന്റെ ചാലകശക്തിയായി കവി കവിതയെ കാണുന്നു. എഴുത്ത് എന്ന പ്രക്രിയയ്ക്ക് മനുഷ്യപുരോഗതി കൈവരുത്താനുള്ള സാധ്യതയെയാണ് പി.ഭാസ്കരന്റെ കവിതകളിലൂടെ നിരൂപകൻ അന്വേഷിക്കുന്നത്.

മാനവതാവാദിയായ എം.ഗോവിന്ദൻ സ്ത്രീസ്വാതന്ത്ര്യത്തെ സംബന്ധിച്ച് വ്യക്തമായ നിരീക്ഷണങ്ങൾ തന്റെ നിരൂപണങ്ങളിൽ സ്ഥാപിക്കാറുണ്ട്. 'വീതവികാരയായ് വിൽക്കപ്പെടുന്നവൾ' എന്ന ലേഖനത്തിൽ ഇന്ദുലേഖ, അടുക്കളയിൽ നിന്ന് അരങ്ങത്തേയ്ക്ക് തുടങ്ങിയ കൃതികൾക്കുമിപ്പുറം സ്ത്രീസ്വാതന്ത്ര്യം ലക്ഷ്യം വയ്ക്കുന്ന കൃതികളോ സമൂഹത്തിന്റെ കാഴ്ചപ്പാടുകൾ മാറ്റിമറിക്കുന്ന മുന്നേറ്റങ്ങളോ ഉണ്ടായിട്ടില്ല. എന്നാൽ സ്ത്രീ ഒരു ഉപഭോഗവസ്തുവായി എക്കാലവും അവതരിപ്പിക്കപ്പെടുകയും ചെയ്യുന്നു. അക്കാലത്തു കടത്തനാട്ട് മാധവിയമ്മയെ പോലെ ചുരുക്കം ചില എഴുത്തുകാരികൾ പുതുകാഴ്ചപ്പാടുകൾ എഴുത്തിൽ കൊണ്ടുവന്നെങ്കിലും ഇന്ദുലേഖയിലൂടെയും വി.ടി.യുടെ നാടകങ്ങളിലൂടെയും വിഭാവനം ചെയ്ത സ്ത്രീമുന്നേറ്റങ്ങൾ ഉണ്ടായില്ല എന്ന നിരീക്ഷണമാണ് എം.ഗോവിന്ദൻ നടത്തുന്നത്. റേഡിയോ പരസ്യങ്ങൾ മാത്രം ഉണ്ടായിരിക്കുകയും മറ്റു സാമൂഹ്യമാധ്യമങ്ങൾ മലയാളിയുടെ ചുറ്റുവട്ടത്തു പോലും എത്തി നോക്കാതിരിക്കുകയും ചെയ്ത കാലഘട്ടത്തിലാണ് സ്ത്രീയെ ഉപഭോഗവസ്തുവായി കണക്കാക്കുന്ന വിപണിലക്ഷ്യങ്ങളെ എം.ഗോവിന്ദൻ എന്ന ക്രാന്തദർശിയായ നിരൂപകൻ വിമർശിച്ചത്.

മലയാളിയുടെ ശ്ലീലാശ്ലീല ബോധ്യങ്ങൾക്കു ഭ്രഷ്ട് കൽപ്പിച്ച 'കുറിയേടത്ത് താത്രി' എന്ന സ്ത്രീയുടെ ജീവിതം എം.ഗോവിന്ദൻ എന്ന മാനവതാവാദിയെ ഒട്ടധികം സ്പർശിച്ചിട്ടുണ്ട്. പല ലേഖനങ്ങളിലും സ്ത്രീയെ കാമവെറിയോടെ മാത്രം നോക്കുകകയും ഒടുവിൽ അവളെ സമൂഹത്തിനു മുന്നിൽ തെറ്റുകാരിയായി പ്രദർശിപ്പിക്കുകയും ചെയ്യുന്ന പുരുഷാധിപത്യത്തിനെതിരെ അദ്ദേഹം ശബ്ദമുയർത്തി. 'കലയും കാമവും' എന്ന കൃതിയിലൂടെ അശ്ലീലമായി ചിത്രീകരിക്കുന്ന സാഹിത്യത്തിലെ കാമത്തെയും താത്രിയെ കാമവതിയായി വിഭാവനം ചെയ്യുന്നതിലെ ശരികേടുകളെ കുറിച്ചും നിരൂപകൻ ചോദ്യങ്ങൾ ഉന്നയിക്കുന്നു. ഒരു സമൂഹത്തിൽ താത്രിമാർ എങ്ങനെ സൃഷ്ടിക്കപ്പെടുന്നു എന്ന നിരൂപകന്റെ ചോദ്യവും പ്രസക്തമാണ്. രതി, കാമം തുടങ്ങിയ നൈസർഗിക ചോദനകൾ ഒരിക്കലും അശ്ലീലമല്ല. എന്നാൽ താത്രിയെ പോലുള്ളവരുടെ കഥകൾ പറയുമ്പോൾ എഴുത്തുകാർ പുലർത്തേണ്ട ജാഗ്രതയെ ഓർമ്മിപ്പിക്കുന്ന എം.ഗോവിന്ദന്റെ നിരീക്ഷണം ഏറെ ശ്രദ്ധേയമാണ്. സാമൂഹികജീവിതം അശ്ലീലമാകുമ്പോഴാണ് കലയിലെ കാമവും അശ്ലീലമാകുന്നത് എന്നദ്ദേഹം സ്ഥാപിക്കുന്നു. സമൂഹത്തിന്റെ തെറ്റായ ബോധ്യങ്ങളെ തന്റെ എഴുത്തിലൂടെ തിരുത്തുക എന്ന ധാർമ്മികമായ ഉത്തരവാദിത്വമാണ് നിരൂപകൻ പുലർത്തുന്നത്. 'എന്റെ അകത്തുള്ള ആളുകളേ വാഴ്ക', 'സ്ത്രീയെ എനിക്കും നിനക്കും തമ്മിലെന്ത്', 'മഗ്ദലനമറിയം എന്ന മഹാ സമസ്യ' തുടങ്ങിയ രചനകളിലും മേല്പറഞ്ഞതിനു സമാനമായ നിരീക്ഷണങ്ങളാണ് കാണപ്പെടുന്നത്. ജീവശാസ്ത്രപരമായ വ്യത്യസ്തതകളല്ലാതെ പുരുഷനും സ്ത്രീയും തമ്മിൽ യാതൊരു അന്തരവും ഇല്ലെന്നും അത്തരം ധാരണകളെ തിരുത്തിക്കുറിക്കാൻ എഴുത്തുകാർക്ക് കഴിയുമെന്നും എം.ഗോവിന്ദൻ പറയുന്നു. ചരിത്രവും മിത്തുകളും കൊണ്ട് രചനകളെ ഒട്ടധികം മികവുറ്റതാക്കാമെന്നും സമൂഹത്തെ സാംസ്കാരികമായി ഉദ്ധരിക്കാൻ സർഗാത്മക സാഹിത്യത്തിന് കഴിയുമെന്നും അദ്ദേഹം ഗാഢമായി വിശ്വസിച്ചു..

പ്രത്യയശാസ്ത്രബദ്ധമല്ലാത്ത രാഷ്ട്രീയചിന്തയാണ് എം.ഗോവിന്ദന്റേത്. ഇടശ്ശേരിയുടെ 'പുത്തൻകലവും അരിവാളും' എന്ന കൃതിയെ നിരൂപണം ചെയ്തുകൊണ്ട് താൻ ലക്ഷ്യം വയ്ക്കുന്ന ജനകീയജനാധിപത്യ വ്യവസ്ഥയെന്തെന്നു അദ്ദേഹം വ്യക്തമാക്കുന്നു. നിലവിലെ 'അധികാരം' എന്ന സമൂലമായി മാറിക്കൊണ്ട് ലോകത്തിന്റെ വ്യവസ്ഥ പൊളിച്ചെഴുതുന്ന പുതിയ ആശയസംഹിത

രൂപം കൊള്ളണമെന്ന് അദ്ദേഹം വാദിക്കുന്നു. പുത്തൻകലം നിറഞ്ഞ കണ്ണുനീരിന്റെയും അരിവാൾ ഇരുതലമൂർച്ചയുള്ള പ്രതികാരത്തിന്റെയും പ്രതീകമായി അദ്ദേഹം ഉപമിക്കുന്നു. 'അധികാരം കൊയ്യണമാദ്യം നാം' എന്ന കവിയുടെ ആഹ്വാനത്തിൽ വാക്കിന്റെ പ്രബോധനശക്തിയെ നിരൂപകൻ തിരിച്ചറിയുന്നു.

സാഹിത്യകൃതികളെ മുൻനിർത്തി മാത്രമല്ല സമൂഹത്തോട് യഥാസമയം സംവദിക്കേണ്ട മാനുഷികമൂല്യങ്ങളെ കുറിച്ചും എം. ഗോവിന്ദൻ എഴുതിയിട്ടുണ്ട്. 'കലയുടെ മൗലികഭാവം' എന്ന കൃതിയിൽ 'പരിണാമത്തിന്റെ പരിണാമം', 'മാനുഷികമൂല്യങ്ങൾ', 'കലയുടെ മൗലികഭാവം' എന്നീ ലേഖനങ്ങളിൽ കലയെ കുറിച്ചുള്ള തന്റെ കാഴ്ചപ്പാട് വിശദമാക്കുന്നുണ്ട്. ലോകത്തിന്റെ കേന്ദ്രം മനുഷ്യനാണ്. ലോകത്തെ സുന്ദരമാക്കുന്നതാകട്ടെ കലയും. മനുഷ്യനിർമ്മിതമായ കലയിലൂടെ ഏവരെയും ഒന്നായി കാണുവാനും ഒരേ ബോധത്തിൽ നിലനിൽക്കുവാനും സാധിക്കും. പ്രകൃതിയോട് ഏറ്റുമുട്ടി മറ്റു ജീവജാലങ്ങളിൽ നിന്നും സ്വതന്ത്രവും വ്യത്യസ്തവുമായ ജീവിതം കെട്ടിപ്പടുക്കുമ്പോഴാണ് മനുഷ്യൻ ഒരു ശാശ്വതമൂല്യമായി മാറുന്നത്. വൈരുദ്ധ്യാത്മകഭൗതികവാദത്തിന്റെ ചില ധാരണകൾ ഈ ആശയത്തിൽ ഉള്ളടങ്ങിയിട്ടുണ്ടെങ്കിലും മനുഷ്യന്റെ ഇച്ഛാശക്തിയിലൂന്നിയാണ് അദ്ദേഹം മൂല്യാധിഷ്ഠിതകലയെ നിർവചിക്കുന്നത്. സമീക്ഷ, ഗോപുരം എന്നീ ആനുകാലികങ്ങൾ ലോകസാഹിത്യത്തിന്റെ വിശാലതയെ തുറന്നു കാട്ടുകയും ശക്തമായ മാനവികബോധം സമൂഹത്തിൽ പുലരണമെന്നും ചിന്തിച്ച പണ്ഡിതനായിരുന്നു എം. ഗോവിന്ദൻ. നാല്പതുകളിൽ കേസരിയെന്നതുപോലെ അൻപതുകളിൽ ആധുനികർക്കു വഴികാട്ടിയായിക്കൊണ്ട് നവീനമായ ഒരു വിചാരവിപ്ലവം സൃഷ്ടിച്ചു എന്നതാണ് എം.ഗോവിന്ദൻ എന്ന നിരൂപകന്റെ ചരിത്രപരമായ പ്രാധാന്യം.

ഗ്രന്ഥസൂചി

1. ഗോവിന്ദൻ എം. 1951 . അന്വേഷണത്തിന്റെ ആരംഭം. കോട്ടയം : എൻ.ബി.എസ്.

2. ജോർജ് കെ. എം. (ഡോ.) (എഡി.) 2011. ആധുനിക മലയാളസാഹിത്യചരിത്രം പ്രസ്ഥാനങ്ങളിലൂടെ. കോട്ടയം:ഡി.സി.ബുക്സ്.

3.പരമേശ്വരൻ പിള്ള എരുമേലി (പ്രൊഫ.) 2003. മലയാളസാഹിത്യം കാലഘട്ടങ്ങളിലൂടെ. കോട്ടയം : കറന്റ് ബുക്സ്.

9

നിരൂപണത്തിലെ ജനകീയതയുടെ വ്യാകരണം

(ആർ. വിശ്വനാഥന്റെ ലേഖനങ്ങളിൽ)

ആർ. ചന്ദ്രബോസ്

പാശ്ചാത്യലോകത്തുണ്ടായ സിദ്ധാന്തങ്ങളുടെ യാന്ത്രികമായ പരാവർത്തനങ്ങളും അവയെ അവലംബമാക്കിയുള്ള വിമർശനാഭ്യാസങ്ങളും മലയാളനിരൂപണത്തെ പലപ്പോഴും അവ്യക്തതകളിലും ആശയക്കുഴപ്പങ്ങളിലും കൊണ്ടെത്തിക്കുകയാണ് ചെയ്തിട്ടുള്ളത്. ഇത്തരം കസർത്തുകളുടെ പൊതുധാരയിൽ നിന്ന് മാറി സാഹിത്യനിരൂപണത്തെ അന്യൂനമായ ആശയങ്ങളാലും അനന്വയമായ സൗന്ദര്യചിന്തകളാലും ദീപ്തമാക്കിയ നിരൂപകനായിരുന്നു ആർ. വിശ്വനാഥൻ. വളരെ കുറച്ചുമാത്രം എഴുതുകയും എഴുതിയതിലത്രയും എക്കാലത്തെയും സാഹിത്യവിദ്യാർത്ഥികൾക്ക് പ്രലോഭനീയമായ നിരൂപണമാതൃക സൃഷ്ടിക്കാനും അദ്ദേഹത്തിനു കഴിഞ്ഞു. പ്രശസ്തകവി ആർ. രാമചന്ദ്രന്റെ സഹോദരനായിരുന്നു വിശ്വനാഥൻ (1942–2005). കോഴിക്കോട് മലബാർ ക്രിസ്ത്യൻ കോളേജ്, കേരളസർവകലാശാല, അമേരിക്കയിലെ വിസ്കോൺസിൽ സർവകലാശാല എന്നിവിടങ്ങളിൽ നിന്ന് വിദ്യാഭ്യാസം. രണ്ടു സർവകലാശാലകളിൽ നിന്ന് ഇംഗ്ലീഷ് സാഹിത്യത്തിൽ ബിരുദാനന്തര ബിരുദവും, കോഴിക്കോട് സർവകലാശാലയിൽ നിന്ന് ഗവേഷണ ബിരുദവും നേടി. കോഴിക്കോട് ദേവഗിരി സെന്റ് തോമസ് കോളേജിൽ അധ്യാപകനായി ഔദ്യോഗിക ജീവിതം തുടങ്ങി. 1974 മുതൽ കോഴിക്കോട് സർവകലാശാല, ഇംഗ്ലീഷ് വിഭാഗത്തിൽ അധ്യാപകനായി. അവിടെ നിന്ന് വകുപ്പധ്യക്ഷനായി വിരമിച്ചു. മലയാളനിരൂപണത്തിന് അദ്ദേഹത്തിന്റെ സംഭാവന മൂന്നുചെറിയ പുസ്തകങ്ങ

ളിലെ ലേഖനങ്ങളിലൊതുങ്ങുന്നു. അന്വയം, അവസ്ഥയും ആഖ്യാനവും, മരണാനന്തരം പ്രസിദ്ധീകരിച്ച അനന്വയം എന്നിവയാണ് അദ്ദേഹത്തിന്റെ നിരൂപണഗ്രന്ഥങ്ങൾ. ശിഥിലയാമം എന്ന കവിതാസമാഹാരവും 'പെറ്റൽസ് ആന്റ് പാച്ചസ്' എന്ന ഇംഗ്ലീഷ് കൃതിയുമാണ് അദ്ദേഹത്തിന്റെ സാഹിത്യ സംഭാവനകളായുള്ളത്. നിരൂപണലേഖനങ്ങൾ എല്ലാംകൂടി 'വിശ്വനാഥന്റെ ലേഖനങ്ങൾ' എന്ന പേരിൽ ഡോ. സി.രാജേന്ദ്രൻ സമാഹരിച്ച് കേരളസാഹിത്യഅക്കാദമി പ്രസിദ്ധീകരിച്ചിട്ടുണ്ട് (2017). വിരലിലെണ്ണാവുന്ന നിരൂപണ ലേഖനങ്ങളേ എഴുതിയിട്ടുള്ളൂവെങ്കിലും അവയിലൂടെ മാറിമാറി വരുന്ന സാഹിതീയ സങ്കല്പങ്ങളെയും പാഠത്തിനുള്ളിൽ മറഞ്ഞിരിക്കുന്ന സംവേദന സംസ്കാരത്തെയും അതിന്റെ രാഷ്ട്രീയവും സാംസ്കാരികവുമായ വിവക്ഷകളെയും ഉന്മേഷദായകമായി പ്രതിപാദിക്കുന്നു വിശ്വനാഥൻ. സുതാര്യമായ ഗദ്യശൈലി, ആഹ്ലാദം പകരുന്ന കണ്ടെത്തലുകൾ. ഇവയെല്ലാം കൊണ്ട് വിശ്വനാഥന്റെ നിരൂപണങ്ങൾ സാഹിത്യവിദ്യാർത്ഥികൾക്ക് ഒരു ദിവ്യതീർത്ഥമായി അനുഭവപ്പെടുക തന്നെ ചെയ്യും. അദ്ദേഹം എഴുതിയ ഏതാനും ലേഖനങ്ങളെ മുൻനിർത്തി അദ്ദേഹത്തിന്റെ സാഹിത്യദർശനത്തെയും നിരൂപണകലയിൽ പുലർത്തിയ ജനകീയതയുടെ വ്യാകരണത്തെയും കണ്ടെത്താനാണ് ഈ പ്രബന്ധത്തിൽ ശ്രമിക്കുന്നത്.

കഥനകുതൂഹലം

പാശ്ചാത്യസിദ്ധാന്തങ്ങളുടെ ചുവടുപിടിച്ചാണല്ലോ മലയാളത്തിൽ നിരൂപണം വളർന്നു വികസിച്ചത്. എന്നാൽ അവിടുത്തെ സിദ്ധാന്തങ്ങളെ നമ്മുടെ സാഹിത്യ ചിന്താപാരമ്പര്യത്തിൽ വിളക്കിച്ചേർക്കാൻ പ്രമുഖനിരൂപകരാരും ശ്രമിച്ചുകാണുന്നില്ല. ഈയൊരു പോരായ്മയ്ക്ക് പരിഹാരമാകുന്നുണ്ട് വിശ്വനാഥന്റെ വേതാളവും വിക്രമാദിത്യനും (പു.273), കഥനകുതൂഹലം (പു.304), അവസ്ഥയും ആഖ്യാനവും (പു.311) എന്നീ ലേഖനങ്ങൾ. അദ്ദേഹത്തിന്റെ സൈദ്ധാന്തിക അവഗാഹവും സങ്കീർണ്ണമായ കാര്യങ്ങളെ ലളിതമായി വിവരിക്കുന്ന അധ്യാപകമനസ്സിന്റെ നൈർമ്മല്യവും ഇതിൽ പ്രതിഫലിക്കുന്നു. കർത്തൃത്വം (Author) പാഠം (Text) എന്നിവ സംബന്ധിച്ച പാശ്ചാത്യനിരൂപണത്തിലെ സംഘർഷസ്ഥലികളെ ലളിതവും ഹൃദ്യവും ചിന്താധന്യവുമായി പ്രതിപാദിക്കുന്ന ലേഖനമാണ് വേതാളവും വിക്രമാദിത്യനും. അത് തുടങ്ങുന്നത് നോക്കുക. 'വേതാളത്തെ ചുമലിലേറ്റി നടന്ന രാജാവ് ആ അത്ഭുതജീവി പറഞ്ഞ കഥയിലെ

ഓരോ വാക്കും ചെവികൂർപ്പിച്ചു കേട്ടു. കഥയുടെ പൊരുൾ, ആഖ്യാനത്തിൽ അന്തർലീനമായിട്ടുള്ള വിരോധോക്തികൾ ഇവയെക്കുറിച്ചെല്ലാം അദ്ദേഹം തലപുകഞ്ഞാലോചിച്ചു. വ്യാഖ്യാനത്തിൽ അല്പം പിഴവുപറ്റിയാൽ മതി തലപൊട്ടിത്തെറിക്കും. സർവതന്ത്ര സ്വതന്ത്രനായ കഥാകാരന്റെ ദാക്ഷിണ്യമില്ലാത്ത കരാറാണത്. എന്നാൽ ആ വെല്ലുവിളി ഏറ്റെടുത്ത് ജീവൻ പണയപ്പെടുത്തി വ്യാഖ്യാനങ്ങൾ നൽകിയ രാജാവ് ഒടുവിൽ വിജയിച്ചുവത്രെ. പിന്നീട് ദാസനായി മാറിയ വേതാളമാണ് വിക്രമാദിത്യനെ തലയിലേറ്റി നടന്നതെന്നും രാജാവ് ആജ്ഞാപിച്ചപ്പോഴൊക്കെ ആ ജീവി മറ്റുള്ളവർക്ക് അഗോചരനായി മാറി എന്നും പലരും പാടി നടന്നു. ഇതേ വിജയാവകാശത്തിന്റെ കഥയാണ് ഈ നൂറ്റാണ്ടിലെ പാശ്ചാത്യനിരൂപണചരിത്രം. വ്യാഖ്യാതാവ്, ആഖ്യാതാവിനെ കൂടുതൽ കൃത്യമായി പറഞ്ഞാൽ കഥാകൃത്തിനെ (Author) കീഴടക്കി അഗോചരമാക്കിയ കഥ. ഈ കഥ, വിജയാവേശത്തോടെ അവതരിപ്പിക്കുന്നതാരെന്നല്ലേ, സാക്ഷാൽ നിരൂപകൻ തന്നെ' (പു.273). കർത്തൃകേന്ദ്രിതത്വത്തിൽ നിന്ന് പാഠകേന്ദ്രിതത്വത്തിലേക്കുള്ള പാശ്ചാത്യ വിമർശനചരിത്രത്തെ വിശദീകരിക്കാൻ ഇന്ത്യൻ പാരമ്പര്യത്തിലെ കഥയെ ഉദാഹരിക്കുകയാണ്. ഇങ്ങനെ പലതിലേക്കും അന്വയിച്ചുകൊണ്ട് കുഴപ്പം പിടിച്ച ഒരു വ്യവഹാരത്തിന്റെ കുരുക്കുകളഴിക്കുന്ന അന്വയത്തിന്റെ കലയാക്കി നിരൂപണത്തെ മാറ്റുകയാണ് വിശ്വനാഥൻ.

കർത്തൃകേന്ദ്രിതമായ നിരൂപണരീതിയിൽ നിന്നാണ് പാശ്ചാത്യനിരൂപണത്തിന്റെ തുടക്കം. പിന്നീടത് സാമൂഹികപ്രേരണകളുടെ മാർക്സിയൻ അപഗ്രഥനത്തിലേക്കും ഫ്രോയിഡിയൻ മനോവിശ്ലേഷണത്തിലേക്കും സംക്രമിച്ചു. വർഗസ്മൃതികളുടെ ബിംബസമുച്ചയമായി സാഹിത്യകൃതികളെ വായിക്കുന്ന യുങിയൻ സമീപനം, കവിതയെ മതം, സംസ്കാരം, സാമൂഹികശാസ്ത്രം, എന്നിവയിൽ നിന്ന് അടർത്തിയെടുത്തു പരിശോധിക്കുന്ന നവനിരൂപണം, സാഹിത്യകൃതികളെ സമകാലിക ആശയങ്ങളുടെ പശ്ചാത്തലത്തിൽ ചരിത്രാവബോധത്തോടെ ഭാഷാമാധ്യമത്തിന്റെ പ്രത്യേകതകൾ കണക്കിലെടുത്ത് അപഗ്രഥിക്കുന്ന ചിക്കാഗോ നിരൂപകർ, സാഹിത്യനിരൂപണത്തെ ഒരു ശാസ്ത്രമായി വികസിപ്പിച്ച നോർത്തോപ്ഫ്രൈ, സമൂഹത്തിലെ എല്ലാ പ്രതിഭാസങ്ങളും ചിഹ്നവ്യവസ്ഥയ്ക്ക് വിധേയമാണെന്ന ഘടനാവാദികളുടെ പരികല്പന, ഭാഷയെ അതിദാർശനികമായ കാഴ്ചപ്പാടിൽ നിരീക്ഷിക്കുന്ന ദറിദയുടെ മാർഗ്ഗം. കർ

ത്താവ് മരിച്ചുവെന്ന് റൊളാങ്ബാർത്തിന്റെ വാദം, ശരിയായ കർത്താവ് അനുവാചകനാണെന്ന നിലപാട്. ഇങ്ങനെ ഇരുപതാംനൂറ്റാണ്ടിലെ പ്രമുഖ സിദ്ധാന്തങ്ങളെല്ലാം നിരൂപകന്റെ അവകാശവാദങ്ങളാണ് എന്ന് വിശദീകരിച്ചുകൊണ്ട്, കർത്താവിനെയും പാഠത്തെയും കുറിച്ചുള്ള നിലപാടുകളുടെ അനിശ്ചിതത്വത്തെ അഗാധമായ ചരിത്രബോധത്തിൽ നിന്നുകൊണ്ട് വിശ്വനാഥൻ വിലയിരുത്തുന്നു. 'കഥ പറഞ്ഞ വേതാളം അഗോചരനായി മാറിയിരിക്കുന്നു. ഇത്, പുതിയ വിക്രമാദിത്യന്മാരുടെ കാലമാണ്. അവർ രൗദ്രരൂപം പൂണ്ട് വാളുയർത്തി നിൽക്കുന്നു. കഥാകാരനെ കണ്ടാൽ അയാളെ കഥാവശേഷനാക്കുവാൻ, തലയ്ക്ക് വിലപറഞ്ഞ് അവർ ആജ്ഞാപിച്ചു കഴിഞ്ഞു. നാളത്തെ വിമർശകന്റെ ഗതിയും ഇതാവുമോ കാറ്റ് മാറി വീശി എന്നു വന്നേയ്ക്കാം. ആഖ്യാനവൈഭവമുള്ള ഷഹ്റസാദുമാർക്കുവേണ്ടി ലോകം കാത്തിരിക്കുന്നു (പു.279) എന്നത്രേ വിശ്വനാഥന്റെ അഭിപ്രായം.

ഏതുകാലഘട്ടത്തിലെയും സാഹിത്യസങ്കല്പനങ്ങൾ ചില സൈദ്ധാന്തിക പ്രബന്ധങ്ങളിൽ ഒതുങ്ങി നിൽക്കുന്നു എന്ന ധാരണ തെറ്റാണെന്ന് സമർത്ഥിക്കുന്ന 'കഥനകുതൂഹലം' എന്ന ലേഖനത്തിലും വിശ്വനാഥൻ വേതാളകഥയെ ഒരു രൂപകമാക്കി ഉപയോഗിക്കുന്നു. കവി, നിരൂപകൻ, വായനക്കാരൻ എന്നിവർ തമ്മിലുള്ള പാരസ്പര്യത്തെ വ്യക്തമാക്കുന്ന നിരവധി സന്ദർഭങ്ങൾ ഇന്ത്യൻ പാരമ്പര്യത്തിൽ നിന്ന് കണ്ടെടുക്കാമെന്നത്രേ അദ്ദേഹം പറയുന്നത്. ഇത് സമർത്ഥിക്കാൻ പേശാമടന്ത എന്ന രാജകുമാരിയുടെ കഥ വിശകലനം ചെയ്യുന്നു. തന്നെ പ്രകോപിപ്പിച്ച് സംസാരിപ്പിക്കുന്നവനെ വരനായി സ്വീകരിക്കും എന്ന വിചിത്രമായ പരീക്ഷ ഏർപ്പെടുത്തിയിരിക്കുകയാണ് പേശാമടന്ത. വിക്രമാദിത്യൻ വേതാളത്തിന്റെയും ചില സേവകരുടെയും അകമ്പടിയോടെ മത്സരപരീക്ഷയിൽ പങ്കെടുക്കാൻ എത്തുന്നു. പരീക്ഷയ്ക്കായി ഒരുക്കിയിട്ടുള്ള അകത്തളത്തിന്റെ നടുവിൽ ഒരു തിരശ്ശീലയുണ്ട്. അതിന്റെ മറവിൽ ഒരു ഭാഗത്ത് പേശാമടന്തയും കൂട്ടുകാരികളും മറുഭാഗത്ത് ഭാഗ്യം പരീക്ഷിക്കാനെത്തിയ രാജാവും അനുചരന്മാരും. രാജകുമാരിയെ പ്രകോപിപ്പിക്കുവാൻ വേതാളത്തിന്റെ മാന്ത്രികസിദ്ധികളും കഥാകഥനവൈഭവവും വിനിയോഗിക്കുവാൻ വിക്രമാദിത്യൻ തീരുമാനിക്കുന്നു. വേതാളം അഗോചരനായി തിരശ്ശീലയിൽ കയറിപ്പറ്റുന്നു. രാജകുമാരിയെയും സഖികളെയും അത്ഭുതചകിതരാക്കിക്കൊണ്ട് തിരശ്ശീല സംസാരിച്ചു തുടങ്ങുന്നു. തിരശ്ശീല സ്വയം പരി

ചയപ്പെടുത്തുന്നു. താൻ പണ്ടൊരു വിത്തായിരുന്നുവത്രെ. ഒരു കർഷകൻ തന്നെ ഭൂമിയിൽ കുഴിച്ചിട്ടു മുളപ്പിച്ചു. തഴച്ചുവളർന്ന ചെടിയിൽ ധാരാളം പരുത്തിക്കായ ഉണ്ടായി. ഗ്രാമത്തിലെ സ്ത്രീകൾ അതിൽ നിന്ന് പരുത്തി ശേഖരിച്ച് നൂലുണ്ടാക്കി. നൂലിൽ നിന്ന് തുണിയും നെയ്തെടുത്തു. ഒരു വ്യാപാരിയുടെ പക്കൽ നിന്ന് പേശാമടന്ത അതു വിലയ്ക്കു വാങ്ങി. അതിനെ തിരശ്ശീലായി രൂപപ്പെടുത്തി. അങ്ങനെയാണ് താൻ ജന്മം കൊണ്ടത്. ഇങ്ങനെ സ്വയം വെളിപ്പെടുത്തിയശേഷം തിരശ്ശീല ഒരു ദുരന്തകഥ പറയുന്നു. ഒരു തെറ്റിദ്ധാരണയുടെ പേരിൽ ഒരു രാജാവും സുന്ദരിയായ യുവതിയും ജീവനൊടുക്കി. ഇതിനു കാരണക്കാരൻ താനല്ലോ എന്ന കുറ്റബോധത്താൽ മന്ത്രി കുമാരനും ജീവത്യാഗം ചെയ്തു. ഈ കൂട്ടമരണത്തിന് ദൃക്സാക്ഷിയായ അതുവഴി വന്ന അമ്പലത്തിലെ കാര്യസ്ഥനും ദുഃഖഭാരം താങ്ങാനാവാതെ വെട്ടിമരിച്ചു. കഥയെ പ്രശ്നവൽക്കരിച്ചുകൊണ്ട് ആഖ്യാനശേഷം വേതാളം തൊടുത്ത ചോദ്യം 'ഇതിൽ ആരുടെ ആത്മബലിയാണ് ഏറ്റവും ഹൃദയഭേദകവും ശ്ലാഘനീയവും' എന്നായിരുന്നു. പേശാമടന്തയെ ചൊടിപ്പിക്കാനായി വിക്രമാദിത്യൻ തിരക്കിട്ട് ഉത്തരം പറയുകയും പ്രകോപിതയായ പേശാമടന്ത താനറിയാതെ മൗനം ഭഞ്ജിക്കുകയും ചെയ്യുന്നതാണ് കഥയുടെ പര്യവസാനം. ഈ കഥയെ ഉദാഹരിച്ചുകൊണ്ട് കഥാകൃത്ത്, വ്യാഖ്യാതാവ് (നിരൂപകൻ) ശ്രോതാവ് എന്നിവർക്ക് പ്രത്യേക സ്ഥാനങ്ങളും ധർമ്മങ്ങളും കല്പിക്കുന്ന ഒരു വ്യാകരണത്തെക്കുറിച്ച് വിശ്വനാഥൻ വിശദീകരിക്കുന്നു. ആഖ്യാനത്തിന്റെ നിമിഷം തൊട്ട് കഥാകൃത്ത് അഗോചരനാകുന്നു. കൂട്ടായ്മയുടെ സൃഷ്ടിയാണ് പാഠം എന്ന് തിരശ്ശീല എന്ന പ്രതീകം സൂചിപ്പിക്കുന്നു. പലരും നൂറ്റ നൂലിന്റെ ഇഴകൾ ചേർന്നതാണ് തിരശ്ശീല. തനതായ നിലനില്പുള്ള പാഠം, സർവതന്ത്രസ്വതന്ത്രനായ കർത്താവ് ഇത്തരം ധാരണകളെ തിരുത്തുന്ന സമവാക്യങ്ങളടങ്ങിയ ഈ കഥയെ കർത്തൃത്വം, പാഠം എന്നീ ആശയങ്ങൾ ഉണർത്തുന്ന ആശങ്കകൾ പരിഹരിക്കാനായി എടുത്തുകാട്ടുകയാണ് വിശ്വനാഥൻ. 'ഓരോ പാഠവും ഒരു തിരശ്ശീലയാണ്. ഒരേ സമയം അത് തുറയും മറയുമാണ്. രചനയിലൂടെ രചയിതാവ് സമൂഹവുമായി ബന്ധം സ്ഥാപിക്കുന്നതോടൊപ്പം തന്നെ തന്റെ വ്യക്തിത്വത്തെ മറയ്ക്കുന്ന പുതിയൊരു വ്യക്തിത്വം രൂപപ്പെടുത്തുകയും ചെയ്യുന്നു. വേതാളത്തെപ്പോലെ ഓരോ കഥാകൃത്തും തന്റെ ആഖ്യാനത്തിലൂടെ ഒരു സൂത്രസഞ്ചയമായി തിരശ്ശീലയായി മാറുന്നുണ്ട്' (പുറം.310) എന്ന് വിശ്വനാഥൻ

ലളിതവും ഹൃദ്യവുമായി കർത്തൃത്വ-പാഠ സമസ്യയെ വിശദീകരിക്കുന്നു.

ഇതുപോലെ സാഹിത്യതത്ത്വചിന്തയിലെ അതിഗഹനവും വിവാദാസ്പദവുമായ സങ്കല്പനങ്ങളെ വിശകലനം ചെയ്ത് സയുക്തികമായ നിലപാടിലേക്ക് വായനക്കാരെ നയിക്കുന്ന പ്രചോദനാത്മകമായ ലേഖനങ്ങളിലൊന്നാണ് 'അവസ്ഥയും ആഖ്യാനവും'. അസ്തിത്വവാദചിന്തയിലെ സമസ്യകളിലൊന്നാണ് അവസ്ഥ. അടിസ്ഥാനപരമായി മനുഷ്യന്റെ അസ്തിത്വം അകർമ്മകത്വത്തിന്റേതാണ്. കർമ്മമില്ലാത്ത ക്രിയയുടെ കർത്താവാകാൻ അവൻ വിധിക്കപ്പെട്ടിരിക്കുന്നു. ഇതേപ്പറ്റി അസ്തിത്വവാദികൾ ആഴത്തിൽ ചിന്തിച്ചിട്ടുണ്ട്. ഉണ്മയ്ക്കും ഇല്ലായ്മയ്ക്കും ഇടയിൽ വർത്തിക്കുന്ന മനുഷ്യന്റെ അഹംബോധത്തെക്കുറിച്ചും അവനും ലോകവും തമ്മിലുള്ള ബന്ധത്തിലെ അപസ്വരത്തെക്കുറിച്ചും വിലപ്പെട്ട ഉൾക്കാഴ്ചകൾ അസ്തിത്വവാദചിന്തകർ അവതരിപ്പിച്ചിട്ടുണ്ട്. എന്നാൽ അവരുടെ ചിന്താപദ്ധതിയിൽ നിന്ന് വ്യതിചലിച്ച് ക്രിയയുടെയും കർമ്മത്തിന്റെയും വ്യാകരണവുമായി ബന്ധപ്പെടുത്തി അസ്തിത്വം എന്ന സമസ്യയെ വിശദീകരിക്കുകയാണ് ഈ ലേഖനത്തിൽ വിശ്വനാഥൻ. ഭാഷയുടെ തട്ടകത്തിൽ തെളിയുന്ന മനുഷ്യന്റെ ചിത്രത്തെ അതിനപ്പുറമുള്ള യാഥാർത്ഥ്യവുമായി തട്ടിച്ചു നിരീക്ഷിക്കുവാൻ പ്രേരണ നൽകുന്നു എന്നത്രേ അദ്ദേഹത്തിന്റെ വാദം. 'അകർമ്മകത്വത്തിന്റെ ശൂന്യമായ താഴ്‌വാരങ്ങളിൽ കയറിയും ഇറങ്ങിയും വെറുതെ അലഞ്ഞും സമയം പോക്കുവാൻ വിധിക്കപ്പെട്ടവരാണ് നിങ്ങൾ. എന്നാൽ അലച്ചിൽ വ്യർത്ഥമല്ലെന്നു വരുത്തിത്തീർക്കുവാൻ അതിൽ കർമ്മവും ലക്ഷ്യവും നിങ്ങൾ ആരോപിക്കുന്നു. അങ്ങനെ സത്തയുടെ മിഥ്യ സൃഷ്ടിക്കുന്ന മർത്ത്യന്റെ തന്ത്രത്തെയാണ് നാറാണത്തുഭ്രാന്തൻ പാറ ഉരുട്ടി പരിഹസിക്കുന്നത്. പാറ, ക്രിയയ്ക്ക് കർമ്മവും ലക്ഷ്യവും ഉണ്ടെന്ന് പ്രതീതി ജനിപ്പിക്കുന്നു. അലച്ചിൽ അതോടെ അധ്വാനമായി മാറുന്നു. മാനവസംസ്കൃതി പടുത്തുയർത്തപ്പെട്ടിട്ടുള്ളത് ഈ നാറാണത്തുപാറയിലാണ്' (പു.313). അകർമ്മകത്വത്തിന്റെ വിളനിലങ്ങളിലേക്കുള്ള പ്രയാണമാണ് സംസ്കാരമെന്നും, ആ പ്രയാണത്തിൽ അവസ്ഥ, ആഖ്യാനമായി പരിണമിക്കുന്നുവെന്നും അദ്ദേഹം കൂട്ടിച്ചേർക്കുന്നു. വ്യക്തിജീവിതവും സംസ്കാരവും ഭാഷ്യങ്ങളാണ് ഭാഷ അതിന്റേതായ യാഥാർത്ഥ്യങ്ങൾ സൃഷ്ടിക്കുന്നു. ആഖ്യാനത്തിന്റെ വൈവിധ്യത്തിലും വൈചിത്ര്യങ്ങളിലും അഭിരമിച്ച സാഹിത്യം പല ശാഖകളായി വളർന്നു പന്തലിച്ചു. ഇതിഹാസ

ങ്ങളുടെ വരവോടെ സാഹിത്യം ആഖ്യാനത്തിന്റെ ആഘോഷമായി മാറുന്നു. ആധുനികതാപ്രസ്ഥാനത്തിൽ അവസ്ഥാംശം, ആഖ്യാനാംശത്തെ കീഴ്പ്പെടുത്തുകയായിരുന്നു. 'ആഖ്യാനം ഭാഷതീർക്കുന്ന പാതയാണ് അവസ്ഥയാകട്ടെ ദിശാസൂചികൾ ഒന്നുമില്ലാത്ത വിജനതയിലെ ഒരു ബിന്ദുവും' എന്നെഴുതുന്നു വിശ്വനാഥനിലെ പരിണതപ്രജ്ഞനായ സാഹിത്യചിന്തകൻ.

കവിതയുടെ സാഫല്യം

ഒരു നിശ്ചിതകാലത്തിനപ്പുറം അതിജീവിക്കാൻ ശേഷിയില്ലാത്തവയാണ് മലയാളത്തിലെ നിരൂപണലേഖനങ്ങളിൽ പലതും. ഇതിനൊരപവാദമാണ് വിശ്വനാഥന്റെ നിരൂപണലേഖനങ്ങൾ. വിശകലനങ്ങളുടെ നിത്യനൂതനത്വം കൊണ്ടും മലയാളിയുടെ സാമൂഹികാവബോധത്തെ ആഴത്തിൽ സ്പർശിക്കുന്നതുകൊണ്ടും ശൈലിയുടെ ആകർഷകത്വം കൊണ്ടും അവ കാലാതിവർത്തിയായി നിലകൊള്ളുക തന്നെ ചെയ്യും. മലയാളകവിതയുടെ അനന്വയ പ്രത്യേകതകൾ പ്രതിപാദിക്കുന്ന പന്ത്രണ്ടോളം ലേഖനങ്ങൾ ഇതിനു തെളിവാണ്. 'കൊമ്പനും കവിതയും- കറുപ്പിന്റെ സൗന്ദര്യശാസ്ത്രം' എന്ന ലേഖനം പ്രത്യക്ഷത്തിൽ മലയാളത്തിലെ ആനക്കവിതകളെക്കുറിച്ചാണെങ്കിലും മലയാളിയുടെ സൗന്ദര്യബോധത്തെക്കുറിച്ചുള്ള ആഴമേറിയ നിരീക്ഷണങ്ങളിലേക്ക് അത് നമ്മെ നയിക്കുന്നു. സ്ലേറ്റിന്റെ ചട്ടത്തിനുള്ളിൽ ആനയെ വരച്ചുമുതിർന്നവരാണ് ഓരോ മലയാളിയും എന്ന കൗതുകകരമായ നിരീക്ഷണത്തിൽ തുടങ്ങി, കൊമ്പനെ പാട്ടിലാക്കി അലങ്കരിച്ച് കലാവസ്തുവാക്കി പ്രദർശിപ്പിക്കാനുള്ള കമ്പം കേരളീയന്റേതായ ഒരു കറുത്ത സൗന്ദര്യശാസ്ത്രത്തിന് തുടക്കം കുറിക്കുന്നു എന്നതിലൂടെ വളർന്ന്, ആനക്കമ്പത്തിനു പിന്നിലെ സൗന്ദര്യശാസ്ത്രം ചികഞ്ഞെടുക്കുന്ന നിരൂപകൻ മൗലികചിന്തകളിൽ തിടമ്പേറ്റി വരുന്നത് അത്യന്തം ആഹ്ലാദകരമായി വായനക്കാരന് അനുഭവപ്പെടും.

ഒളപ്പമണ്ണയുടെ ആനമുത്ത്, കെ.വി.രാമകൃഷ്ണന്റെ ഗജനിമീലിക, വൈലോപ്പിള്ളിയുടെ സഹ്യന്റെ മകൻ, പുലാക്കാട്ട് രവീന്ദ്രന്റെ ഒറ്റയാൻ, ആന എന്നീ കവിതകളെ വിശകലനം ചെയ്തുകൊണ്ട് വിശ്വനാഥൻ പറയുന്നു 'നമ്മുടെ കവികൾക്ക് ആന, കവിയും കവിതയുമാണ്. ഇരുട്ടിൽ നിന്ന് വെളിച്ചം കുമ്പെടുക്കുന്നതുപോലുള്ള കൊമ്പുകൾ, കാടുമുഴുവൻ നിഴലിക്കുന്ന തുഷാരബിന്ദുക്കൾ പോലുള്ള കണ്ണുകൾ, തുമ്പിക്കൈ കൊണ്ട് ചോദ്യചിഹ്നം വരച്ചുനിൽക്കുന്ന

രൂപം ദുഃഖത്തിന്റെ കാളിമയും ഇരുട്ടിലെ ഏകാന്തതയും മദത്തിന്റെ ധൂമവും ഘനീഭവിച്ച ആകാരം. സ്വന്തം മനസ്സിന്റെ കാടുകളിലേക്ക് ഇറങ്ങിച്ചെല്ലുവാൻ കവി വളരെ ദൂരം ഈ ഒറ്റയാന്റെ കാലടികൾ പിന്തുടരേണ്ടിയിരിക്കുന്നു' (പുറം.49). സൗന്ദര്യാത്മക നിരൂപണത്തിന്റെയും സംസ്കാരപഠനത്തിന്റെയും ഉദാത്തമാതൃകയായിത്തീരുന്നുണ്ട് ഈ ലേഖനം. കുടുംബവും കവിതയുമായുള്ള സമവാക്യങ്ങളിലേക്ക് വായനക്കാരെ നയിക്കുന്ന ലേഖനമാണ് 'കുടുംബവും കവിതയും എൻ.വി. കവിതയെ മുഖ്യാവലംബമാക്കി ചില നിരീക്ഷണങ്ങൾ' എന്നത്.

കേരളത്തിലെ കുടുംബവ്യവസ്ഥയിൽ വന്ന മാറ്റങ്ങൾ വൈലോപ്പിള്ളി, ഒ.എൻ.വി, അയ്യപ്പപ്പണിക്കർ, സച്ചിദാനന്ദൻ, കെ.ജി.എസ്, ആറ്റൂർ എന്നിവരുടെ കവിതകളെ മുൻനിർത്തി ജീവിതഗന്ധിയായ ചില നിരീക്ഷണങ്ങൾ അവതരിപ്പിക്കുന്നു. ഒ.എൻ.വി.യുടെ ആത്മകഥാപരമായ പല കവിതകളിലെയും കേന്ദ്രബിന്ദു പുനർദർശനത്തിന്റെ നിമിഷമാണ് എന്ന് സ്ഥാപിക്കുന്നു 'പുനർദർശനത്തിന്റെ സാഫല്യം' എന്ന ലേഖനത്തിൽ. ഈ പുനർദർശനം വളർച്ചയാണ് തന്നിലേക്കും ചുറ്റുപാടുകളിലേക്കുമുള്ള പരിണാമങ്ങളാണ് ഈ മുഹൂർത്തങ്ങൾക്ക് വഴിയൊരുക്കുന്നത് എന്ന് നിരീക്ഷിക്കുന്നു. എൻ.എൻ. കക്കാടിന്റെ കാവ്യരീതിയിലെ വ്യതിയാനത്തെ അടയാളപ്പെടുത്തുന്നു 'കക്കാടിന്റെ ദ്രാവിഡപർവ്വ'ത്തിൽ. അതുപോലെ 'സഫലമീയാത്ര' എന്ന കവിതയെക്കുറിച്ചുള്ള പഠനവും ശ്രദ്ധേയമാണ്. കക്കാടിന്റെ കാവ്യജീവിതത്തിൽ തെളിഞ്ഞ സാന്ധ്യനക്ഷത്രത്തിന്റെ മുഹൂർത്തമായി ഈ കവിതയെ കാണുന്നു. ആ കവിതയുടെ ശില്പത്തെ മുൻനിർത്തി, മലയാളകവിതയിലെ ഒരു സവിശേഷ കാവ്യജനുസ്സിനെക്കുറിച്ചുള്ള ചിന്തകളിലേക്ക് നമ്മെ നയിക്കുന്നു. ഒരു മംഗളമുഹൂർത്തത്തിൽ കുടുംബനാഥൻ ഭാര്യയുടെ സാമീപ്യത്തിൽ നടത്തുന്ന സ്വകാര്യസ്വഗതാഖ്യാനം എന്ന കാവ്യജനുസ്സ്, ഊഞ്ഞാലിൽ, കണ്ണീർപ്പാടം (വൈലോപ്പിള്ളി), ചോറൂണ്, താമരവിത്ത് (ഒ.എൻ.വി) എന്നീ രചനകളിലൂടെ വ്യാപകമായ സ്വീകാര്യത നേടി. എന്നാൽ സഫലമീയാത്ര ഈ പാരമ്പര്യത്തിന്റെ തിരുത്തി വായനയാണ് എന്ന് വിശ്വനാഥൻ നിരീക്ഷിക്കുന്നു. 'മരണവുമായുള്ള മുഖാമുഖത്തിന്റെ നിമിഷത്തിൽ ഇവിടെ കവിത തന്നെ അപ്രസക്തമാകുന്നു ദർശനത്തിന്റെ തീവ്രത കവിതയുടെ സാമ്പ്രദായികരീതികളെ അതിജീവിക്കുന്നു' (പുറം.86) എന്ന് നിരൂപകൻ പറയുന്നു.

അക്കിത്തം കവിതയുടെ ആന്തരചൈതന്യത്തെ കണ്ടെത്തുന്ന ലേഖനമാണ് ''ജലകാമനയുടെ വേദാന്തം'. 'പരദുഃഖത്തിന് അർഘ്യം നൽകുന്നതിൽ സാഫല്യം കണ്ടെത്തുന്ന മനസ്സിനു നേരുന്ന സ്തുതിഗീതമാണ് അക്കിത്തത്തിന്റെ കവിത. ജീവകാരുണ്യം അദ്ദേഹത്തിനു ആദർശമല്ല, സൗന്ദര്യശാസ്ത്രം തന്നെയാണ്.' (പുറം.88) ഒരേ സമയം ജീവജലത്തിന്റെ സ്രോതസ്സായും കവിഭാവനയുടെ പ്രതിരൂപമായും അക്കിത്തം നിത്യമേഘത്തെ സങ്കല്പിക്കുന്നുണ്ട്. ജലകണങ്ങളുതിർക്കുവാൻ സജ്ജമായിനിൽക്കുന്ന ഒരു നിത്യമേഘമാണ് അക്കിത്തത്തിന്റെ ഭാവനയും. അന്തരീക്ഷത്തിൽ അല്പം വ്യതിയാനമുണ്ടായാൽ മതി അതു വർഷിക്കുവാൻ തുടങ്ങും. അതുകൊണ്ടുതന്നെ സമകാലികരായ മറ്റു പല കവികളെ അപേക്ഷിച്ച് അദ്ദേഹം ധാരാളം എഴുതിയിട്ടുണ്ട്. എന്നാൽ അശ്രുകണത്തിന്റെ ദർശനം കൊണ്ടുമാത്രം അദ്ദേഹത്തിന്റെ സംവേദനക്ഷമത തൃപ്തിയടയുന്നു. ആർദ്രഭാവങ്ങളോടുള്ള ആരാധന അതിഭാവുകത്വത്തിലേക്കു നയിക്കുന്ന സന്ദർഭങ്ങളും വിരളമല്ല. അത്തരം കവിതകളിൽ ജലം ഭാവനയുടെ അഗ്നിയെ കെടുത്തിക്കളയുന്നു (പുറം.96) എന്നിങ്ങനെ അക്കിത്തം കവിതയുടെ സാഫല്യവും ദൗർബല്യവും എടുത്തുകാട്ടുന്നു.

ആറ്റൂരിന്റെ മേഘരൂപനക്കുറിച്ചുള്ള പൊതുധാരണകളെ റദ്ദുചെയ്യുന്ന ലേഖനമാണ് 'മേഘരൂപനുക്ഷമാപണം ശൈലീവിജ്ഞാനീയത്തിൽ ഒരഭ്യാസം'. ശൈലീവിജ്ഞാനീയത്തിന്റെ സാങ്കേതികത്വം കഴിവതും ലഘൂകരിച്ചുകൊണ്ട് മേഘരൂപനെ അപഗ്രഥിക്കുകയാണിതിൽ മേഘരൂപൻ എന്ന ശീർഷകത്തിന്റെ ശൈലീപരമായ സാംഗത്യം വിശകലനം ചെയ്തുകൊണ്ട് വിശ്വനാഥൻ പറയുന്നതിങ്ങനെ 'അടിയുറച്ച വിശ്വാസപ്രമാണങ്ങളുള്ള, സ്ഥാനലബ്ധികളുടെയും പൊള്ളയായ പ്രശംസകളുടെയും പ്രലോഭനങ്ങൾക്ക് അതീതനായ ഒരു ധീരന്റെ അല്ലെങ്കിൽ കലാകാരന്റെ വ്യക്തിപ്രഭാവത്തിന് പകരം നിൽക്കുന്ന പ്രതിഭാസമാണ്' എന്നത്രേ. മഹത്തായ കവിത സ്പഷ്ടമായ ഒരു സംഭവത്തെയോ വസ്തുവിനെയോ അല്ല ആവാഹിക്കുന്നത്. ഒരു യുഗത്തിന്റെ മുഴുവൻ സത്തയെ അത് ആവാഹിക്കുന്നു. സുഗന്ധധൂമം ശ്വസിക്കുന്നതുപോലുള്ള ഒരനുഭൂതിയാണ് ഈ ആവാഹനം അനുവാചകന് പ്രദാനം ചെയ്യുന്നത്. ഈ ധൂമം തന്നെയാണ് മേഘമായും അതിന്റെ ഘനീഭൂതരൂപമെന്നു തോന്നുന്ന ആനയായും കവിതയിൽ പ്രത്യക്ഷപ്പെടുന്നത്.' (പുറം.107) സൗന്ദര്യചിന്തയുടെ കരുതൽ മേഘരൂപന് കൂടുതൽ വ്യാപ്തിനൽകുന്നു.

കാവ്യപഠനം കവിതയുടെ ധ്വനിസൗന്ദര്യത്തെ അതിവർത്തിച്ചുനിൽക്കുന്നതും വായനക്കാർ തിരിച്ചറിയുന്നു. 'ഇവിടുത്തെ അതികവിത, അവിടുത്തെ സിദ്ധാന്തം' എന്ന ലേഖനം, അതികവിത എന്ന ജനുസ്സിനെക്കുറിച്ച് മലയാളത്തിലുണ്ടായ അപൂർവ്വം പഠനങ്ങളിലൊന്നാണ്.

നിരൂപണരസവിദ്യ

വിശ്വനാഥനെഴുതിയ അസാധാരണകഥാപഠനങ്ങളിലൊന്നാണ് 'പൂവനും ഓറഞ്ചും'. ബഷീറിന്റെ പൂവമ്പഴം എന്ന കഥയുടെ ആരും കാണാത്തവ്യംഗ്യങ്ങൾ എടുത്തുകാണിക്കുകയാണിതിൽ. ചിഹ്നവിജ്ഞാനീയത്തിന്റെയും സംസ്കാരപഠനത്തിന്റെയും രീതിശാസ്ത്രം ഈ ലേഖനത്തിൽ അന്തർവാഹിനിയായി വർത്തിക്കുന്നുണ്ട്. സ്ത്രീകളുടെ കാമനകളെ അടിച്ചമർത്തി അവളെ കൊച്ചാക്കി അടക്കിവാഴുന്ന പുരുഷമേധാവിത്വത്തിന്റെ കഥയായിട്ടാണ് പൂവമ്പഴം വായിക്കപ്പെട്ടത്. എന്നാൽ കഥ, അന്തിമയായി ലക്ഷ്യമാക്കുന്നത് ജമീലാബീവിയെയല്ല, വായനക്കാരൻ/ക്കാരിയെയാണ്. വായനക്കാരി ആകാംക്ഷയോടെ പൂവമ്പഴത്തിനുവേണ്ടി കാത്തിരിക്കുന്നു പകരം കിട്ടിയതോ ഓറഞ്ച്. പൂവമ്പഴം/ഓറഞ്ച് എന്നീ ഫലപ്രതീകങ്ങൾക്ക് സാഹിത്യപരവും സാംസ്കാരികവുമായ 'കണക്റ്റിവിറ്റി' നൽകി, പൂവമ്പഴത്തെ എഴുത്തിന്റെയും വായനയുടെയും അഭിരുചിസംഘർഷത്തിന്റെയും അർത്ഥവിസ്തൃതികൾ ഉള്ളടക്കം ചെയ്ത കഥയായി വായിച്ചെടുക്കുകയാണ് വിശ്വനാഥൻ. പൂവമ്പഴം ആഢ്യത്വത്തിന്റെ പ്രതീകമാണ്. ആഢ്യകലയുടെ രൂപകവും. ലക്ഷണമൊത്തതും മധുരമുള്ളതുമായ ആഢ്യകലയുടെ ലക്ഷണങ്ങളെ പ്രതീകവൽക്കരിക്കുന്നു പൂവമ്പഴം. വരേണ്യ അഭിരുചിയെ തൃപ്തിപ്പെടുത്തുക എന്നതാണ് ആഢ്യകലയുടെ ലക്ഷ്യം. ഈ കഥ എഴുതപ്പെട്ടതാകട്ടെ, കേരളചരിത്രത്തിലെ നാല്പതുകളിലും. ആധുനികവിദ്യാഭ്യാസം നേടിയവർ തങ്ങളുടെ അഭിരുചി സാധാരണക്കാരുടേതിൽ നിന്ന് ഭിന്നമാണെന്ന വ്യാജബോധം പുലർത്തിയിരുന്ന കാലം. ആ കാലത്തിന്റെ പ്രതിനിധിയാണ് ബി.എ.ക്കാരി ജമീലാബീഗം. ബി.എ. ബിരുദവും പൂവമ്പഴവും തമ്മിൽ ഒരു കാര്യകാരണബന്ധം കഥയിൽ സന്നിവേശിപ്പിച്ചിട്ടുണ്ട്. ഉപരിവിദ്യാഭ്യാസം ഒരാളെ പൊങ്ങച്ചസംസ്കാരത്തിൽ കൊണ്ടെത്തിക്കുന്നു എന്ന് ബഷീർ ഈ പാത്രസൃഷ്ടിയിലൂടെ സൂചിപ്പിക്കുന്നുണ്ട്. വിദ്യാസമ്പന്നയായ തന്റെ ബീവിക്ക് പൂവമ്പഴം നിവേദിച്ച് അവളെ പ്രീതിപ്പെടുത്താൻ ഒരുമ്പെടുന്ന തൊഴി

ലാളിയും വിദ്യാഭ്യാസമില്ലാത്തവനുമായ നായകൻ, അതിനൊരു മ്പെട്ടിറങ്ങുമ്പോഴാണ് അയാൾ അതിന്റെ ആഴവും ചുഴിയും തിരിച്ചറിയുന്നത്. അതിൽ മുങ്ങിച്ചാവാതെ ഒരുവിധം രക്ഷപ്പെട്ടെത്തുന്ന നായകൻ തന്റെ ബീവിയുടെ പൂവമ്പഴാഭിരുചിയെ ഒരു കായചികിത്സയിലൂടെ മാറ്റിയെടുക്കുന്നു. ഈ കഥാഘടനയെ വിശകലനം ചെയ്തു കൊണ്ട് ഒരു കാലഘട്ടത്തിലെ സാഹിത്യാഭിരുചി സംഘർഷത്തെ വായിച്ചെടുക്കുകയാണ് വിശ്വനാഥൻ. ഉന്നതപീഠത്തിലിരിക്കുന്ന കലാദേവതയെ അതിൽ നിന്നു പിടിച്ചിറക്കി പുളിയും മധുരവും കലർന്ന ഓറഞ്ചുതീറ്റിക്കുന്നത് സാഹിത്യത്തിൽ അഭിരുചി പരമായ വിപ്ലവം നടത്തിയ ബഷീറിന്റെ എഴുത്തിനെ എല്ലാ അർത്ഥത്തിലും സാധൂകരിക്കുന്നു എന്നത്രേ വിശ്വനാഥൻ സ്ഥാപിക്കുന്നത്. കഥയുടെ ആഖ്യാനഘടന ഇതിനു തെളിവാണ്. അബ്ദുൾ ഖാദർ സാഹിബ് നിർബന്ധിച്ചതുകൊണ്ടാണ് ഈ കഥ പറയുന്നതെന്ന് കഥയുടെ തുടക്കത്തിൽ ബഷീർ പറയുന്നുണ്ട്. നായികയ്ക്ക് ഓറഞ്ചു നൽകി പൂവമ്പഴം എന്നു പറഞ്ഞു തീറ്റിക്കുന്നതുപോലെ ആഖ്യാനകാരനും അഭിരുചിസംസ്കാരത്തിൽ മാറ്റം വരുത്താൻ യത്നിക്കുന്നു. ഓറഞ്ച് ജനകീയ അഭിരുചിയുടെ പ്രതീകമാണ്. അബ്ദുൾഖാദർ, ബീവിയെ ഓറഞ്ചുതീറ്റിക്കുമ്പോൾ തൊഴിലാളവർഗ്ഗ പ്രതിനിധിയെന്ന നിലയിൽ അവരുടെ മൂല്യങ്ങളും പെരുമാറ്റചട്ടങ്ങളും അവളെക്കൊണ്ട് അംഗീകരിപ്പിക്കുന്നുണ്ട്. അങ്ങനെ ഉപരിവർഗ്ഗ അടിസ്ഥാനവർഗ്ഗ അനുരഞ്ജനത്തിന്റെ പ്രതീകമായും ഈ കഥ വായിക്കാം. 'ബീവി ഓരോ അല്ലി വിഴുങ്ങുമ്പോഴും ഇങ്ങനെ മാറ്റത്തിനുള്ള ശാസനങ്ങൾ ഏറ്റുവാങ്ങുന്നു. അതിന്റെ ചാറിൽ പുതിയൊരു സംവേദനക്ഷമതയുടെ ജീവകങ്ങൾ അടങ്ങിയിരിക്കുന്നു' എന്നത്രേ നിരൂപകൻ പറയുന്നത്. പൂവമ്പഴം എന്ന കഥയുടെ പാഠം ശീർഷകവുമായി ഇടയുന്നു എന്നും അദ്ദേഹം ചൂണ്ടിക്കാണിക്കുന്നുണ്ട്. യാഥാസ്ഥിതിക സാഹിത്യത്തിന്റെ സൗന്ദര്യലക്ഷണത്തെ പ്രതിനിധീകരിക്കുന്ന ശീർഷകമാണ് പൂവമ്പഴം. രൂപഭദ്രത, ഭാഷാശുദ്ധി എന്നീ വ്യവസ്ഥകളാണ് അത്തരം സാഹിത്യത്തെ ഭരിച്ചിരിക്കുന്നത്. അതിൽ നിന്ന് മുക്തമായ കൂടുതൽ ജനകീയമായ സംവേദനസംസ്കാരത്തിനുള്ള വ്യഗ്രതയാണ് ഈ കഥയുടെ ഗതിയെ രൂപപ്പെടുത്തുന്നത്. അങ്ങനെ അഭിരുചി നിരാകരണത്തിന്റെ അർത്ഥമാണ് പൂവമ്പഴം എന്ന ശീർഷകം വഹിക്കുന്നത്. സാഹിത്യത്തിന്റെ നിബന്ധനകളും ഭാഷയുടെ വ്യാകരണം പോലും എഴുത്തിനു വിലങ്ങുകളാണ് എന്ന് വിശ്വസിച്ചിരുന്ന എഴുത്തുകാര

നായിരുന്നു ബഷീർ. ബഷീറിന്റെ കഥാപാത്രങ്ങൾ പക്ഷികളോടും മൃഗങ്ങളോടും സംഭാഷണത്തിൽ ഏർപ്പെടുന്നതും പാത്തുമ്മയുടെ ആട്, ശബ്ദങ്ങളും ബാല്യകാലസഖിയും തിന്നുന്നതുമായ സന്ദർഭങ്ങൾ ഓർക്കുക. എല്ലാ വിഭവങ്ങളും എല്ലാവർക്കും ഉള്ളതാണെന്നും എല്ലാവരും ഭൂമിയുടെ അവകാശികളാണെന്നുമുള്ള അതിരുകളില്ലാത്ത ഇക്കോളജിക്കൽ വ്യാമോഹമായിരുന്നു ബഷീറിനുള്ളതെന്നും വിശ്വനാഥൻ സ്ഥാപിക്കുന്നു. അതീവഹൃദ്യവും ചിന്തോദ്ദീപകവും ചേതോഹരവുമായ വിമർശനകലയുടെ പ്രയോക്താവായിരുന്നു വിശ്വനാഥൻ എന്ന് പൂവമ്പഴം വായന സാക്ഷ്യപ്പെടുത്തുന്നു. സാഹിത്യസംസ്കാരത്തെയും ബഷീറിന്റെ എഴുത്തിന്റെ മാനവികവും സാംസ്കാരികവുമായ വ്യാകരണത്തെയും നിർദ്ധാരണം ചെയ്യുന്ന നിരൂപണമാണ് പൂവനും ഓറഞ്ചും.

2002-ൽ പ്രസിദ്ധീകരിച്ച വിശ്വനാഥന്റെ 'അവസ്ഥയും ആഖ്യാനവും' എന്ന കൃതി, മലയാളത്തിൽ സംസ്കാരവിമർശനരംഗത്തെ ആദ്യത്തെ ചുവടുവയ്പ്പാണ്. 'സംസ്കാരവിമർശനം ഇന്നെന്നപോലെ ഒരു കുടിൽവ്യവസായമായി മാറി ക്കഴിഞ്ഞിട്ടില്ലാത്ത കഴിഞ്ഞ നൂറ്റാണ്ടിന്റെ പ്രാരംഭത്തിലാണ് ആർ.വി. ഈ ലേഖനങ്ങളെഴുതിയത്. തനിക്കേരളീയവും മൗലികവും ഉൾക്കാഴ്ചയാർന്നതുമായ ഒരു സംസ്കാരവിമർശന പന്ഥാവിലെ ഏകാകിയായ ആദ്യപഥികനായി ആർ.വി.യെ മാറ്റുന്ന ലേഖനങ്ങളാണിവ' എന്ന് സജയ്. കെ.വി. അഭിപ്രായപ്പെടുന്നു (അടക്കവും അനക്കവും, പുറം.216) 'ഞൊറിവുകളും വടിവുകളും' എന്ന ലേഖനം വസ്ത്രധാരണത്തിലും കലകളിലും സംഗീതത്തിലും വരെ വ്യാപിച്ചു നിൽക്കുന്ന ഞൊറിവുകളുടെയും വടിവുകളുടെയും സൗന്ദര്യശാസ്ത്രം വിശകലനം ചെയ്യുന്നു. സംസ്കാരത്തിന്റെ രീതികളുടേതായ മുഖമുദ്രയെയാണ് വിശ്വനാഥൻ വിശകലനം ചെയ്യുന്നത്. ഞൊറിയലിന്റെ വശ്യതയും ഭാരതത്തനിമയും നാം ഏറ്റവും അടുത്തറിയുന്നത് താളവാദ്യത്തിലൂടെയും സംഗീതത്തിലൂടെയുമാണ്. വസ്ത്രത്തിന്റെ ഞൊറിഞ്ഞ് അകത്തേക്ക് തിരുകുന്ന അറ്റത്തുനിന്നും അകലും തോറും മടക്കുകൾ വേർപിരിഞ്ഞ് ഓളങ്ങൾ സൃഷ്ടിക്കുന്നു. ഈ സംവിധാനത്തിന്റെ കാലികമായ മാനങ്ങൾ തന്നെയാണ് ഭൃഗയായും ഉരുട്ടലായും കലാരൂപങ്ങളിൽ ഉണരുന്നതെന്നും അദ്ദേഹം നിരീക്ഷിക്കുന്നു. ജീവിതരീതികൾ, വസ്ത്രധാരണം, നാടോടി-ക്ലാസ്സിക്കൽ കലകൾ, കളികൾ തുടങ്ങിയ വ്യവഹാരങ്ങളിലെല്ലാം അന്തർഭവിക്കുന്ന കലാസൗന്ദര്യരഹസ്യങ്ങളെ ചിഹ്നങ്ങളിലൂടെ വായിച്ചെടുക്കുന്ന അപൂർ

വമായ സൗന്ദര്യശാസ്ത്രചിന്ത വിശ്വനാഥൻ ഈ ലേഖനത്തിലൂടെ അവതരിപ്പിക്കുന്നു.

പരിസ്ഥിതി സൗന്ദര്യശാസ്ത്രത്തിന്റെയും സംസ്കാരപഠനത്തിന്റെയും വഴികളിലൂടെ സഞ്ചരിച്ച് മൗലികമായ കാഴ്ചപ്പാടുകൾ അവതരിപ്പിക്കുന്ന ലേഖനമാണ് വീണപൂവും കഥകളിയും. കേരളീയ പ്രകൃതിയിലെ പച്ചയെയും കഥകളിയിലെ ചുവന്നതാടിയെയും മുൻനിർത്തിയുള്ള ചിന്തകൾ, മലയാളിയുടെ കലാകൗതുകത്തിന്റെ തിരനോട്ടമായി ത്തീരുന്നു. 'വീണപൂവ് ക്ഷണികതയുടെ പാവം രക്തസാക്ഷി മാത്രമല്ല. ആ പതനത്തിൽ ഒരു നിഷേധത്തിന്റെ അർത്ഥം കൂടിയുണ്ട്. പച്ചയായി തഴച്ചുനിൽക്കുന്ന ചെടിയിൽ പൂവായാലും കനിയായാലും ഇലയായാലും ഹരിതവ്യവസ്ഥയെ നിഷേധിക്കുന്ന ഒന്നിനും നിലനില്പില്ല' (പുറം.322) എന്ന് വിശ്വനാഥൻ എഴുതുന്നു. കാർഷികസംസ്കാരം രൂപപ്പെടുത്തിയ കലയായി മാത്രം കഥകളിയെ ഒതുക്കുന്നത് വാസ്തവത്തിനു നിരക്കാത്തതാണെന്നും അദ്ദേഹം പറയുന്നുണ്ട്. കഥകളിയിലെ പച്ച ആകർഷകമായ ഒരു പരിപ്രേക്ഷ്യത്തിൽ ധർമ്മപരിപാലനത്തിന്റെയും പ്രാദേശികസമീപനത്തിൽ ഫ്യൂഡൽ വ്യവസ്ഥിതിയുടെയും മൂല്യങ്ങളെ പ്രതിനിധാനം ചെയ്യുന്നു. പച്ചയുടെ അന്തിമവിജയം സമൂഹത്തിന്റെ ഒന്നടങ്കമുള്ള ആഗ്രഹമായിരിക്കാം. എന്നാൽ മാറ്റത്തിനുള്ള വ്യഗ്രതയും സമൂഹമനസ്സിനെ ആകർഷിക്കുന്നു എന്നതിനു തെളിവാണ് കത്തിയോടും താടിയോടുമുള്ള ആകർഷണമെന്നും വിശ്വനാഥൻ ചൂണ്ടിക്കാട്ടുന്നു. പച്ചയുടെ താണ്ഡവം കൊണ്ടുമാത്രം സാഫല്യമടയുന്നതല്ല, കേരളീയന്റെ കലാകൗതുകം, പ്രകൃതി മുഴുവൻ ഹരിതാഭയിൽ കുളിച്ചുനിൽക്കുമ്പോഴും ആ മനസ്സിൽ ഒരു ചുവന്നസ്വപ്നം പൂവിരിയുന്നുവെന്നും, വീണപൂവ്, കഥകളി എന്നീ പ്രതീകങ്ങളെ മുൻനിർത്തി വിശ്വനാഥൻ സ്ഥാപിക്കുന്നു. 'കൊളമ്പസ്സു മുതൽ സച്ചിൻ ടെണ്ടുൽക്കർ വരെ അതിക്രമണത്തിന്റെ ശതകങ്ങൾ' എന്ന ലേഖനം, കോളനിയാനന്തരസംസ്കാരപഠനത്തിന്റെ മികച്ച മാതൃകകളിലൊന്നാണ്. ക്രിക്കറ്റിന്റെ ചിഹ്നവ്യവസ്ഥ വിശകലനം ചെയ്തുകൊണ്ട്, അത് പ്രത്യയശാസ്ത്രപരമായ നേരിടലിൽ നിന്ന് എങ്ങനെ തെന്നിമാറുന്നു എന്നന്വേഷിക്കുകയാണ് ഇതിൽ. അതിർത്തികളെ ബഹുമാനിക്കാത്ത കളിയാണ് ക്രിക്കറ്റ്. ഫുട്ബോളും ടെന്നീസും ബാസ്കറ്റ്ബോളും പോലുള്ള മിക്ക പന്തുകളികളും അതിർത്തികളെ ബഹുമാനിക്കുന്നു. അതിർത്തിലംഘനം ആഘോഷിച്ച് കാണികൾക്ക് ഹരം പകരുകയാണ് കൊളോണിയർ പ്രത്യ

യശാസ്ത്രം പ്രചരിപ്പിച്ച ക്രിക്കറ്റ് നായകന്മാർ. ഇങ്ങനെ അധിനിവേശാനന്തര കാലഘട്ടത്തിലും അധിനിവേശമഹിമ കൊണ്ടാടുന്ന ഒരു വലിയ സാമൂഹികാനുഷ്ഠാനമാണ് ക്രിക്കറ്റ് എന്നെഴുതുന്ന വിശ്വനാഥൻ ക്രിക്കറ്റിന്റെ ചിഹ്നവ്യവസ്ഥയെ വിലയിരുത്തുന്നതു നോക്കൂ. 'ക്രിക്കറ്റ്ബാറ്റ് ഒരുതരം തുഴയാണ്. ചക്രവാളങ്ങൾ ഭേദിച്ചു കടക്കുവാനുള്ള ആവേശത്തോടെ ബാറ്റ്സ്മാൻ തുഴയുന്നു. കൊളമ്പസ്സും ഗാമയും ക്യാപ്റ്റൻ കുക്കും മറ്റും തിരകൾ താണ്ടി കോളനികൾ തീർത്തതുപോലെ' (പുറം. 328) ഇപ്രകാരം ചരിത്രവും പ്രത്യയശാസ്ത്രവും, നാം ആവേശത്തോടെ കൊണ്ടാടുന്ന കളികളുടെ ആന്തരഘടനയിലേക്ക് ഇരച്ചുകയറുന്നതെങ്ങനെയെന്ന് വിശ്വനാഥൻ കാട്ടിത്തരുന്നു.

ജനകീയതയുടെ വ്യാകരണം

വിശ്വനാഥന്റെ നിരൂപണചാരുതകൾ പരിചയപ്പെടുത്താൻ ഏതാനും ലേഖനങ്ങൾ മാത്രമാണ് ഇവിടെ വിശദീകരിച്ചത്. കവിത, കഥ-നോവൽ, നാടകം, സാംസ്കാരിക പഠനങ്ങൾ, സാഹിത്യസിദ്ധാന്തം എന്നീ വിഭാഗങ്ങളിൽപ്പെടുന്നവയാണ് ലേഖനങ്ങൾ. എല്ലാം കൂടി 34 ലേഖനങ്ങൾ മാത്രം. എഴുത്തിൽ സ്വതേ പിശുക്കനായ ഈ സഹൃദയനായ പണ്ഡിതൻ എഴുതിയതിലത്രയും മൗലികതയുടെ മുദ്രകൾ ചാർത്തി എന്നതാണ് ശ്രദ്ധേയം. മലയാളകൃതികളെക്കുറിച്ചും കേരളീയമായ കലാസങ്കല്പത്തെക്കുറിച്ചും പ്രതിപാദിക്കുന്ന ലേഖനങ്ങൾ മാത്രമല്ല പാശ്ചാത്യകലാപ്രസ്ഥാനങ്ങളെക്കുറിച്ച്, പ്രത്യേകിച്ച് നാടകത്തെക്കുറിച്ച് സാഹിത്യവിദ്യാർത്ഥികൾക്ക് വഴികാട്ടുന്ന മികച്ച പ്രബന്ധങ്ങൾ കൂടിയുണ്ട്. യൗവനപാരമ്പര്യം പാശ്ചാത്യനാടകത്തിൽ, നാടകം-ഒരു വീണ്ടുവിചാരം, എതിർനാടകം-ചെക്കോവ്, ബ്രെഹ്റ്റ്, ബക്കറ്റ് എന്നീ പഠനങ്ങൾ, യൂറോപ്യൻ നാടകത്തിന്റെ വൈവിധ്യത്തെയും പ്രസ്ഥാനഭേദങ്ങളെയും കുറിച്ച് കൃത്യമായ വിവരം നൽകുന്നു. നാടകകലയുടെ തനിമയെ അദ്ദേഹം സാരവത്തായി വിശദീകരിക്കുന്നതു നോക്കൂ. 'കലകളിൽ ആയിത്തീർന്നവയും (Art of being) ആയിത്തീരുന്നവയും (Art of becoming) ഉണ്ട്. ആദ്യത്തെ തരത്തിൽപ്പെട്ടവ പൂർണ്ണരൂപം പ്രാപിച്ചശേഷമാണ് സഹൃദയന് അനുഭവവേദ്യമാകുന്നത്. ചിത്രകല, ശില്പകല എന്നിവയെയും പ്രഥമദൃഷ്ട്യാ ഈ വകുപ്പിൽപ്പെടുത്താം. സഹൃദയന്റെ മുമ്പിൽ വെച്ച് രൂപം പ്രാപിക്കുന്നവയാണ് രണ്ടാമത്തെ തരത്തിൽപ്പെട്ടവ. സംഗീതം, നൃത്തം മുതലായവ ഉദാ

ഹരണങ്ങൾ. സ്ക്രിപ്റ്റിനെ മാത്രം പരിഗണിച്ചാൽ നാടകവും, ചിത്രകല, നോവൽ എന്നിവയെപ്പോലെ ആയിത്തീർന്ന കലയാണ്. എന്നാൽ അരങ്ങിൽ അവതരിപ്പിക്കുന്ന നാടകം നൃത്തത്തെപ്പോലെ അല്ലെങ്കിൽ സംഗീതത്തെപ്പോലെ ആയിത്തീരുന്ന കലയാണ്. ഈ തരംതിരിക്കൽ അത്ര പ്രധാനമാണോ? ആണെന്നു വേണം പറയുവാൻ. ആയിത്തീരുന്ന കല, വളരുന്നതോടൊപ്പം തന്നെ കാലത്തിൽ വിലയിക്കുന്നു. അതു മൂർത്തരൂപത്തിൽ ഒരു പുനഃപരിശോധന സാധ്യമാക്കുംവിധം നിലനിൽക്കുന്നില്ല. അതുകൊണ്ടുതന്നെ രൂപപരമായ ഒരാകാംക്ഷ (Aesthetic up sense) അവ സഹൃദയനിൽ അവതരണ മുഹൂർത്തത്തിൽ ജനിപ്പിക്കുന്നു' (പുറം.205). സങ്കരകലയായ നാടകത്തിന്റെ വിവിധ ഘടകങ്ങളെ ചില പൊതുമാനദണ്ഡങ്ങൾ വെച്ച് മൊത്തത്തിൽ വിലയിരുത്താൻ സഹായകമായ ഒരു സമഗ്രസൗന്ദര്യശാസ്ത്രം ഇന്നും രൂപം കൊണ്ടിട്ടില്ല എന്നും അദ്ദേഹം ഈ ലേഖനത്തിൽ അഭിപ്രായപ്പെടുന്നുണ്ട്. ഇങ്ങനെ എല്ലാ അർത്ഥത്തിലും കലയുടെ കാതലായ പ്രശ്നങ്ങളെ കടാക്ഷിക്കുന്നവയാണ് വിശ്വനാഥന്റെ ലേഖനങ്ങൾ. കലാതത്ത്വങ്ങളെ പ്രതിപാദിക്കുമ്പോൾ പുലർത്തുന്ന സമഗ്രതയും കലയുടെ രഹസ്യങ്ങളെക്കുറിച്ചുള്ള ആഴക്കാഴ്ചകളും കൊണ്ട് ഈ ലേഖനങ്ങൾ സാഹിത്യവിദ്യാർത്ഥികൾക്ക് എന്നും വഴികാട്ടിയാവും.

കസൻദ്സാക്കിസിന്റെ 'സോർബ ദി ഗ്രീക്ക്' എന്ന നോവലിനെക്കുറിച്ച് മലയാളത്തിലെഴുതപ്പെട്ട ഏറ്റവും ഭാവതീവ്രമായ ആസ്വാദനങ്ങളിലൊന്നാണ് 'മുന്തിരിച്ചാറിതാവോളം -കസൻദ്സാക്കിന്റെ സോർബ' എന്ന ലേഖനം. സോർബയുടെ കാന്തികാർഷണത്തെ വിശ്വനാഥൻ കണ്ടെത്തുന്നു. വ്യത്യസ്തജീവിതമാർഗങ്ങൾ ഒരു സ്ഥലകാല ബിന്ദുവിൽ സന്ധിക്കുന്നതാണ് സോർബയുടെ പ്രത്യേകത. ഒന്ന് ആത്മീയമായ അന്വേഷണത്തിന്റെ മാർഗ്ഗം, മറ്റത് ഐന്ദ്രിയമായ ആകർഷണത്തിന്റെ മാർഗ്ഗം. ഭൗതികതയെ ആത്മീയതയിലൂടെ അറിയാൻ സഹായിക്കുന്ന നോവൽ. ഒരു വ്യക്തിയുടെ സ്വഭാവപരിണാമമോ പശ്ചാത്താപത്തോടുകൂടിയ മാനസാന്തരമോ അല്ല ഈ നോവലിന്റെ പ്രമേയം. വ്യത്യസ്ത ജീവിതദർശനങ്ങൾ തമ്മിലുള്ള സന്തുലിതാവസ്ഥ ഇതിൽ ഉടനീളം കാണുന്നുവെന്ന് സോർബയുടെ ആത്മാവിനെ തൊടുന്ന വിമർശകൻ പറയുന്നു.

എല്ലാ അർത്ഥത്തിലും തികഞ്ഞ സഹൃദയനായിരുന്നു ആർ. വിശ്വനാഥൻ. പാണ്ഡിത്യം സഹൃദയത്വത്തിന് അകമ്പടി സേവിക്കുന്നേയുള്ളൂ. സർഗ്ഗാത്മക രചനയെ മുൻനിർത്തിയുള്ള മറ്റൊരു

സർഗ്ഗാത്മകരചനയായിത്തീരുന്നുണ്ട് അദ്ദേഹത്തിന്റെ ഓരോ നിരൂപണലേഖനങ്ങളും.

മാത്യു അർനോൾഡ് പണ്ട് പറഞ്ഞിട്ടുള്ളതുപോലെ 'ലോകത്തിൽ അറിയപ്പെട്ടിട്ടുള്ളതും പര്യാലോചിക്കപ്പെട്ടിട്ടുള്ളതുമായ ശ്രേഷ്ഠതമവിചാരങ്ങളെ പഠിക്കുകയും പ്രചരിപ്പിക്കുകയും അങ്ങനെ നവംനവങ്ങളും സത്യാർത്ഥദ്യോതകങ്ങളുമായ ആശയങ്ങളുടെ ഒരു പ്രവാഹത്തെ നിലവിൽ കൊണ്ടുവരികയും ചെയ്യുക എന്ന നിരൂപകധർമ്മം വിശ്വനാഥനിൽ സാഫല്യം നേടുന്നു. ആ നിരൂപണലേഖനങ്ങളുടെ ഒരു പ്രധാന ആകർഷണം ഗദ്യത്തിന്റെ മനോഹാരിതയാണ്. മികച്ച ഗദ്യത്തിനുണ്ടായിരിക്കേണ്ട സൂക്ഷ്മത (Accuracy), വ്യക്തത (Clartiy), കൃത്യത (Precision), വിവക്ഷണത (Efficiency) എന്നിവ അദ്ദേഹത്തിന്റെ ഗദ്യത്തിൽ ഇണങ്ങിച്ചേർന്നിരിക്കുന്നു.

മലയാളത്തിലെ വിരലിലെണ്ണാവുന്ന മികച്ച ഗദ്യകാരന്മാരിൽ ഒരാളാണ് വിശ്വനാഥൻ. നല്ല മലയാളത്തിന് മാതൃകയാക്കാവുന്ന അദ്ദേഹത്തിന്റെ ലേഖനങ്ങൾ തീർച്ചയായും നമ്മുടെ സ്കൂൾ-കോളേജ് പാഠ്യപദ്ധതികളിൽ ഉൾപ്പെടുത്തേണ്ടതാണ്. വിശ്വനാഥന്റെ ഗദ്യശൈലിയുടെ പ്രത്യേകതകളെക്കുറിച്ച് ഭാഷാപണ്ഡിതനായ ടി.ബി.വേണുഗോപാലപ്പണിക്കർ എഴുതിയിട്ടുണ്ട്. (വിശ്വനാഥന്റെ ലേഖനങ്ങൾ, അനുബന്ധം, പുറം. 357). പടിഞ്ഞാറൻ സാഹിത്യസിദ്ധാന്തങ്ങളെക്കുറിച്ച് പറയുമ്പോഴും മലയാളസാഹിത്യകാരന്മാരിൽ പ്രസിദ്ധന്മാരായ ചിലരുടെ രചനകളെ നിരൂപിക്കാൻ ശ്രമിക്കുമ്പോഴും നമ്മുടെ സൗന്ദര്യസങ്കല്പങ്ങളെ അപഗ്രഥനവിധേയമാക്കുമ്പോഴും തന്റേതായ ഉൾക്കാഴ്ചകൊണ്ട് നിരീക്ഷണങ്ങളെ ഭാവഭാസുരമാക്കാൻ ഈ എഴുത്തുകാരന് കഴിയുന്നുവെന്ന് വേണുഗോപാലപ്പണിക്കർ ചൂണ്ടിക്കാട്ടുന്നു.

പദസന്നിവേശത്തിന്റെ കാര്യത്തിലെ ലാളിത്യം, ഭാവതരംഗങ്ങൾ ഉണർത്തുന്ന ക്രിയാപദങ്ങളിലുള്ള ശ്രദ്ധ, സാഹിത്യമീമാംസാപരമായ സാങ്കേതികപദങ്ങൾ വലയത്തിൽ നൽകി രേഖകൾ സൂക്ഷ്മമാക്കുക എന്നിങ്ങനെ ആ ഗദ്യത്തിന്റെ സവിശേഷതകൾ അദ്ദേഹം തൊട്ടുകാണിക്കുന്നുണ്ട്. സൈദ്ധാന്തികവ്യക്തത, സഹൃദയത്വം, ശൈലീമാധുര്യം, മൗലികനിരീക്ഷണങ്ങൾ ഇവ ഏകത്ര സമന്വയിക്കുന്ന നിരൂപണങ്ങളിലൂടെ വിശ്വനാഥൻ മലയാളത്തിൽ നിരൂപണത്തെ ജനകീയമാക്കുകയും അതിനൊരു വ്യാകരണം നിർമ്മിക്കുകയുമായിരുന്നു. വിശ്വനാഥൻ തുടങ്ങിവെച്ച നിരൂപണരീതിയെ ഇ.പി.രാജഗോപാലനും കല്പറ്റ നാരായണനും സജയ്.കെ.വി.യും

പുതിയ ദൂരങ്ങളിലേക്കു നയിക്കുന്നുണ്ട്.

അവലംബം

1. ആർ. വിശ്വനാഥന്റെ ലേഖനങ്ങൾ,
(സമാഹരണം, ഡോ. സി. രാജേന്ദ്രൻ),
കേരള സാഹിത്യ അക്കാദമി, തൃശ്ശൂർ, 2017.

2. സജയ് കെ.വി, അടക്കവും അനക്കവും,
ഡി.സി.ബുക്സ്, 2018.

○○

10

കെ. പി. അപ്പൻ:
നിരൂപണത്തിലെ തിരുവെഴുത്ത്

ഡോ. വി.എസ്. റോബർട്ട്

മലയാളത്തിലെ നവീനവിമർശനത്തിന്റെ ശക്തസാന്നിധ്യമായിരുന്നു കാർത്തികയിൽ പത്മനാഭൻ അപ്പൻ (1936–2008). കഥാസാഹിത്യമായിരുന്നു കെ.പി. അപ്പന്റെ പ്രധാനവിമർശനമേഖല. എന്നാൽ കവിത, നാടകം, ഇതര സാഹിത്യകൃതികൾ, പൊതുജീവിതപ്രശ്നങ്ങൾ തുടങ്ങിയവയും അദ്ദേഹം നിരൂപണവിഷയമാക്കി. മലയാളത്തിലെയും വിശ്വസാഹിത്യത്തിലെയും വിശേഷപ്പെട്ട കൃതികൾ അദ്ദേഹത്തിന്റെ മൂല്യനിർണ്ണയത്തിനു വിധേയമായി. ബിംബകല്പനകൊണ്ടു ഭംഗിപ്പെടുത്തിയ ഭാഷയാണ് അപ്പന്റെതെങ്കിലും അത് അല്പംപോലും അവ്യക്തമല്ല. പൊതുചടങ്ങുകളിൽ നിന്നും പ്രഭാഷണങ്ങളിൽനിന്നും പുരസ്കാരങ്ങളിൽനിന്നും ഒരു പരിധിവരെ വിവാദങ്ങളിൽനിന്നും ബഹുദൂരം അകന്നുനിന്ന വ്യത്യസ്ത സാഹിത്യ ജീവിതമായിരുന്നു അപ്പന്റേത്. ആ അകൽച്ചകളെല്ലാം വായനയ്ക്കും ധ്യാനത്തിനും അതിൽ നിന്നും ഉരുവംകൊണ്ട രചനകൾക്കുമായി അദ്ദേഹം വിനിയോഗിച്ചു. അതുകൊണ്ടാണ് വൈവിധ്യമാർന്ന ഇരുപതിലേറെ ഗ്രന്ഥങ്ങൾ കൈരളിക്കു നൽകാനായത്. യാഥാസ്ഥിതിക വിമർശകരെ ചൊടിപ്പിച്ചുവെങ്കിലും പുതുവായനക്കാർ അദ്ദേഹത്തിന്റെ രചനകളിൽ കൗതുകം പൂണ്ടു. ആശയാവതരണം, ഭാഷയുടെ പുതുമ, നിലപാടുകളോടുള്ള ധീരത തുടങ്ങിയവ കൊണ്ട് എതിരാളികളോടൊപ്പം ഏറെ സഹൃദയരെയും അപ്പനു നേടാനായി. ആധുനികതയുടെയും ആധുനികോത്തരതയുടെയും മുഖ്യവക്താവായി അദ്ദേഹം നിലകൊണ്ടു. മൂർച്ചപോയ പ്രയോഗങ്ങളുടെ തടവറയിൽനിന്നു പുറത്തുവരാൻ നിരന്തരം

അപ്പൻ ആഹ്വാനം ചെയ്യുകയും തന്റെ എഴുത്തിൽ പുതുബിംബ ങ്ങളും അലങ്കാരങ്ങളും നിറയെ നിരത്തിക്കാട്ടുകയും ചെയ്തു. അദ്ദേ ഹത്തിന്റെ ആശയാവലികൾ മറന്നാലും ആവിഷ്കരിക്കപ്പെട്ട താര ശോഭയുള്ള വാക്കുകൾ വായനക്കാരിൽ തങ്ങിനിന്നു. എല്ലാവ രുടെയും വായനയിൽനിന്നും ചിന്തയിൽനിന്നും ഭാഷാവിഷ്കാ രത്തിൽനിന്നും തെന്നിമാറിനിൽക്കുന്നവയായി അപ്പന്റെ ലോകം. 'ആദ്യം ഞാൻ പുസ്തകം വായിക്കുന്നു. പിന്നീട് പുസ്തകം എന്നെ വായിക്കാൻ തുടങ്ങുന്നു. അപ്പോഴാണ് ഞാൻ എഴുത്ത് ആരംഭിക്കു ന്നത്' (പുറം.81) എന്ന് ആത്മകഥയിൽ അപ്പൻ കുറിച്ചിട്ടത് സാർ ത്ഥകം തന്നെ. 'ക്ഷോഭിക്കുന്നവരുടെ സുവിശേഷം' (1973) അപ്പന്റെ ആദ്യകൃതിയാണ്. അക്കാദമിക് സാഹിത്യവിമർശകർക്കെതിരെയുള്ള പ്രതിഷേധത്തിന്റെ ഒന്നാമത്തെ ചുവടുവെയ്പായിരുന്നു അത്. ഫ്രാൻസ് കാഫ്ക, അൽബർട്ട് കാമു, യൊനസ്കോ, ഴാക് ഷെനെ തുടങ്ങിയ പാശ്ചാത്യരചയിതാക്കളെ ഇതിൽ സവിശദം പരിചയ പ്പെടുത്തുന്നു. ലോകസാഹിത്യത്തിന്റെ ഭാവുകത്വം പുതുക്കിയെടു ത്തതിനാൽ മലയാളത്തിലും അവരുടെ ലാവണ്യശാസ്ത്രപരമായ പ്രസക്തി അപ്പനു ബോദ്ധ്യപ്പെട്ടതായി ഈ വിവരണത്തിലൂടെ ഉറ പ്പാക്കാം. ഒരു എഴുത്തുകാരന്റെ സർഗ്ഗാത്മകത അസ്തിത്വവ്യഥയുടെ പിടിയിലാണെന്ന് അപ്പൻ ഇതിൽ ചർച്ചചെയ്യുന്നു. മനുഷ്യാസ്തി ത്വത്തെപ്പറ്റിയുള്ള പ്രശ്നങ്ങൾക്കുനേരെ പോയ തലമുറ അലസ സമീപനം കൈക്കൊണ്ടെന്നാണ് അപ്പന്റെ പക്ഷം. എന്നാൽ ആധു നികവിമർശനത്തിന് അവശ്യമാണ് അസ്തിത്വചിന്തയെന്ന് അദ്ദേഹം ആവർത്തിച്ചു. പുതുരചനകളെ വ്യാഖ്യാനിക്കാൻ അപ്പൻ കൊണ്ടു വന്ന അസ്തിത്വവാദത്തിന്റെ നിഷേധസ്വഭാവത്തെ പില്ക്കാലത്ത് പി.കെ.പോക്കർ, വി.സി. ശ്രീജൻ തുടങ്ങി പലരും വിമർശിച്ചിട്ടുണ്ട്. എന്നാൽ സാമൂഹ്യവീക്ഷണത്തിന്റെ കണ്ണട ബോധപൂർവ്വം തച്ചു ടച്ച് മനുഷ്യാസ്തിത്വത്തെ സംബന്ധിക്കുന്ന നിത്യമായ പ്രശ്നങ്ങ ളുമായി ധ്യാനത്തിലിരിക്കുന്നവനാണ് പുതിയ എഴുത്തുകാരൻ എന്ന് അപ്പൻ പ്രഖ്യാപിച്ചു.

'ക്ഷോഭിക്കുന്നവരുടെ സുവിശേഷ'ത്തെപ്പറ്റി ഗ്രന്ഥകാരന്റെ പില് ക്കാലത്തെ അഭിപ്രായം ഇങ്ങനെയാണ്: 'ഒരു എഴുത്തുകാരന്റെ ആദ്യപുസ്തകം ഭാവിയുടെ തരംഗമാണ്. പതുക്കെ എറിഞ്ഞ് സ്ഫോ ടനം സൃഷ്ടിക്കുന്ന ബോംബായിരിക്കണം ചിന്ത. എന്റെ മനസ്സ് അക്കാലത്ത് അങ്ങനെയാണ് പ്രവർത്തിച്ചുകൊണ്ടിരുന്നത്.' (പു.90, തനിച്ചിരിക്കുമ്പോൾ ഓർമ്മിക്കുന്നത്). 'മരണത്തിന്റെ സൗന്ദര്യം'

മലയാളവിമർശനം: ശില്പവും ശില്പികളും എന്ന ലേഖനത്തിൽ ഇടപ്പള്ളിയെ മലയാളത്തിലെ ആദ്യത്തെ കാല്പനികവാദിയായ അന്യൻ എന്ന് അപ്പൻ വിളിച്ചു. അദ്ദേഹം മൃത്യുബോധത്തിന്റെ കവിയായിരുന്നു. 'നിത്യരോദനം, 'കാലം', 'ആശ', 'നിരാശ', 'മരണം', 'മണിനാദം', 'വരുന്നു ഞാൻ' മുതലായ കവിതകളിലെല്ലാം മരണചിന്ത വരുന്നുണ്ടെന്ന് അപ്പൻ കാട്ടിത്തരുന്നു. മരണത്തോടു സ്വാഭാവികമായ ആഭിമുഖ്യമുണ്ടായിരുന്ന കവിയുടെ പെട്ടെന്നുള്ള ആത്മഹത്യയ്ക്ക് പ്രേമഭംഗം ചെറിയൊരു നിമിത്തമായിരിക്കാം. അതില്ലായിരുന്നെങ്കിലും ഇടപ്പള്ളി എന്ന കാല്പനികവാദിയായ അന്യൻ സ്വയം ജീവനൊടുക്കുമായിരുന്നെന്ന് അപ്പൻ വിശ്വസിച്ചു.

മനുഷ്യാസ്തിത്വത്തെ സംബന്ധിക്കുന്ന നിത്യമായ പ്രശ്നങ്ങളുടെ നേരെ കഴിഞ്ഞ തലമുറ പ്രകടിപ്പിച്ച കുറ്റകരമായ ഉദാസീനതയ്ക്കെതിരായി മലയാളത്തിലെ പ്രതിഷേധിക്കുന്ന തലമുറ നടത്തുന്ന കലാപമാണ് ആധുനികസാഹിത്യം എന്ന് 'പ്രതിഷേധിക്കുന്ന തലമുറ' എന്ന ലേഖനത്തിൽ അപ്പൻ എഴുതി. അതുകൊണ്ട് എം.ടിയുടെ കലാസൃഷ്ടികളിലെ മനുഷ്യജീവിതത്തിന്റെ വ്യർത്ഥത, കാക്കനാടന്റെയും വിജയന്റെയും നോവലുകളിലെ ഒറ്റപ്പെട്ടവന്റെ പ്രതിഷേധം, വിജയന്റെ നോവലുകളിൽ നിറഞ്ഞിരിക്കുന്ന അസ്തിത്വദു:ഖവും ദുരൂഹതയും, ഏകാന്തതയിലേക്ക് ഒരു പരിഗണനയുമില്ലാതെ എറിയപ്പെട്ട മനുഷ്യന്റെ നിസ്സഹായത പ്രകടിപ്പിക്കുന്ന മുകുന്ദന്റെ കഥകൾ ഇവ മാറ്റിനിർത്തിയാൽ നമ്മുടെ കഥാസാഹിത്യം ഭയാനകമായ ശൂന്യതയായിരിക്കും സൃഷ്ടിക്കുക എന്ന് അപ്പൻ ചിന്തിക്കുന്നു.

ഒരു നിരൂപകൻ രചനകളെ വിലയിരുത്തുക മാത്രമല്ല ചെയ്യേണ്ടത്. സ്വന്തമായ സൗന്ദര്യദർശനം കാഴ്ചവെക്കുകയും വേണം എന്ന നിലപാടിന്റെ പ്രകടനപത്രികയാണ് 'തിരസ്കാരം' (1978). എഴുത്തുകാരന്റെ സ്വാതന്ത്ര്യം എത്രത്തോളമെന്നുള്ള ചിന്തകളാണ് ഈ കൃതിയിൽ നിറഞ്ഞുനിൽക്കുന്നത്. സാഹിത്യത്തിൽ സ്വാതന്ത്ര്യം എന്താണെന്നതിന് അപ്പനു കൃത്യമായ ഉത്തരമുണ്ട്. 'എഴുത്തുകാരനായി സ്വയം ജ്ഞാനസ്നാനം ചെയ്ത ഒരാൾ സൃഷ്ടി ഒരപൂർവവസ്തുവായിരിക്കാൻവേണ്ടി നടത്തുന്ന ബാഹ്യപ്രേരണകളുടെ കലർപ്പില്ലാത്ത കലാസാധന തന്നെയാണ് സ്വാതന്ത്ര്യം.'(പു.10) അസ്വാതന്ത്ര്യത്തിൽനിന്നു പിറവിയെടുക്കുന്ന സാഹിത്യസൃഷ്ടികൾക്ക് കാലാതീതമായ അനുഭവം പകരാനാവില്ല. സ്വകീയമായ ദർശനത്തിൽനിന്നും അനുഭവത്തിൽ നിന്നുമായിരിക്കണം കലാ

സൃഷ്ടി ഉണ്ടാവേണ്ടതെന്നും അപ്പൻ ഓർമ്മിപ്പിക്കുന്നു. അക്കാദമിക്ക് വിമർശനത്തെ എതിർക്കുന്നു എന്നതാണ് തിരസ്കാരത്തിന്റെ മറ്റൊരു വിശേഷത. അതിനുള്ള കാരണം അപ്പൻ ഇങ്ങനെ രേഖപ്പെടുത്തുന്നു. 'വിമർശനം സൗന്ദര്യബോധത്തിന്റെ സത്യഭാഷണമെന്ന രോഷചിന്തയെ തന്റെ രചനയുടെ വിശ്വാസപ്രമാണമായി അംഗീകരിക്കുന്ന ഒരു വിമർശകനെ സംബന്ധിച്ചിടത്തോളം ഈ കലാപം അനിവാര്യമാണ്. യാഥാസ്ഥിതികത്വത്തിന്റെ പ്രതീകമാണ് അക്കാദമിക്പാണ്ഡിത്യം. സെൻസിബിലിറ്റിയെക്കാൾ ഏറെ പാണ്ഡിത്യത്തെ വിമർശനകലയുടെ ജീവശക്തിയായി കൊണ്ടുനടക്കുന്നവരുടെ കൈകളിൽ വിമർശനകല സ്വതന്ത്രമായിരിക്കുകയില്ല.'(പു.17) സുകുമാർ അഴീക്കോട്, കെ.എം. ഡാനിയൽ, കെ.എം. തരകൻ തുടങ്ങി അന്നത്തെ അക്കാദമിക് പണ്ഡിതന്മാരെ അവരുടെ തലയെടുപ്പോ സാമൂഹികാംഗീകാരമോ വകവെയ്ക്കാതെ അപ്പൻ പിന്നീടെഴുതിയ രചനകളിൽ തുറന്നെതിർക്കുന്നുമുണ്ട്. ഭാഷയെപ്പറ്റി 'തിരസ്കാരം' പല നിരീക്ഷണങ്ങൾ നടത്തിയിരിക്കുന്നു. 'വാക്കുകളുടെ അർത്ഥത്തിനു സംഭവിക്കുന്ന നഷ്ടംമൂലം ഭാഷയ്ക്കുണ്ടാകുന്ന മരവിപ്പിൽനിന്നും അതിനെ രക്ഷിക്കുക എന്നതാണ് എഴുത്തുകാരന്റെ ധർമ്മം.'(പു.25) 'ഭാഷയെ പരീക്ഷണവസ്തുവാക്കുന്ന എഴുത്തുകാരൻ സൃഷ്ടിയുടെ വേളയിൽ രണ്ടു തരം വ്യക്തിത്വം പ്രകടിപ്പിക്കുന്നു. അയാൾ പദങ്ങളുടെ പഴയ അർത്ഥം നശിപ്പിക്കുന്ന സംഹാരകനായും പദങ്ങൾക്കു പുതിയ അർത്ഥം നൽകുന്ന സ്രഷ്ടാവുമായി ത്തീരുന്നു.' (പു.37) 'തിരസ്കാര'ത്തിൽ രേഖപ്പെടുത്തിയ വിമർശന ചിന്തകളുടെ പ്രത്യക്ഷാവിഷ്കാരങ്ങളായിരുന്നു പില്ക്കാലത്ത് അദ്ദേഹത്തിൽനിന്നു വന്ന പല ഗ്രന്ഥങ്ങളുടെയും പ്രമേയവും ഭാഷാരീതിയുമെന്നു കാണാനാവും.

'കലഹവും വിശ്വാസവും' (1984) എന്ന കൃതിയിലാണ് പരക്കെ പല എഴുത്തുകാരെയും ദുഷ്പ്രവണതകളെയും പരിക്കേൽപിക്കുന്നത്. 'ചുവപ്പിലേക്ക് എത്ര ദൂരം' എന്ന ലേഖനത്തിൽ മലയാളത്തിൽ മാർക്സിസത്തിന്റെ സ്വാധീനം എത്രമാത്രമെന്നു പരിശോധിക്കുന്നു. 'മൂല്യസംരക്ഷകർക്ക് കുറെ അപ്രിയസത്യങ്ങൾ' എന്ന ലേഖനത്തിൽ മാധവിക്കുട്ടിയുടെ 'എന്റെ കഥ', ഒ.വി. വിജയന്റെ 'എട്ടുകാലി', കാക്കനാടന്റെ 'വസൂരി' എന്നീ കൃതികൾ മലയാളികളെ സംഭ്രമിപ്പിച്ചതിന്റെ കാരണം അടിമസദാചാരമാണെന്ന് അപ്പൻ കണ്ടെത്തുന്നു. 'ബിംബകല്പന: നിർവചനത്തിന്റെ പ്രശ്നം', പേരു സൂചിപ്പിക്കുംപോലെ ബിംബകല്പനയെക്കുറിച്ചുള്ള വിഭിന്നമായ

വിലയിരുത്തലുകളാണ്. ബിംബം സൗന്ദര്യവർദ്ധകവസ്തുവോ ആഭരണമോ അല്ല, അത് എഴുത്തുകാരന്റെ ദർശനബോധത്തിന്റെ ഏറ്റവും സത്യസന്ധമായ സാക്ഷ്യങ്ങളാണെന്നും അതുകൊണ്ട് ബിംബകല്പനകളെ അപഗ്രഥിച്ചുവേണം എഴുത്തുകാരന്റെ വ്യക്തിത്വത്തിലും അയാളുടെ ദാർശനികമായ വിഷമസമസ്യകളിലും എത്തിച്ചേരേണ്ടതെന്നും അപ്പൻ അഭിപ്രായപ്പെടുന്നു. മലയാളത്തിൽ നല്ല നോവലുകൾക്കു വംശനാശം സംഭവിക്കുന്നുവെന്ന ആരോപണം 'ഈ വന്ധ്യത എന്തുകൊണ്ട്' എന്ന ലേഖനത്തിൽ അപ്പൻ പങ്കുവെക്കുന്നു. തകഴിയുടെ 'കയർ', 'ബലൂണുകൾ', മലയാറ്റൂർ രാമകൃഷ്ണന്റെ 'യന്ത്രം', മാടമ്പ് കുഞ്ഞുകുട്ടന്റെ 'മഹാപ്രസ്ഥാനം', സി.രാധാകൃഷ്ണന്റെ 'ശത്രുസംഹാരം' എന്നീ നോവലുകൾ അതിന്റെ പ്രത്യക്ഷപ്പെടലാണെന്ന് അപ്പൻ ആരോപിക്കുന്നു. ഭാഷയിൽ ആധുനികർ നടത്തിയ പരീക്ഷണങ്ങൾ നോവൽസാഹിത്യത്തിനു സമൃദ്ധിയുടെ നിറം നല്കി. പക്ഷേ ആ പ്രവണത സജീവമായില്ലെന്ന് അപ്പൻ പറയുന്നു. ബൈബിൾഭാഷയുടെ ആരാധ്യമായ സാന്നിധ്യമുണ്ടായിട്ടും സി.വി. ബാലകൃഷ്ണന്റെ 'ആയുസ്സിന്റെ പുസ്തകം' പൂർണ്ണമായ ഫലപ്രാപ്തി നേടിയില്ലെന്ന ആക്ഷേപവും അപ്പനുണ്ട്.

മലയാളത്തിലെ ആധുനിക കഥാകൃത്തുക്കളുടെ രചനകളുടെ ശക്തിയും ദൗർബല്യവും സൂത്രവാക്യരൂപത്തിൽ സംക്ഷേപിച്ചിരിക്കുന്ന രണ്ടു ലേഖനങ്ങളാണ് 'ആധുനികകഥയുടെ ദാർശനികപ്രശ്നങ്ങളും ലാവണ്യനിയമങ്ങളും', 'കഥയുടെ ഇന്നത്തെപ്രശ്നങ്ങൾ' എന്നിവ. 'ജീർണ്ണിക്കുന്ന യാഥാസ്ഥിതികവിമർശനം', 'മലയാളവിമർശനത്തിലെ ചേരിതിരിവുകൾ', 'ഗവേഷണം എന്ന ചീട്ടുകൊട്ടാരം' എന്നിവ സുകുമാർ അഴീക്കോടിന്റെ കൃതികളോടും സമീപനങ്ങളോടുമുള്ള കടന്നാക്രമണങ്ങളാണ്. അഴീക്കോടിന്റെ ശബ്ദപാണ്ഡിത്യത്തെ സോദാഹരണം എടുത്തെഴുതി, ഒരു തദ്ധിതപ്രിയനായി അദ്ദേഹം അധഃപതിക്കുന്നതായി കെ.പി.അപ്പൻ പരിഹസിക്കുന്നു. 'പുതുചിന്തയുടെ മുന്നേറ്റം ഈ വിമർശകനിൽ സൃഷ്ടിച്ച അസഹിഷ്ണുത കാരണം പുതിയ വിമർശനത്തെ ഒരു പ്രത്യക്ഷയാഥാർത്ഥ്യമായിക്കാണാനും അതിനെ അപഗ്രഥിച്ചു മനസ്സിലാക്കാനും അദ്ദേഹത്തിനു കഴിയാതെപോയി. അതുകൊണ്ട് പുതിയ വിമർശനം വെറും ആത്മപ്രതീതിപരമായ രചനയിൽക്കവിഞ്ഞ് ഒന്നുമല്ലെന്ന തെറ്റായ നിഗമനത്തിൽ അദ്ദേഹം ചെന്നുപെടുകയാണുണ്ടായത്.' (പു.117) മലയാളസാഹിത്യവിമർശനം എന്ന അഴീക്കോടിന്റെ പുസ്തകത്തിലെ വസ്തുതാപരമായ പിഴവുകൾ, വികലപ്ര

യോഗങ്ങൾ, അക്ഷരത്തെറ്റുകൾ, വാചാടോപം എന്നിവ ഒന്നൊന്നായി അപ്പൻ ഉദ്ധരിക്കുന്നു. വിമർശനകലയും സാഹിത്യഗവേഷണവും ഒന്നിച്ചുപോകില്ലെന്ന കാര്യം ഈ ഗ്രന്ഥത്തിലെ പല പുറങ്ങളും ശരിവെക്കുന്നതായി അപ്പൻ അഭിപ്രായപ്പെട്ടു. സി.പി. അച്യുതമേനോന്റെയും ഉറുമീസ് തരകന്റെയും വിമർശനസംഭാവനകളെ വെളിച്ചത്തുകൊണ്ടുവന്ന കാര്യവും മലയാളവിമർശനത്തിന്റെ ആദ്യചരിത്രം എന്ന പ്രാധാന്യവും ഈ കൃതിക്കുണ്ടെന്ന് അപ്പൻ തുറന്നുസമ്മതിച്ചു.

'കലഹവും വിശ്വാസവും' എന്നതിന്റെ രണ്ടാം ഭാഗം മലയാളത്തിലെ വിമർശകരുടെ സംഭാവനകളെ മൂല്യനിർണ്ണയം ചെയ്യുന്നു. പ്രാചീനകവിത്രയത്തെക്കുറിച്ചുള്ള സാഹിത്യപഞ്ചാനനന്റെ പ്രബന്ധങ്ങളുടെ സാഹിത്യചരിത്രപരമായ പ്രസക്തി അപ്പൻ എടുത്തുപറയുന്നു. മലയാളവിമർശനത്തെ സമഗ്രപഠനങ്ങളുടെ ക്ഷേത്രത്തിലെത്തിക്കുകയും അവയിലൂടെ ക്ലാസിക് വീക്ഷണത്തെ വികസിപ്പിക്കുകയും ചെയ്തു സാഹിത്യപഞ്ചാനനൻ എന്ന് അപ്പൻ ചൂണ്ടിക്കാട്ടുന്നു. യാഥാസ്ഥിതികത്വത്തെ നിഷേധിക്കുന്ന അവതാരികകളെഴുതി, തന്റെ കാലഘട്ടത്തിലെ അഭിരുചിയെ നവീകരിക്കാൻ നിരന്തരം പ്രചാരവേല ചെയ്തയാളായി കേസരി എ. ബാലകൃഷ്ണപിള്ളയെ അപ്പൻ കാണുന്നു. കുറ്റിപ്പുഴകൃഷ്ണപിള്ളയുടെ ചിന്തയുടെ പ്രധാനവശം സാഹിത്യവിമർശനമല്ല എന്ന് അപ്പൻ കരുതി. 'അദ്ദേഹം പോയ കാലത്തിലെ കലാപകാരികളിലെ ഏറ്റവും ശക്തനായ ചിന്തകനും ചിന്തകന്മാരിലെ ഏറ്റവും വലിയ കലാപകാരിയുമായിരുന്നു'(157) എന്നാണ് അപ്പന്റെ മതം.

സ്വന്തമായൊരു സൗന്ദര്യശാസ്ത്രം അവതരിപ്പിച്ചശേഷം കലാസൃഷ്ടികളെ മൂല്യനിർണ്ണയം ചെയ്യുക എന്നതായിരുന്നു കെ.പി. അപ്പന്റെ നിലപാട്. മാരാരും സ്വന്തം സൗന്ദര്യശാസ്ത്രം അവതരിപ്പിച്ചിട്ടുണ്ട്. 'സാഹിത്യവിദ്യ', 'കല ജീവിതത്തെ എങ്ങനെ സ്പർശിക്കുന്നു', 'സത്യവും സൗന്ദര്യവും', 'ഭാവരൂപശില്പങ്ങൾ' തുടങ്ങിയ ലേഖനങ്ങളും 'സാഹിത്യഭൂഷണം' എന്ന പുസ്തകവും ചേർന്നാൽ മാരാരുടെ സൗന്ദര്യശാസ്ത്രമായെന്ന് അപ്പൻ കരുതുന്നു. 'കാവ്യപീഠിക', 'നാടകാന്തം കവിത്വം' എന്നീ കാവ്യതത്ത്വവിചാരങ്ങളുടെ വെളിച്ചത്തിൽ സൃഷ്ടികളെ വിലയിരുത്തിയത് മുണ്ടശ്ശേരിയുടെ അനന്യതയായി അപ്പൻ പറയുന്നു. എന്നാൽ മാരാരുടെ താരതമ്യപഠനങ്ങളെ അപ്പൻ ഇതരഭിന്നമായി ഉപരിതലസ്പർശിയായേ കാണുന്നുള്ളൂ. കൃതികളുടെ താരതമ്യവിശകലനത്തിൽ മുണ്ടശ്ശേ

രിക്ക് ഇടർച്ചയുണ്ടായ കാര്യവും അപ്പൻ മറച്ചുവച്ചില്ല. മലയാളത്തിലെ മൂന്നു പ്രമുഖകാല്പനികകവികളുടെ രചനകളെക്കുറിച്ചുള്ള മുണ്ടശ്ശേരിയുടെ നിരീക്ഷണങ്ങളിൽനിന്ന് വളരെ ദൂരം മുന്നോട്ടുപോകാൻ പിൻഗാമികൾക്കായില്ല. ഗദ്യസാഹിത്യത്തിന്റെ ഭാവിയെപ്പറ്റി അദ്ദേഹം നടത്തിയ പ്രവചനവും അപ്പന്റെ പ്രശംസയ്ക്കിടയാക്കി. നളിനി, ആശാന്റെ കുമാരസംഭവമാണെന്ന നിരീക്ഷണത്തിലൂടെ ആദിപ്രരൂപനിഷ്ഠമായ നിരൂപണത്തിനു മുണ്ടശ്ശേരി മലയാളത്തിൽ അടിക്കല്ലിട്ടതായും അപ്പൻ സൂചിപ്പിക്കുന്നു. സി.ജെ. തോമസ്, കെ. ഭാസ്കരൻ നായർ എന്നിവരെയും ഈ ഗ്രന്ഥത്തിൽ തുടർന്ന് പഠിക്കുന്നു. ഹെർമെൻ ഹെസ്സെയുടെ സാഹിത്യലോകത്തെക്കുറിച്ചും 'കലഹവും വിശ്വാസവും' എന്ന കൃതി ചർച്ചചെയ്യുന്നുണ്ട്.

നോവൽവിമർശനത്തിലെ പുതുവഴി 'മാറുന്ന മലയാളനോവൽ' (1988) പ്രത്യക്ഷമാക്കുന്നു. നോവലിലെ കഥയും പാത്രസൃഷ്ടിയുടെ വിശേഷതകളുമായി നീണ്ടുനീണ്ടുപോകുന്ന മുൻവിമർശനമാതൃകകളിൽനിന്നു വേറിട്ടിരിക്കുന്നു അപ്പന്റെ പഠനം. എഴുത്തുകാർ സ്വീകരിച്ച ബിംബകല്പനകളുടെ പുതുമയും പദസംവിധാനകലയിലെ അന്യാദൃശതയും ആഖ്യാനനവീനതകളും അപഗ്രഥിച്ച് നോവലിലെ കലയും ദർശനവും വെളിവാക്കുകയാണ് അപ്പൻ ചെയ്തത്. നോവലിനെ ഉത്കൃഷ്ടതലത്തിലേക്കെത്തിച്ച എം.ടി, വി.കെ.എൻ., ഒ.വി.വിജയൻ, ആനന്ദ്, കാക്കനാടൻ, എം.മുകുന്ദൻ, സേതു, പുനത്തിൽ കുഞ്ഞബ്ദുള്ള എന്നിവരുടെ രചനകളാണ് ഇതിൽ നിരൂപണം ചെയ്യുന്നത്.

'സമയതീരങ്ങളിലെ സംഗീതം', 'കോമാളിയുഗത്തിലെ പുരുഷഗോപുരങ്ങൾ', 'നിരാനന്ദത്തിന്റെ ചിരി', 'ചരിത്രത്തിന്റെ കാരുണ്യം നിറഞ്ഞ വസ്ത്രാക്ഷേപം', 'മഹാപീഡനകാലത്തിന്റെ തടവറയിൽ' തുടങ്ങിയ തലക്കെട്ടുകൾ തന്നെ നോവൽപ്രമേയത്തിലേക്കും ദർശനത്തിലേക്കും വിരൽചൂണ്ടുന്നു. കാല്പനികദു:ഖത്തിന്റെ കാവ്യമെന്നു വാഴ്ത്തപ്പെട്ട എം.ടിയുടെ 'മഞ്ഞ്' അപ്പന്റെ ദൃഷ്ടിയിൽ ദാർശനികമാനമുള്ളതായി മാറുന്നു. വി.കെ.എൻ. നിർമ്മിച്ച ഹാസ്യത്തിന്റെ ഉള്ളുകള്ളികൾ അസാധാരണമായ നിലയിൽ 'കോമാളിയുഗത്തിലെ പുരുഷഗോപുരങ്ങളിൽ' അപ്പൻ കുറിച്ചിടുന്നതിന്റെ ചുരുക്കം ഇങ്ങനെയാണ്. 'വി.കെ.എൻ. എന്ന എഴുത്തുകാരനു സാഹസികത നിറഞ്ഞ ഫലിതബോധമുണ്ട്. വേതാളദൃഷ്ടിയുണ്ട്. അതുകൊണ്ട്, ചിരിയുടെ മൃദുരൂപത്തെയും ഘോരരൂപത്തെയും ഉപകരണങ്ങളാക്കിക്കൊണ്ട് ഈ എഴുത്തുകാരൻ തന്നിൽ അസ

ന്തുഷ്ടി നിറയ്ക്കുന്ന ഈ കോമാളിയുഗത്തിനപ്പുറത്തേക്കു പോകാൻ ശ്രമിക്കുന്നു. അസന്തുഷ്ടിയും ദു:ഖവും നൽകുന്ന കോമാളിയുഗത്തെ മറികടക്കാൻ വന്യമായ ഫലിതബോധവും സാഹസികബുദ്ധിയുമുള്ള അതിപുരുഷൻ ആവശ്യമാണ്. ഈ ആവശ്യത്തിന്റെ സൃഷ്ടികളാണു പയ്യനും സർ ചാത്തുവും ജനറൽ ചാത്തൻസും.' (പു.111) 'ധർമ്മപുരാണ'ത്തെ അഴുകുന്ന അധികാരത്തിനുമേൽ തിന്മ കൊണ്ട് നടത്തിയ പുണ്യസ്നാനമായി അപ്പൻ വായിക്കുന്നു. ഈ നോവലിലെ രാഷ്ട്രീയവും മന:ശാസ്ത്രപരവുമായ വശങ്ങളിലേക്കും വിമർശകൻ കണ്ണയയ്ക്കുന്നുണ്ട്.

'കലാപം വിവാദം വിലയിരുത്തൽ' (1992) മൂന്നു ഭാഗങ്ങളും അപ്പനുമായി പലർ നടത്തിയ ഒമ്പത് അഭിമുഖങ്ങളും ഉൾപ്പെട്ട ഗ്രന്ഥമാണ്. ചെറുകാടിന്റെ ആത്മകഥ 'ജീവിതപ്പാത'യെ തകഴി, കേശവദേവ് എന്നിവരുടെ ആത്മാനുഭവങ്ങളോട് താരതമ്യപ്പെടുത്തുന്ന ലേഖനമാണ് ഈ കൃതിയിൽ ആദ്യം വരുന്നത്. തകഴിയുടെ ആത്മകഥയിൽ ഏറ്റവും കുറച്ചേ സ്വകാര്യതയുള്ളൂ, വായനക്കാരിൽനിന്ന് അത് അദ്ദേഹം മറച്ചുപിടിക്കുന്നു. എന്നാൽ ചെറുകാട് ലൈംഗികജീവിതമുൾപ്പെടെയുള്ള കാര്യങ്ങൾ തുറന്നെഴുതുന്നു. 'നിരവധി തോക്കുകൾകൊണ്ട് ഏകകാലത്തു നിറയൊഴിക്കുന്നതുപോലെ എഴുതേണ്ട സന്ദർഭത്തിലും ചെറുകാട് തന്റെ രചനയെ നർമ്മബോധംകൊണ്ടു നിയന്ത്രിച്ചു.'(പു.11)

'നവചക്രവാളത്തിൽ ഉരുണ്ടുകൂടിയ മഴക്കാറുകൾ' എന്ന ലേഖനം പ്രൊഫ. കെ.എം. ഡാനിയലിന്റെ നളിനീകാവ്യവിമർശനത്തിന്റെ ദുർബലതകൾ പ്രകടമാക്കുന്നു. കാവ്യത്തെ നാടകമായിക്കണ്ട് അപഗ്രഥിക്കാനുള്ള എഴുത്തുകാരന്റെ ശ്രമം അത്തരത്തിലൊന്നാണ്. നളിനീകാവ്യത്തെ ആദ്യഭാഗം, മധ്യഭാഗം, അന്ത്യഭാഗം എന്നു വേർതിരിച്ച് അപഗ്രഥിച്ചത് ആ കാവ്യത്തിന്റെ ഘടനയോടു കാണിച്ച അവഹേളനമാണ്. ആശാൻ തന്റെ കാവ്യത്തെ ഭാഗങ്ങളായി തിരിക്കുന്നില്ല. ഡാനിയൽ, ഷെല്ലിയെയും ആശാനെയും ബന്ധപ്പെടുത്തുന്നതിനെയും അപ്പൻ കുറ്റപ്പെടുത്തുന്നു. കാരണം, ഇവരുടെ കാവ്യഭാഷകൾ തമ്മിൽ ഒരടുപ്പവുമില്ലെന്നും ഇതെല്ലാം എഴുത്തുകാരന്റെ നിഗമനത്തിന്റെ പരാജയമാണെന്നും അപ്പൻ പ്രസ്താവിക്കുന്നു. 'നിലനില്പിനു വേണ്ടിയുള്ള വിലാപം', 'എല്ലാം തുറന്നുപറയുന്നത് ഫലിതമാണ്' എന്നീ ലേഖനങ്ങളിലൂടെ സുകുമാർ അഴീക്കോടിന്റെ കാഴ്ചപ്പാടുകളെ അപ്പൻ ചോദ്യംചെയ്യുന്നു. 'വള്ളത്തോൾഘട്ടം മലയാളസാഹിത്യത്തിലെ മധുരവസന്തം എന്ന് ഒരി

ക്കൽ പ്രസംഗിച്ച സുകുമാർ അഴീക്കോട് തന്നെ പിന്നീട് ആശാൻ ദിനാഘോഷത്തിൽ പങ്കെടുത്തുകൊണ്ട് ആ സദസ്സിനെ പ്രീണിപ്പിക്കാൻ വേണ്ടി വള്ളത്തോളിനെ പരിഹസിക്കുന്നത് ഞാൻ തന്നെ കേട്ടിട്ടുണ്ട്. എം.പി.പോളിനെക്കുറിച്ചുള്ള സിംപോസിയത്തിൽ പ്രസംഗിക്കുമ്പോൾ മലയാളത്തിലെ ഏറ്റവും ലളിതമായ ശൈലി എം.പി. പോളിന്റേതായിരിക്കും. സാഹിത്യപഞ്ചാനനനെക്കുറിച്ചുള്ള സിംപോസിയമാണെങ്കിൽ ഏറ്റവും ലളിതമായ ശൈലി എന്ന ബഹുമതി സാഹിത്യപഞ്ചാനനന്റെ ഭാഷയ്ക്കായിരിക്കും കിട്ടുക.' (പു.57). അഴീക്കോടിന്റെ ഇത്തരം അഭിപ്രായവൈരുദ്ധ്യങ്ങളെ അപ്പൻ ആക്ഷേപിക്കുന്നു.

നവീനവിമർശനത്തിന്റെ ചരിത്രവും മാർഗവും പ്രസക്തമായ വിഷയമാണ്. നവീനവിമർശനത്തിനു മലയാളത്തിൽ എന്തെങ്കിലും ബന്ധമുണ്ടെങ്കിൽ അതു കേസരി തുറന്നിട്ട ആശയലോകത്തോടും സി.ജെ. ആവിഷ്കരിച്ച സെൻസിബിലിറ്റിയോടുമുള്ള വിദൂരബന്ധം മാത്രമാണെന്ന് അപ്പൻ സ്ഥാപിക്കുന്നു.

കാലം വിഷയമാകുന്ന അപ്പന്റെ കൃതിയാണ് 'സമയപ്രവാഹവും സാഹിത്യകലയും' (1996). അദ്ദേഹത്തിന്റെ ഇതരകൃതികളിൽ നിന്നു വേറിട്ട ഉള്ളടക്കമാണിതിന്റേത്. ഭാരതീയവേദങ്ങളിലാണ് കാലദർശനത്തിന്റെ വേരുകൾ എന്ന് ആദ്യ അധ്യായങ്ങളിൽ പറയുന്നു. ഋഗ്വേദത്തിൽ കാലത്തിന്റെ ഗമനശീലത്തെ സംബന്ധിക്കുന്ന കാന്തമായ മന്ത്രസ്തോത്രങ്ങളിൽ കാലത്തെ ചക്രമായി അവതരിപ്പിക്കുന്നു. കാലത്തെക്കുറിച്ചുള്ള ശോഭനസ്തവങ്ങൾ അഥർവവേദം ആവിഷ്കരിക്കുന്നു. എങ്കിലും കാലം ഒരു പ്രശ്നവും രഹസ്യവുമാണെന്നും ഭാഷയുടെ ഏതു നൂതനരൂപംകൊണ്ടും അതിനെ യഥാർത്ഥരൂപത്തിൽ അവതരിപ്പിക്കാനാവില്ലെന്നും ഭാരതീയപ്രതിഭ കണ്ടതായും അപ്പൻ വിലയിരുത്തുന്നു. കാലവർണ്ണനയ്ക്കായി ഒരു സർഗം തന്നെയുള്ള ബൃഹദ്യോഗവാസിഷ്ഠം എന്ന കൃതിയെ ഉദാഹരിച്ച് കാലത്തിന്റെ സംഹാരസ്വഭാവത്തെ മറ്റൊരു ഭാരതീയഗ്രന്ഥവും ഇത്ര കണ്ട് ചർച്ചചെയ്യുന്നില്ലെന്ന് അപ്പൻ എഴുതി. ജൈനമതം കാലത്തെ വ്യവഹാരകാലം, മഹാകാലം എന്നു തിരിച്ചതും, മഹാകാലം, മാനസികകാലം എന്ന പുതിയകാലദർശനവും ഈ കൃതിയിൽ പറയുന്നുണ്ട്. ഡോ. ഭാസ്കരൻനായർ 'കലയും കാലവും' എന്ന ഗ്രന്ഥത്തിൽ കാലത്തിന്റെ ചക്രഗതിയെയും രേഖീയഗതിയെയും വിദഗ്ധമായി സമന്വയിപ്പിച്ചതിലൂടെ സമയത്തിന്റെ തത്ത്വചിന്തയ്ക്ക് മലയാളവും സംഭാവന ചെയ്തതായി അപ്പൻ ഉദാഹരിക്കുന്നു.

'നിത്യസ്രവന്തിയായ കാലം കലങ്ങി മറിയുന്നു' എന്ന അധ്യായത്തിലും ഒട്ടേറെ പാശ്ചാത്യരുടെ കാലദർശനസങ്കല്പം അപ്പൻ എഴുതിയിടുന്നു. സിദ്ധാന്തത്തെത്തുടർന്ന് എഴുത്തച്ഛൻ കവിതയിൽ നിർവഹിച്ച കാലാവിഷ്കാരത്തെ വിവരിക്കുന്നു. 'കാലാഹിനാപരിഗ്രസ്തമാം ലോകം', 'കാലബലമവലംബനമേവനും', 'കാലചക്രഭ്രമം പാർത്തുകണ്ടാലൊരു കാലവും ദു:ഖിപ്പതിനില്ല കാരണം' തുടങ്ങി പല പ്രയോഗങ്ങളിലൂടെ എഴുത്തച്ഛൻ സമയത്തിന്റെ പ്രസക്തി വ്യക്തമാക്കി. കാലബോധം പലപ്പോഴും എഴുത്തച്ഛന്റെ കലാപ്രതിഭയ്ക്കുമേൽ പ്രഭുത്വം വഹിച്ചു എന്നും മലയാളഭാവനയിൽ ഇപ്പോൾ പലവിധത്തിൽ അവതരിക്കുന്ന കാലദർശനങ്ങളുടെ പിതൃകാലം എഴുത്തച്ഛനിലാണെന്നും അപ്പൻ കണക്കാക്കുന്നു.

കുഞ്ചൻനമ്പ്യാർ, 'ധ്രുവചരിതം', 'ഹനുമദുദ്ഭവം' തുള്ളലുകളിൽ കാറ്റു സഞ്ചാരം നിർത്തുന്നതു വർണ്ണിക്കുമ്പോൾ എല്ലാം സ്തംഭിക്കുന്നു. മനുഷ്യർ കൊത്തിവച്ച പാവപോലെ ഇളക്കമില്ലാത്തവരായിത്തീരുന്നതും ഉണ്ടിരിക്കുന്നവർ വായും തുറന്നിരിക്കുന്നതും കണ്ടിരിക്കുന്നവൻ കണ്ണും തുറന്നിരിക്കുന്നതും മുണ്ടുടുക്കുന്നവൻ മുണ്ടും ഞൊറിഞ്ഞു പിടിച്ചുകൊണ്ട് നിൽക്കുന്നതും വർണ്ണിക്കുമ്പോൾ കാറ്റിനെ ചിഹ്നമായി സ്വീകരിച്ച് മരവിച്ചുനിൽക്കുന്ന കാലത്തെ നമ്പ്യാർ ചിത്രീകരിച്ച കാര്യം അപ്പൻ പറയുന്നു. ഇതുകൂടാതെ ഹനുമദുദ്ഭവത്തിലും കാറ്റ് പണിമുടക്കിയപ്പോഴുള്ള മാറ്റം നമ്പ്യാർ ആവേശത്തോടെ വർണ്ണിക്കുന്നു. 'ജന്തുക്കളെല്ലാം ചിത്രമെഴുതിയതുപോലയായി, കണ്ടിരിക്കുന്നവൻ കണ്ണും തുറന്ന് കല്പാവപോലെയായി, മുങ്ങുന്ന ചങ്ങാതി മുങ്ങിക്കിടന്നു, തെങ്ങുകയറിയവൻ തെങ്ങേലിരിക്കുന്നു, നാരിയെ കെട്ടിപ്പിടിച്ചവൻ അങ്ങനെത്തന്നെ അനങ്ങാതിരുന്നു, പാട്ടുപാടുന്നവൻ വായും പിളർന്നിരിക്കുന്നു.'(പു.63). വള്ളത്തോൾ, ജി., ചങ്ങമ്പുഴ, ഇടപ്പള്ളി, പി., വൈലോപ്പിള്ളി, ആർ. രാമചന്ദ്രൻ, അയ്യപ്പപ്പണിക്കർ, ആറ്റൂർ, കടമ്മനിട്ട, സുഗതകുമാരി തുടങ്ങി ചുള്ളിക്കാട് വരെയുള്ള കവികളിൽ കാലചിന്ത ഏതെല്ലാം വിധത്തിൽ പ്രത്യക്ഷപ്പെട്ടെന്നു അപ്പൻ നിരീക്ഷിക്കുന്നു. ഈ കൃതിയുടെ മൂന്നാം ഭാഗത്ത് ഒ.ചന്തുമേനോൻ, സി.വി. എന്നിവരുടെ നോവലുകൾ മുതൽ തകഴി, ബഷീർ, ഉറൂബ്, ഒ.വി. വിജയൻ, തുടങ്ങി മേതിൽ രാധാകൃഷ്ണൻ വരെയുള്ളവരുടെ നോവലുകളിലെ സമയപ്രവാഹത്തിന്റെ കലാത്മകാവിഷ്കാരം എങ്ങനെയെന്നു വിവരിക്കുന്നു.

'വരകളും വർണ്ണങ്ങളും' (1992)എന്ന പുസ്തകത്തിലെ ലൂയിസ്

കരോളിന്റെ ആലീസ് അത്ഭുതലോകത്തിൽ എന്ന കൃതിയുടെ വായനാനുഭവം പങ്കുവെക്കുന്ന ഉപന്യാസം സരസതയുളവാക്കുന്നു. വിദ്യാർത്ഥിയായിരിക്കെ വായിക്കേണ്ട കൃതി വൈകി വായിച്ച കാര്യം വിമർശകൻ തുറന്നുപറയുന്നു. ലൂയിസ് കരോൾ ധാരാളം ചിത്രങ്ങൾ വരച്ചിരുന്നു. അതിനാൽ കരോൾ വരച്ച ചിത്രങ്ങളോടു കൂടിയ ഒരു പുസ്തകം തന്നെ അപ്പൻ സ്വന്തമാക്കി. ഫലിതത്തിൽ പൊതിഞ്ഞ ഉന്നത യാഥാർത്ഥ്യത്തെക്കുറിച്ച് പറയുമ്പോഴും ഭ്രാന്തിൽ അടക്കംചെയ്ത സമചിത്തതയെക്കുറിച്ചു പറയുമ്പോഴും യുക്തിരാഹിത്യത്തിനുള്ളിൽ സൂക്ഷിച്ചുവച്ചിരിക്കുന്ന യുക്തിയെക്കുറിച്ചു പറയുമ്പോഴും എല്ലാവരും ആദ്യം ആലീസിന്റെ അത്ഭുതലോകത്തെ ചൂണ്ടിക്കാണിക്കുന്നതിന്റെ രഹസ്യം ആദ്യവായനയിൽ ത്തന്നെ മനസ്സിലാക്കിയെന്ന് അപ്പൻ പറയുന്നു.

ദസ്തയേവ്സ്കിയുടെ നോവൽ കാരമസോവ് സഹോദരന്മാർ പരിഭാഷപ്പെടുത്തിയത് എൻ.കെ. ദാമോദരനാണ്. അദ്ദേഹം നോവൽ പരിഭാഷപ്പെടുത്തുകയല്ല, ദസ്തയേവ്സ്കിയുടെ ഇരുണ്ട രാജപദവിയുള്ള ശ്രേഷ്ഠമായ മനസ്സിൽനിന്നു മലയാളവചനം എടുത്തുതന്നതായാണ് നിരൂപകൻ എഴുതുന്നത്. അതിനാൽ അദ്ദേഹം ഉന്നതനായ പരിഭാഷകനാണെന്ന് അപ്പൻ അഭിപ്രായപ്പെടുന്നു. ദസ്തയേവിസ്കിയുടെ ഭൂതാവിഷ്ടർ പരിഭാഷയിലും ദാമോദരൻ മികവു പ്രകടിപ്പിച്ചു. ഇംഗ്ലീഷ് വാക്കുകൾക്കു പകരം മലയാളപദങ്ങൾ യാന്ത്രികമായി എടുത്തുവെക്കുകയല്ല, ആ റഷ്യൻഭാവത്തെ മലയാളഭാഷയുടെ സ്വാഭാവികതയിലേക്കു കൊണ്ടുവരികയാണ് ദമോദരൻ വിവർത്തനത്തിലൂടെ ചെയ്തത്. പരിഭാഷ ഒരർത്ഥത്തിൽ ദൈവനിന്ദയാണെന്നും ബാബേലിൽവച്ചു ജനങ്ങളെ പല ഭാഷക്കാരാക്കിയ ദൈവത്തിന്റെ നേരെയുള്ള വെല്ലുവിളിയാണ് പരിഭാഷ എന്നും അപ്പൻ ചിന്തിക്കുന്നു. 'ഒരു പുസ്തകം ഉണർത്തിയ ചിന്തകൾ' എന്ന ലേഖനത്തിൽ മുണ്ടശ്ശേരിയുടെ 'രാജരാജന്റെ മാറ്റൊലി'യെപ്പറ്റിയുള്ള അഭിപ്രായം രേഖപ്പെടുത്തുന്നു. എ.ആർ. രാജരാജവർമ്മയെക്കുറിച്ചുള്ള പ്രസ്തുത പുസ്തകത്തിലെ മുണ്ടശ്ശേരിയുടെ നിലപാടുകൾ പലതും കുറ്റമറ്റതല്ലെന്ന് അപ്പൻ വ്യക്തമാക്കുന്നു.

'ഉത്തരാധുനികത: വർത്തമാനവും വംശാവലിയും' (1997) എന്ന ഗ്രന്ഥത്തിൽ ഉത്തരാധുനികതയുടെ പിന്നിൽ പ്രവർത്തിച്ചവരെക്കുറിച്ച് വിവരിക്കുന്നു. അതേസമയം ഈ പ്രവണതയെ നിർവചിക്കുന്നതിൽ അദ്ദേഹം ശ്രദ്ധകൊടുക്കുന്നില്ല. നിർവചിക്കുമ്പോൾ നാം

വിഷയത്തെ നിയന്ത്രിക്കുകയാണ് ചെയ്യുന്നതെന്ന പക്ഷമാണ് അപ്പനുള്ളത്. ഫെഡറിക് ജയിംസൺ പില്ക്കാല മുതലാളിത്തത്തിന്റെ സാംസ്കാരികന്യായീകരണമായി ഉത്തരാധുനികതയെ കണ്ട കാര്യം അപ്പൻ സൂചിപ്പിക്കുന്നു. ഉത്തരാധുനികതയുടെ രൂപസവിശേഷതകളിൽ പ്രധാനമായത് മിശ്രരചനാരീതിയും പാരഡിയുമാണെന്ന് ജയിംസണെ ഉദാഹരിച്ച് അപ്പൻ വ്യക്തമാക്കുന്നു. തുടർന്ന് ബോദ്രിയാറുടെ പക്ഷം പറയുന്നു. സാങ്കേതികതയുടെ ആധിപത്യമായാണ് ബോദ്രിയാർ ഉത്തരാധുനികതയെ വിലയിരുത്തുന്നത്. ആധുനികദൃശ്യമാധ്യമങ്ങളുടെ സ്വാധീനവും, ആധുനികോത്തരതയ്ക്ക് സങ്കീർണ്ണതയും അഗാധതയുമുണ്ടെന്ന വിശേഷവും അപ്പൻ ഉദാഹരണങ്ങളിലൂടെ വെളിപ്പെടുത്തുന്നു. ആധുനികാനന്തരാവസ്ഥ മലയാളത്തിൽ പൂർണ്ണമായിട്ടില്ലെങ്കിലും ചില പ്രവണതകളും തന്ത്രങ്ങളും ഈ കൃതിയെഴുതുമ്പോൾ രൂപപ്പെടാൻ തുടങ്ങിയെന്ന് അപ്പൻ കണ്ടെത്തി. ഇവിടെ പ്രത്യക്ഷപ്പെട്ടുകൊണ്ടിരിക്കുന്ന ഉത്തരാധുനികതയുടെ സ്ഫുരണങ്ങൾ പടിഞ്ഞാറുനിന്നു കടംകൊണ്ടവയല്ലെന്നും അപ്പൻ പറയുന്നു. സക്കറിയയുടെ 'പ്രകാശം പരത്തുന്ന ഒരു പെൺകുട്ടി', ടി.വി. കൊച്ചുബാവയുടെ 'ഇറച്ചി', 'കൊക്കരണി' എന്നീ കഥകളിലും ഉത്തരാധുനികതയുടെ മനോഭാവം തലപൊക്കിയതായി കെ.പി. അപ്പൻ സൂചിപ്പിക്കുന്നു. ഉത്തരാധുനികത ഒറ്റയ്ക്കുനിൽക്കുന്ന ഒന്നല്ലെന്നും ആധുനികതയുടെ ഉത്തരഭാഗമെണെന്നും അപ്പൻ എഴുതുന്നു. 'ആധുനികതയും ഉത്തരാധുനികതയും തമ്മിലുള്ള ബന്ധം ലയോതാറും ടെറി ഈഗൾടണും കരുതുന്നതുപോലെ സൗഹൃദത്തിന്റേതല്ല. മൃഗീയക്രൗര്യം നിറഞ്ഞ ബന്ധമാണിത്. ഉത്തരാധുനികത ആധുനികതയിൽനിന്നു ചിലതെല്ലാം എടുക്കുന്നു. എങ്ങനെ? സ്വവർഗത്തിലുള്ളവയുടെ മാംസം തിന്നു വളരുന്ന രീതിയാണത്. കൂടുതൽ കർക്കശമാകുന്ന ഈ സ്വഭാവമാണ് ഉത്തരാധുനികതയെ അതായിത്തന്നെ നിലനിർത്തുന്നത്. ആധുനികതയിലെ ദാർശനികഫലിതത്തെ തമാശയായും കളിവാക്കായും മാറ്റിയെടുക്കുമ്പോൾ സക്കറിയായും എൻ.എസ്. മാധവനും ഈ സ്വഭാവമാണു പ്രകടിപ്പിക്കുന്നത്.' (പു.53) മാധവിക്കുട്ടിയുടെ 'കുറ്റിക്കാട്ടിലെ നരി', ഒ.വി. വിജയന്റെ 'ഉപനിഷത്ത്', കാക്കനാടന്റെ 'ബാബേൽ', എം, മുകുന്ദന്റെ 'ചങ്ങാതികൾ', സക്കറിയയുടെ 'വെള്ളവടി', എം.പി. നാരായണപിള്ളയുടെ 'ശിവരാമൻ', വി.കെ.എന്നിന്റെ 'ഹംസം', പുനത്തിൽ കുഞ്ഞബ്ദുള്ളയുടെ 'പുതിയ കാഷായം', സേതുവിന്റെ 'കഴുകൻ', പത്മരാജന്റെ 'സായാഹ്നസ

വാരി', എം. സുകുമാരന്റെ 'ഭരണകൂടം' എന്നീ കഥാപഠനങ്ങളും ഈ കൃതിയുടെ രണ്ടാംഭാഗത്ത് ഉൾപ്പെടുത്തിയിട്ടുണ്ട്.

പ്രശസ്ത കഥാകൃത്തുകളുടെ ഒറ്റക്കഥാപഠനങ്ങളാണ് 'കഥ: ആഖ്യാനവും അനുഭവസത്തയും' (1999). 'പ്രണയത്തിന്റെ അധര സിന്ദൂരം കൊണ്ടെഴുതിയ കഥ'യിൽ ടി. പത്മനാഭന്റെ 'ഗൗരി'യിലെ പ്രണയഭാവന ആശാന്റെ നളിനിയിലേക്കും ലീലയിലേക്കും ആന്തരികയാത്ര നടത്തുന്നു. 'ഗൗരി' എഴുതിയപ്പോൾ പത്മനാഭൻ വർത്തമാനകാലത്തിലെ കഥാകാരനും ഭൂതകാലത്തിലെ കവിയുമായിരുന്നു എന്നാണ് അപ്പന്റെ വിവക്ഷ. കുമാരനാശാൻ കാവ്യങ്ങളിലൂടെ തന്റെ ശൈവവ്യക്തിത്വത്തെ തിരിച്ചറിഞ്ഞതുപോലെ പത്മനാഭൻ ഗൗരിയിലൂടെ തന്റെ ശൈവവ്യക്തിത്വത്തെ തിരിച്ചറിഞ്ഞതായും അപ്പൻ ഉദാഹരണത്തോടെ സമർത്ഥിക്കുന്നു. ഇതാണ് ഒരു കലാകാരൻ ചെയ്യുന്ന പാരമ്പര്യത്തിന്റെ നവീകരണം എന്ന് അപ്പൻ കൂട്ടിച്ചേർക്കുന്നു. എം.ടിയുടെ 'ബന്ധനം' എന്ന കഥ മുഖ്യകഥാപാത്രത്തിന്റെ കാപട്യത്തെ വെളിപ്പെടുത്തുന്നു. ഇതു വ്യക്തമാക്കാൻ ബാഹ്യയാഥാർത്ഥ്യങ്ങളും അയാളുടെ ഉള്ളിലെ കാപട്യവും ഇടവിട്ടിടവിട്ട് പ്രത്യക്ഷമാക്കുന്ന ആഖ്യാനശൈലി കഥാകാരൻ സ്വീകരിച്ചിരിക്കുന്നു. 'ബീഭത്സരസത്തിന്റെ സന്ന്യാസസാക്ഷ്യം', 'അരിമ്പാറ' എന്ന കഥയുടെ വ്യാഖ്യാനമാണ്. അടിയന്തരാവസ്ഥയിൽ നിന്നുണ്ടായ ശൈലിയാണ് 'അരിമ്പാറ'യുടെ ആഖ്യാനരീതി. അടിയന്തരാവസ്ഥയുടെ കാളിമ ദാരുണമായൊരു പ്രേരണയായി വിജയന്റെ അബോധത്തെയും ഗ്രസിച്ചിരിക്കണം. എന്നാൽ സമകാലികചരിത്രത്തിലേക്കു മാത്രം ഒതുങ്ങിക്കൂടുന്നില്ല 'അരിമ്പാറ'. എല്ലാത്തരം അധീശാധികാരത്തിനുമെതിരായ ഒരു കലാകാരന്റെ ലോകവീക്ഷണവും അധികാരഭ്രാന്തിന് സാഹിത്യഭാവന കൊടുക്കുന്ന രൂപവുമാണ് ആ കഥയെന്നും അപ്പൻ കണ്ടെത്തുന്നു. 'ലഞ്ച്' എന്ന വി.കെ.എൻ. കഥയുടെ അർത്ഥാന്തരങ്ങൾ അന്വേഷിക്കുന്നു 'ചിരിയുടെ ചുറ്റികപ്രയോഗം', ഒരു തീൻമേശയും സുന്ദരിയെയും ഉപയോഗിച്ചാണ് വി.കെ.എൻ. ചിരിയുണ്ടാക്കുന്നത്. പയ്യൻ അമിതാഹാരം കഴിക്കുമ്പോൾ അതു കലാസുന്ദരമായ പരിപാടിയാക്കി മാറ്റുന്നു. മണ്ണിന്റെ മന്ത്രവാദമാണ് വി.കെ.എന്നിന് പ്രചോദനം. പയ്യൻ തെന്നാലിരാമന്റെ പാരമ്പര്യത്തിലാണു നിൽക്കുന്നത്. വി.കെ.എൻ., ചിരിയുടെ രസശാസ്ത്രത്തിൽ സൃഷ്ടിക്കുന്ന പുതിയൊരു ആനന്ദവാദമാണ് 'ലഞ്ച്' എന്ന കഥയെന്ന് അപ്പൻ കണ്ടുപിടിക്കുന്നു. കോവിലന്റെ 'ശംഖ്', ആനന്ദിന്റെ 'ആറാമത്തെ വിരൽ',

പട്ടത്തുവിള കരുണാകരന്റെ 'അല്ലോപനിഷത്ത്', എൻ.പി. മുഹമ്മദിന്റെ 'മെഴുകുതിരികൾ', കാക്കനാടന്റെ 'ബാബേൽ', എം.പി. നാരായണപിള്ളയുടെ 'ജോർജ് ആറാമന്റെ കോടതി' തുടങ്ങി മുകുന്ദൻ, സക്കറിയ, സേതു, പുനത്തിൽ കുഞ്ഞബ്ദുള്ള, സി. രാധാകൃഷ്ണൻ, സി.വി. ശ്രീരാമൻ, പി. പത്മരാജൻ, എം. സുകുമാരൻ, വി.പി. ശിവകുമാർ, എൻ.എസ്. മാധവൻ, കെ.പി. നിർമൽകുമാർ, മേതിൽ രാധാകൃഷ്ണൻ എന്നിവരുടെ ഒരോ കഥകൾ വീതവും ഇതിൽ പഠിക്കുന്നുണ്ട്.

അഞ്ചു ഭാഗങ്ങളുള്ള ലേഖനസമാഹാരമാണ് 'വിവേകശാലിയായ വായനക്കാരാ'(2002). തെളിമയുള്ള ഭാഷയിൽ, വായനസുഖം നൽകുന്ന കൊച്ചുകൊച്ചു ലേഖനങ്ങളാണ് ഇതിലുള്ളത്. ഒന്നാംഭാഗം 'ബുദ്ധിജീവികൾ' ആണ്. ബുദ്ധിജീവികൾക്ക് സാംസ്കാരികനായകത്വം നഷ്ടപ്പെട്ടെന്ന് അപ്പൻ പറഞ്ഞുവെക്കുന്നു. സാംസ്കാരികനായകന്മാർ സൂത്രശാലികളായ ആശയപ്രചാരകരായി മാറുന്ന കാഴ്ചയാണ് സമകാലികചരിത്രത്തിൽ ഉള്ളത്. വർഗ്ഗസമരം എന്ന ആശയത്തിനു മങ്ങലേറ്റതോടെ നേതൃത്വത്തിനുവേണ്ടിയുള്ള സമരം തീവ്രമായി. സാംസ്കാരികനായകർ എല്ലാത്തരം നേതൃത്വത്തോടും വിധേയത്വം കാട്ടി. കമ്പോളമാനവികതയുടെ സ്വാദ് കലർത്തി അവർ പ്രഭാഷണം നടത്തുന്നു. അഴീക്കോട്, എ.എൻ. വിജയൻ, എം.കെ. സാനു എന്നിവരെയാണ് ഇവിടെ അപ്പൻ പേരെടുത്തുപറഞ്ഞിരിക്കുന്നത്. ബുദ്ധിജീവിയിലുള്ള വിശ്വാസം സമൂഹത്തിനു നഷ്ടപ്പെട്ടതായി അടുത്ത ലേഖനത്തിലും അപ്പൻ പ്രകടിപ്പിക്കുന്നു. വിശ്വാസമാണ് ഈ കാലത്തിന്റെ വില്പനച്ചരക്കെന്നും അതിനാൽ മായം ചേർക്കൽ അതിലാണു നടക്കുന്നതെന്നും 'ബുദ്ധിയില്ലാത്ത ശീതങ്കൻ കാണി പറഞ്ഞതും ചെയ്തതും' എന്ന ലേഖനത്തിൽ അപ്പൻ ആരോപിക്കുന്നു. യുദ്ധം, മരണം, കെടുതികൾ ഇവ മനുഷ്യനെ ഒന്നിപ്പിക്കുമ്പോൾ വിശ്വാസം മനുഷ്യരെ ഭിന്നിപ്പിക്കുകയാണെന്നും അപ്പൻ പറയുന്നു.

'വിമർശനം' ആണ് ഈ പുസ്തകത്തിന്റെ രണ്ടാം ഭാഗം. വിമർശനം ബോധനവിദ്യയുടെ അലങ്കാരക്കുടയല്ലെന്നും അങ്ങനെയുള്ളവരാണ് അതിനെ രോഗക്കിടക്കയിലാക്കുന്നതെന്നും അപ്പൻ വിധിക്കുന്നു. വിമർശനം നിയമബുദ്ധിയുടെ ഉത്പന്നമാണെന്നും ന്യായാധിപൻ വിധി പ്രസ്താവിക്കുന്നതിനുമുമ്പ് കേസിന്റെ പല വശങ്ങളെപ്പറ്റി പര്യാലോചന നടത്തുന്നതുപോലെ വിമർശകനും ചെയ്യണമെന്നും അപ്പൻ ആവശ്യപ്പെടുന്നു. അതില്ലാത്തതിനാലാണ് കട

ത്തിണ്ണനിലവാരത്തിലേക്കു വിമർശനം താഴുന്നതെന്നും അപ്പൻ സൂചിപ്പിക്കുന്നു. വിമർശകൻ രചനകളിൽ സ്വന്തമായ ശബ്ദകോശം നിർമ്മിക്കണം, വിമർശകനെ അയാളുടെ ഭാഷയിലൂടെയല്ലാതെ മന സ്സിലാക്കാനാവില്ല എന്നിങ്ങനെ മുൻഗ്രന്ഥങ്ങളിൽ പ്രസ്താവിച്ച കാര്യങ്ങൾ ഈ സമാഹാരത്തിലും അപ്പൻ ആവർത്തിച്ചുറപ്പിക്കുന്നു. 'കഥ' എന്ന മൂന്നാംഭാഗത്ത് മാധവിക്കുട്ടി, സക്കറിയ തുടങ്ങിവ രുടെ കഥകളെ വിലയിരുത്തുന്നു. 'വിവാദങ്ങളും മറ്റും' എന്ന നാലാം ഭാഗത്തും പല വിഷയങ്ങളെക്കുറിച്ചുള്ള പതിന്നാല് ചെറുലേഖന ങ്ങൾ കാണാം. സുകുമാർ അഴീക്കോടിന്റെ ചോദ്യങ്ങൾക്ക് അപ്പൻ നൽകുന്ന മറുപടിയാണ് അഞ്ചാം ഭാഗം.

രോഗത്തെക്കുറിച്ചും വിശേഷാൽ, ഭ്രാന്തിനെക്കുറിച്ചുമുള്ള അപൂർ വ്വനിരീക്ഷണങ്ങളാണ് 'രോഗവും സാഹിത്യഭാവനയും' (2004). സൂസൻ സൊണ്ടാഗ്, എൻ.എൻ. കക്കാട്, ചങ്ങമ്പുഴ, ആന്ദ്രേ ഴീദ് മുതലായവരുടെ രോഗാവസ്ഥകളെ ഇതിൽ കാണിക്കുന്നു. 'ബഷീ റിന്റെ ഭ്രാന്തും എന്റെ കിറുക്കുകളും' ബഷീറിന്റെ ജീവിതത്തിലെ ചിത്തഭ്രമാവസ്ഥയെപ്പറ്റി വിവരിക്കുന്ന ലേഖനമാണ്. 'ഞണ്ടും നക്ഷ ത്രങ്ങളും' എൻ.എൻ.കക്കാടിന്റെ ജീവിതത്തിലുണ്ടായ കാൻസർ, കവിതയിൽ വിഷണ്ണമായ ബിംബങ്ങളായി പരിണമിച്ചതായി അപ്പൻ കണ്ടെത്തുന്നു. എന്നാൽ ആ രോഗത്തെപ്പറ്റി പറയാൻ അദ്ദേഹം ധൈര്യം കാണിച്ചില്ല. പകരം വ്രണിതമാം കണ്ഠത്തിൽ നോവി ത്തിരി കുറവുണ്ട് എന്നുപറഞ്ഞു മരുന്നിനെക്കുറിച്ചു സൂചന തന്നു. ശരീരകോശങ്ങളിലെ മാരകമായ വളർച്ചയുടെ വേദന ഘനമായ് വിങ്ങുന്ന ശ്രുതിയായി കക്കാടിന്റെ കാവ്യഭാഷയിലുടനീളം വ്യാ പിച്ചിരുന്നതായി അപ്പൻ നിരീക്ഷിക്കുന്നു. ഭ്രാന്തിന്റെ ആവിഷ്കാര മുള്ള വിശ്വസാഹിത്യത്തിലെയും മലയാളത്തിലെയും കൃതികളെയും അപ്പൻ ഇതിൽ പഠനവിധേയമാക്കുന്നുണ്ട്. 'അസുരവിത്ത്', 'വസൂരി', 'ഖസാക്കിന്റെ ഇതിഹാസം', 'ഒരു വഴിയും കുറെ നിഴലുകളും' തുട ങ്ങിയ രചനകളിലെ രോഗത്തിന്റെ അടിയൊഴുക്ക് അപ്പൻ വരച്ചി ടുന്നു. എഴുത്തുകാരൻ രോഗനിരീക്ഷകൻ മാത്രമല്ല, ചികിത്സാനി രീക്ഷകൻകൂടിയാണെന്ന് 'ലന്തൻബത്തേരിയിലെ ലുത്തിനിയകൾ' മാതൃകയാക്കി അപ്പൻ സൂചിപ്പിക്കുന്നു. മാനസികരോഗങ്ങൾക്കു നൽകുന്ന ആഘാതചികിത്സയുടെ അനുഭവത്തെ സംഭ്രമത്തിന്റെയും വിചിത്രമായ കണ്ടെത്തലിന്റെയും ഭാഷയിലേക്കു മാധവൻ പക രുന്ന കാര്യം അപ്പൻ രേഖപ്പെടുത്തുന്നു.

കക്ഷിരാഷ്ട്രീയത്തോട് താത്പര്യമില്ലാത്തവരെ ആക്ഷേപിക്കുന്ന

വർക്കുള്ള മറുപടിയാണ് 'പേനയുടെ സമരമുഖങ്ങൾ' (2006). വിമർശകന്റെ ചിന്തയ്ക്ക് ഇരട്ടദൗത്യമുണ്ട്. വിധിനിർണ്ണയത്തിലെ വിട്ടുവീഴ്ചയില്ലായ്മ ഒരു സമരമുഖമാണ്. മറ്റൊരു സമരമുഖമാണ് എഴുത്തുകാരന്റെ അന്തസ്സിനെച്ചൊല്ലി ഊർജ്ജസ്വലവും അടിയുറച്ചതുമായ ദാർശനികവിളംബരങ്ങൾ അവതരിപ്പിക്കുക എന്നത്. 'ഇടതുവലതുപക്ഷക്കാരായ എഴുത്തുകാർ ഒരുപോലെ കക്ഷിരഹിതനെ പേടിക്കുന്നു. അതിനാൽ അവരെ ശിക്ഷിക്കാനുള്ള സൈദ്ധാന്തിക കോടാലികൾ രാഷ്ട്രീയക്കാർക്കുവേണ്ടി ഇവർ പണിതെടുക്കുന്നു. എനിക്കറിയാം, ഇടതുവലതുപക്ഷക്കാരായ എഴുത്തുകാരുടെ കണ്ണുകൾക്കു ഞാൻ ചതുർത്ഥിയാണ്. എന്നാൽ എന്റെ വിശ്വാസങ്ങളെ ത്യജിച്ചുകൊണ്ട് ഈ രാഷ്ട്രീയദല്ലാളന്മാരുടെ കണ്ണുകൾക്ക് പഞ്ചമിയാകാൻ ഞാൻ ആഗ്രഹിക്കുന്നില്ല.' (പു.10). ആനന്ദിന്റെ 'മരുഭൂമികൾ ഉണ്ടാകുന്നത്' എന്ന നോവൽ അർത്ഥവത്തായ ഒരു ദിശാപരിണാമത്തിന്റെ ചലനത്തെ നമ്മുടെ സാഹിത്യത്തിന്റെ സംസ്കാരത്തിലേക്കു വ്യാപിപ്പിക്കുന്നുണ്ട് എന്ന് 'ചരിത്രം വന്നുവിളിക്കുമ്പോൾ' എന്ന ലേഖനത്തിൽ പറയുന്നു. ഇ.എം.എസിന്റെ സാഹിത്യവീക്ഷണം പുതുമയിലേക്ക് കുതിച്ചിട്ടില്ല എന്നു വിമർശിക്കുന്ന ലേഖനം ഈ സമാഹാരത്തിലുണ്ട്. ഇ.എം.എസ് കേസരിയെ ബൂർഷ്വാ പണ്ഡിത മൂഢൻ എന്നു വിളിച്ചതിനെ സാഹിത്യചരിത്രം കുറ്റക്കാരനെന്നു വിധിച്ചേക്കുമെന്ന് അപ്പൻ പറയുന്നു. എല്ലാ കാര്യത്തിലും, മാർക്സിന്റെ കാര്യത്തിലുൾപ്പെടെ, സൗഹൃദവും നിഷേധവും എന്ന വൈരുദ്ധ്യാത്മകസമീപനം ഇ.എം.എസ് പ്രകടിപ്പിക്കുന്നതായി അപ്പൻ സോദാഹരണം തെളിയിക്കുന്നു.

'അരാജകവാദിയായി മാറുന്ന മലയാളി' (2008) എന്ന സമാഹാരത്തിലെ അതേപേരിലുള്ള ലേഖനത്തിൽ മലയാളികൾ രണ്ടുമുന്നണികളെയും മാറിമാറി വിജയിപ്പിക്കുകയല്ല, പകരം സ്വതന്ത്രരായ ഒരുകൂട്ടം മലയാളികൾ മുന്നണികളെ മാറിമാറി പരാജയപ്പെടുത്തുകയാണെന്നു പറയുന്നു. ഇതിൽ പ്രകടമാകുന്ന രാഷ്ട്രീയലാഘവത്വം അരാജകവാദത്തിൻറേതാണെന്ന് അപ്പൻ കണ്ടെത്തുന്നു. ഭരണകൂടരാഷ്ട്രീയക്കാരും മിതവാദികളും കുഴപ്പക്കാരായ തീവ്രവാദികളെ അവജ്ഞയോടെ വിളിച്ചപേര് എന്ന നിലയിൽ അരാജകവാദി എന്ന പദത്തെ കാണരുത്. അരാജകവാദം പരിഗണിക്കപ്പെടേണ്ട ഒരു ലോകവീക്ഷണമാണ്. യഥാർത്ഥ അരാജകവാദത്തിൽനിന്നു ഭിന്നമാണ് മലയാളിയുടേത്. അത് ഒരു മനോഭാവമാണ്. ബാഹ്യരാഷ്ട്രീയത്തിൽ സാക്ഷാത്കരിക്കാനാവാത്ത പ്രേരണകൾ

അരാജകവാദം എന്ന മനോഭാവമായി മാറുകയാണിവിടെ.

ഈ സമാഹാരത്തിലെ 'അയ്യപ്പപ്പണിക്കർ നമ്മുടെ കവിതയിൽ ചെയ്തത്' ശ്രദ്ധേയമായ ലേഖനങ്ങളിൽ ഒന്നാണ്. മലയാളകവിതയുടെ ഭാവിദിശ രൂപപ്പെടുത്താനായി പരീക്ഷണാത്മകമായ സാങ്കേതികത പണിക്കർ ഉപയോഗിച്ച കാര്യം അപ്പൻ എടുത്തുപറയുന്നു. നമ്മുടെ കാലത്തിനുപറ്റിയ പുതിയൊരു പ്രതിരോധകവിതയ്ക്കുവേണ്ടിയുള്ള പരീക്ഷണമായിരുന്നു അയ്യപ്പപ്പണിക്കരുടെ കവിതകൾ എന്ന് അപ്പൻ നിരീക്ഷിക്കുന്നു. അതിസാങ്കേതികത മലയാളകഥയെ കൊല്ലുന്നു എന്ന് ഇതേ പുസ്തകത്തിൽ എഴുത്തുകാരൻ ആക്ഷേപമുന്നയിക്കുന്നു. പട്ടത്തുവിള കരുണാകരന്റെ 'അല്ലോപനിഷത്ത്' അയത്നലളിതമായ ആവിഷ്കരണതന്ത്രത്തിന് നല്ല മാതൃകയായി പറയുന്നു. ചില ഗായകർ ആലാപനത്തിന്റെ പരിമിതി ശരീരത്തിന്റെ ചടുലതാളത്തിൽ മറച്ചുവെക്കുന്നതുപോലെ ജീവിതത്തെക്കുറിച്ചുള്ള ഉൾക്കാഴ്ചയില്ലായ്മ അതിസാങ്കേതികത ഉപയോഗിച്ചു കഥയെഴുത്തുകാർ മറച്ചുപിടിക്കുന്നു. അതു കഥയെ കൊല്ലുന്നു. പ്രതിഭ തളരുമ്പോൾ അതിസാങ്കേതികത കടന്നുവരുന്നു. രൂപമാത്രവാദത്തിൽ കഥാകാരർ വീണുപോകുന്നു. വായനക്കാരുടെ താത്പര്യം കഥയിൽനിന്ന് കഥേതരസാഹിത്യത്തിലേക്ക് മാറിക്കൊണ്ടിരിക്കുന്നു. ഇതിന്റെ കാരണക്കാർ കഥയെഴുത്തുകാർ തന്നെ. ജീവിതക്കാഴ്ചയുടെ പ്രതിസന്ധികളെ സൗന്ദര്യപരമായി മറികടക്കാനാണ് എഴുത്തുകാരൻ പുതിയ ആവിഷ്കരണതന്ത്രങ്ങൾ കണ്ടെത്തുന്നത്. ഇങ്ങനെയൊന്നുമില്ലാത്ത സന്ദർഭങ്ങളിൽ കൃത്രിമമായി രൂപപ്പെടുത്തുന്ന അതിസാങ്കേതികത കഥാകാരന്റെ ലോകവീക്ഷണത്തിനുമേൽ ഭാരച്ചരക്കായി വീഴുന്നു. ഉള്ളടക്കം ഉടഞ്ഞുപോകുന്നു. ഇപ്പോൾ മലയാളകഥയിൽ കാണുന്നത് ഇത്തരം കൗശലപ്പണികളാണ്. ലക്ഷ്യത്തെ തകർക്കുന്ന മാർഗമായി കഥയുടെ സാങ്കേതികവിദ്യ മാറരുത്. വർത്തമാനകാല മലയാളകഥയിലെ അതിസാങ്കേതികത ലക്ഷ്യത്തെ തകർക്കുന്ന മാർഗമാണ് എന്ന് അപ്പൻ ഉറപ്പിക്കുന്നു.

നിരൂപണമെന്നു പൂർണ്ണമായി വിളിക്കാനാവാത്ത വളരെ ചെറിയ പൊതുകൃതികളും അപ്പന്റേതായുണ്ട് : 'ബൈബിൾ വെളിച്ചത്തിന്റെ കവചം', ''മധുരം നിന്റെ ജീവിതം', 'ചരിത്രത്തെ അഗാധമാക്കിയ ഗുരു', 'തനിച്ചിരിക്കുമ്പോൾ ഓർമ്മിക്കുന്നത്' (ആത്മകഥ). ക്രിസ്തീയബിംബങ്ങളുടെ തടവുകാരൻ എന്ന് ജി.എൻ. പണിക്കർ വിമർശിച്ചതിനു മറുപടിയാണ് 'ബൈബിൾ വെളിച്ചത്തിന്റെ കവചം' (1994).

ഫ്രഞ്ചിലും ഇറ്റാലിയനിലും ഇതിനു വിവർത്തനമുണ്ടായി. വേദപുസ്തകബിംബങ്ങൾ നിരൂപണഭാഷയിൽ സമൃദ്ധമായി ഉപയോഗിക്കുന്ന മറ്റൊരാൾ മലയാളത്തിന് അന്യംതന്നെ. ഈ കൃതിയിലെ 'അലങ്കരിച്ച ദേവദാരു' എന്ന ആദ്യലേഖനത്തിൽ അപ്പൻ തന്റെ വേദപുസ്തകസൗഹൃദത്തിന്റെ കഥപറയുന്നു. സ്കൂൾ വിദ്യാർത്ഥിയായിരിക്കെ ഒരു ക്രിസ്മസിന് സമ്മാനമായി കിട്ടിയ ബൈബിൾ പലവുരു വായിച്ചു. അങ്ങനെ ക്രിസ്തുവചനങ്ങളുടെ ആലയത്തിൽ ദീർഘകാലം വസിക്കാൻ താൻ ക്ഷണിക്കപ്പെട്ടവനായി എന്ന് അപ്പൻ വ്യക്തമാക്കുന്നു. അപ്പന്റെ ഗദ്യശൈലിയെ രൂപപ്പെടുത്തിയ സ്വാധീനങ്ങളിൽ പ്രധാനം ബൈബിളായിരുന്നു.

'മലയാളചിന്തയിൽ മേരീവിജ്ഞാനീയത്തിന്റെ ഇമ്പമുള്ള വാക്കുകൾ അതിവേഗം സൃഷ്ടിക്കേണ്ടിയിരിക്കുന്നു' എന്ന് 'ബൈബിൾ വെളിച്ചത്തിന്റെ കവച'ത്തിൽ എഴുതിയ അപ്പന്റെ അതു സംബന്ധിച്ചുള്ള കൃതിയാണ് 'മധുരം നിന്റെ ജീവിതം' (2007). മേരീവിജ്ഞാനീയമാണ് ഉള്ളടക്കം. മറിയത്തിന്റെ വ്യത്യസ്തമുഖങ്ങൾ മലയാളകവിതയിൽ വാഴ്ത്തപ്പെട്ടിട്ടില്ല. മേരീവിജ്ഞാനീയവും മലയാളഭാവനയും തമ്മിലുള്ള ബന്ധത്തെ നിർവചിക്കുന്ന വെളിപാടുകളുടെ കവിത മലയാളത്തിൽ ഉണ്ടായിട്ടില്ല എന്നും ഈ കൃതിയിലൂടെ അപ്പൻ ആരോപിക്കുന്നു. മലയാളത്തിലെ നാടോടിപ്പാട്ടുകളിൽത്തുടങ്ങി സാഹിത്യത്തിന്റെ എല്ലാ ജനുസ്സുകളിലേക്കും ബൈബിൾ സ്വാധീനത സംഭവിച്ചിട്ടുണ്ട്. നിരൂപണത്തിന്റെ രംഗത്ത് കെ.പി അപ്പന്റെ രചനകളോടെ മാത്രമാണ് തിരുവെഴുത്തിന്റെ ഭാഷ തിരിനീട്ടിയത്. 'ക്ഷോഭിക്കുന്നവരുടെ സുവിശേഷം', 'കലഹവും വിശ്വാസവും' തുടങ്ങിയ ഗ്രന്ഥശീർഷകങ്ങളിൽ തുടങ്ങി ഇതര നിരൂപണങ്ങളിലെല്ലാം പ്രത്യക്ഷത്തിൽത്തന്നെ വേദഭാഷയുടെ നിറവു കാണാം. വായനക്കാരിൽ ഒരു വിഭാഗത്തെ ആ കൃതിയോട് അടുപ്പിച്ചത് ആഖ്യാനപ്പുതുമയുടെയും നവീനാശയത്തിന്റെയും വ്യതിരിക്തതയോടൊപ്പം പഴയ വേദപുസ്തകത്തിന്റെ പുതുക്കപ്പെട്ട ഭാഷയും കൂടിയായിരുന്നു.

ശ്രീനാരായണഗുരുവിനെക്കുറിച്ചുള്ള വീക്ഷണങ്ങളാണ് 'ചരിത്രത്തെ അഗാധമാക്കിയ ഗുരു' (2007). തനിക്കു ചുറ്റുമുണ്ടായിരുന്ന മനുഷ്യവിരുദ്ധമായ ലോകത്തെ ചികിത്സിക്കാനാണ് ശ്രീനാരായണഗുരു ശ്രമിച്ചതെന്ന് ഈ രചനയിലൂടെ അപ്പൻ കാണിക്കുന്നു. മതത്തിനു ബദലായി ഗുരു കൊണ്ടുവന്നത് നന്നായിത്തീർന്ന മനുഷ്യൻ എന്ന സങ്കല്പം ആയിരുന്നു. ഗുരു വിഭാവനം ചെയ്ത മനു

ഷ്യൻ ഇതത്രേ. ഗുരുവിന്റേത് മതാതീത സന്ന്യാസമായിരുന്നു. മതം വേണമെങ്കിൽ അതു സ്നേഹം സൃഷ്ടിച്ചവനെക്കുറിച്ചുള്ള അന്വേഷണമായിരിക്കണമെന്നു ഗുരു വിചാരിച്ചു. അതായിരുന്നു ഗുരുവിന്റെ മതം എന്ന് അപ്പൻ പറയുന്നു. ഈ കൃതിയിലെ 'ഗുരു കുരിശു ചുമന്ന ക്രിസ്തുവായത്' എന്ന ലേഖനത്തിൽ ഗുരുവിന്റെ ഭൗതികക്ലേശങ്ങളെപ്പറ്റിയും അദ്ദേഹത്തിലുണ്ടായിരുന്ന ക്രിസ്തുവിന്റെ ഭാവത്തെപ്പറ്റിയും അപ്പൻ സൂചിപ്പിക്കുന്നു. അറബിക്കടലിന്റെ തീരത്തുകൂടി ഹിന്ദുസന്ന്യാസിയായ ഒരു ക്രിസ്തു സഞ്ചരിച്ചിരുന്നു. ഗുരു അന്ത്യനാളുകളിൽ കഷ്ടാനുഭവങ്ങളുടെ കുരിശ് പേറിയിരുന്നതായി അപ്പൻ കൂട്ടിച്ചേർക്കുന്നു.

'തനിച്ചിരിക്കുമ്പോൾ ഓർമ്മിക്കുന്നത്' (2007), ഗ്രന്ഥകാരനെ സ്വാധീനിച്ച സംഭവങ്ങളും വ്യക്തികളും സാഹിത്യസൃഷ്ടികളും ചേർന്ന അതുല്യമായ ആത്മകഥയാണ്. കെ.പി. അപ്പന്റെ പ്രകൃതം വെളിപ്പെടുത്തുന്നതാണ് ആത്മകഥയുടെ ശീർഷകം. ഇതരസാഹിത്യകാരന്മാരിൽനിന്നു ഭിന്നമായി ഉൾവലിഞ്ഞ്, തനിച്ചിരിക്കാൻ ഇഷ്ടപ്പെടുന്നു അദ്ദേഹം. അതിനാൽ സാഹിത്യവേദികളിലോ പ്രഭാഷണത്തിലോ അദ്ദേഹത്തെ കാണാനാവില്ല. വിമർശനത്തെപ്പറ്റി അപ്പൻ ആത്മകഥയിൽ പറഞ്ഞ വാക്യം ഉദ്ധരിച്ച് ഇതിനു വിരാമമിടാം. 'വിമർശകൻ അനേകം കണ്ണും കാതുകളുമുള്ള ഒരു നിരീക്ഷണജീവിയാണ്. അതുകൊണ്ട് അയാളുടെ സാഹിത്യചിന്ത ഏതെങ്കിലും ഒരു ചിന്തയെ ആസ്പദമാക്കി ഒതുങ്ങി നിൽക്കുന്നില്ല. ഏതെങ്കിലും സന്ദർഭത്തിലെ സാഹിത്യപ്രസ്താവനയിൽ മാത്രമായും അത് ഒതുങ്ങിനിൽക്കുന്നില്ല. വിമർശകന്റെ വീക്ഷണം എപ്പോഴും ഒരു വികാസത്തിന്റെ പ്രവർത്തനക്രമത്തിലാണ്. അത് എപ്പോഴും പുരോഗതിയിലായിരിക്കുന്ന അവസ്ഥയിലാണ്.' (പു.83)'മലയാളഭാവന മൂല്യങ്ങളും സംഘർഷങ്ങളും'(1992), 'പ്രകോപനങ്ങളുടെ പുസ്തകം' (2008), 'സ്വർഗം തീർന്നുപോകുന്നു, നരകം നിലനിൽക്കുന്നു' (2005), 'ചരിത്രത്തെ നിങ്ങൾക്കൊപ്പം കൂട്ടുക' (2008), 'ഇന്നലെകളിലെ അന്വേഷണപരിശോധനകൾ' തുടങ്ങിയവയും അപ്പന്റെ രചനകളാണ്. അപ്പന്റെ അവസാനകൃതി 'ഫിക്ഷന്റെ അവതാരലീലകൾ' (2012), മരണശേഷമാണ് പുറത്തിറങ്ങിയത്. വിശ്വനോവൽസാഹിത്യത്തിലെ വിശിഷ്ടകൃതികളാണ് ഉള്ളടക്കം. 2008 ഡിസംബർ 14-നായിരുന്നു കെ.പി.അപ്പന്റെ അന്ത്യം. അപ്പൻ പലപ്പോഴായിപ്പറയുകയോ എഴുതുകയോ ചെയ്ത ചെറുകുറിപ്പുകളുടെ സമാഹാരം 'ക്ഷോഭത്തിന്റെ വചനങ്ങൾ' (2007) രസകരമായ വായനാനുഭവം നൽ

കുന്നു. ഇതിന്റെ സമ്പാദകൻ കെ.പി.നന്ദകുമാർ ആണ്. ആ സമാഹാരത്തിലെ 'ക്ലിക്ക്' എന്ന തലക്കെട്ടുള്ള ഏറ്റവും ചെറിയകുറിപ്പ് മാത്രം ഉദ്ധരിക്കുന്നു: 'സാഹിത്യവിമർശകൻ ഒറ്റയ്ക്ക് ഒരു യുദ്ധപതാക വഹിച്ചുകൊണ്ടുനടക്കുന്നവനാണ്. അങ്ങനെയൊരാൾക്ക് ക്ലിക്ക് ആവശ്യമില്ല.'(പു.91)

കാലം മാറുന്നതിനനുസരിച്ച് വിമർശനപദ്ധതി മാറ്റാതെ, അംഗീകാരങ്ങൾക്കായി ഏതു പക്ഷത്തും നിലയുറപ്പിക്കാതെ, സ്വന്തം ലാവണ്യബോധത്തോടു മാത്രം മമത കാണിച്ച ഒറ്റയാൻ വിമർശകനായിരുന്നു കെ.പി.അപ്പൻ. പരാശ്രയത്വമില്ലാതെ കരുത്തുകാട്ടിയ നിരൂപണവ്യക്തിത്വം എന്ന അപൂർവ്വതയ്ക്ക് അപ്പൻ അർഹനായി. എഴുത്തു തുടങ്ങിയതു മുതൽ നിരന്തരം ക്ഷോഭിപ്പിക്കുന്ന പ്രസ്താവനകളിലൂടെ അപ്പൻ അക്ഷരലോകത്ത് നിറഞ്ഞുനിന്നു. ക്ഷോഭവും കലഹവും ആക്രമണവും സാഹിത്യത്തിലെ തുരുമ്പിച്ചുപോയ ശീലങ്ങളോടു മാത്രമായിരുന്നു. സൗന്ദര്യപക്ഷത്ത് നിലയുറപ്പിക്കുന്നത് ഒഴികെ മറ്റെല്ലാത്തിനോടും അപ്പൻ കലഹിച്ചു. അക്കാദമിക്ക് വിമർശനത്തിന്റെ ജീർണ്ണതകളോട് പോരടിച്ച് അപൂർവ്വസൗന്ദര്യാനുഭൂതി നൽകുവാൻ ആഹ്വാനം ചെയ്തു. നിരൂപണത്തെ ധ്യാനാത്മകപ്രക്രിയയാക്കിമാറ്റി, വ്രതകർമ്മത്തിന്റെ വിശുദ്ധിയോടെ അതിൽ ആദ്യന്തം പങ്കുകൊണ്ടു. മൂല്യനിർണ്ണയത്തിൽ സഹ്യനെക്കാൾ തലപ്പൊക്കം കാണിക്കെ തന്നെ വ്യക്തിബന്ധങ്ങളിൽ നിളയെക്കാളും ആർദ്രത അപ്പൻ കാത്തുസൂക്ഷിച്ചു.

സൗന്ദര്യത്തെ ഇരയെപ്പോലെ പിടിച്ചുതിന്നുന്ന മനസ്സ് ഈ വിമർശകനുമുണ്ടായിരുന്നു. പാശ്ചാത്യഭാവുകത്വത്തിന് ഉണർവ് പകർന്ന പ്രതിഭകളെയും പ്രവണതകളെയും കേസരിയെപ്പോലെ പരിചയപ്പെടുത്തുന്നതും അപ്പന്റെ പ്രകൃതമായിരുന്നു. യാഥാസ്ഥിതികത്വത്തിൽനിന്നുള്ള സൗന്ദര്യശാസ്ത്രപരമായ മോചനമാണ് വിമർശനം. പുതിയ സൗന്ദര്യാനുഭവങ്ങൾക്കായുള്ള ധ്യാനത്തിലായിരുന്നു അപ്പൻ. അതിനുതക്ക ബിംബാവലിക്കായും പദച്ചേരുവയ്ക്കായും അപ്പൻ കാത്തിരുന്നു. വായന എന്ന ധ്യാനകേന്ദ്രത്തിലെ ഏകാന്തതയിൽ നിന്നെത്തിയ വൈവിധ്യമാർന്ന ഗ്രന്ഥശേഖരം ബാക്കിയാക്കി സഹൃദയരെ വായനയുടെ സ്വർഗത്തിലേക്ക് ഇന്നും കെ.പി. അപ്പൻ ക്ഷണിക്കുന്നു. ഋഷിതുല്യമായ ഏകാന്തധ്യാനത്തിന്റെ പരമപദത്തിൽ നിന്നുവന്ന വിശുദ്ധലിഖിതങ്ങളായി അപ്പന്റെ കൃതികൾ. അവ നവീനവിമർശനത്തിന്റെ ദീപസ്തംഭമായി സാഹിത്യഭൂമികയിൽ നിലനിൽക്കുന്നു.

ഗ്രന്ഥസൂചി

1. ഉണ്ണികൃഷ്ണൻ സി., കെ.പി. അപ്പൻ: വായനയുടെ വസന്തം, 2009, കേരള ഭാഷാ ഇൻസ്റ്റിറ്റ്യൂട്ട്, തിരുവനന്തപുരം.

2. ഒരു സംഘം എഴുത്തുകാർ, കെ.പി. അപ്പൻ: വ്യക്തിയും വിമർശകനും, 1994, ഇംപ്രിൻറ് ബുക്സ്, കൊല്ലം.

3. ജോർജ് കെ.എം. (എഡി.), ആധുനികസാഹിത്യചരിത്രം പ്രസ്ഥാനങ്ങളിലൂടെ, 2011, ഡി.സി.ബുക്സ്, കോട്ടയം.

4. പദ്മകുമാർ മുഞ്ഞിനാട്, അപ്പൻ അുഭവം, 2012, സാഹിത്യപ്രവർത്തകസഹകരണ സംഘം, കോട്ടയം.

5. പ്രതാപൻ തായാട്ട് (എഡി.), കെ.പി. അപ്പൻ, 2010, ഹരിതം ബുക്സ്, കോഴിക്കോട്.

6. സാം എൻ. (എഡി.), സമകാലമലയാളസാഹിത്യം, 2004, കറന്റ് ബുക്സ്, കോട്ടയം.

11

കവിതയുടെ ജാതകം കുറിച്ച നിരൂപകൻ

ഡോ. പ്രിൻസ് മോൻ ജോസ്.

വൈവിധ്യപൂർണമായ മനോധർമ്മങ്ങളുടെ സ്വരൂപവും സൗന്ദര്യവും ആവാഹിച്ച രചനാമേഖലയാണ് മലയാളനിരൂപണം. സാഹിത്യ കൃതികളുടെ വായനയിലൂടെയും, പുനർവായനയിലൂടെയും രൂപ പ്പെട്ട വ്യാഖ്യാനങ്ങളുടെ സൈദ്ധാന്തികമാനങ്ങളാണ് ഇവ പ്രകടി പ്പിക്കുന്നത്. പാശ്ചാത്യ-പൗരസ്ത്യകാവ്യചിന്തകളും, യുക്തിചിന്ത കളിൽ നിന്നും രൂപപ്പെടുത്തിയ കാവ്യനിരീക്ഷണങ്ങളും സൗന്ദര്യ ശാസ്ത്രസങ്കല്പങ്ങളുമാണ് ഇവയുടെ അടിസ്ഥാനം. ഇവയെ മാന ദണ്ഡങ്ങളാക്കുമ്പോഴും വ്യക്തി അധിഷ്ഠിതമായ പ്രതിഭയും കാഴ്ചകളുമാണ് എഴുത്തിന്റെ അസ്തിത്വത്തെ വെളിപ്പെടുത്തുന്നത്. ഇങ്ങനെ വ്യക്തിപ്രഭാവത്താലും നിരൂപണരംഗത്തെ വേറിട്ട ശബ്ദ ത്താലും ശ്രദ്ധിക്കപ്പെട്ട മലയാളനിരൂപകനാണ് എസ്. രാജശേഖ രൻ. അദ്ദേഹത്തിന്റെ നിരൂപണവഴികളെ അപഗ്രഥിക്കുകയാണ് ഈ പ്രബന്ധത്തിന്റെ ലക്ഷ്യം.

ഏതെങ്കിലും ഗ്രന്ഥകാരനെയോ, കൃതികളെയോ അടിസ്ഥാന മാക്കി നിരൂപണമോ, പഠനമോ തയ്യാറാക്കുമ്പോൾ ഉപരിപ്ലവമായി മാത്രം തലോടിപ്പോകുന്ന ഒഴുക്കൻമട്ടു രീതി ചില നിരൂപകർ അവ ലംബിക്കാറുണ്ട്. എന്നാൽ സസൂക്ഷ്മമായ അന്വേഷണത്തിന്റെയും ഏകാഗ്രമായ മാനസികാദ്ധ്വാനത്തിന്റെയും വസ്തുനിഷ്ഠമായ വില യിരുത്തലിന്റെയും ഇടമായി നിരൂപണത്തെ കണ്ട വ്യക്തിത്വമാണ് എസ്.രാജശേഖരൻ. സാഹിത്യവിമർശനത്തിന്റെ വ്യത്യസ്ത അന്തർ ധാരകളെ പിന്തുടരുന്ന പ്രത്യയശാസ്ത്രനിലപാടുകളുടെ വൈവി ധ്യങ്ങൾക്കിടയിൽ തനതായ തത്വങ്ങളെയും എഴുത്തുരീതികളെയും അദ്ദേഹം രൂപപ്പെടുത്തി. പ്രധാനപ്പെട്ട സാഹിത്യസമീപനസരണി

കളിൽ ഒന്നായ സാമൂഹ്യശാസ്ത്രാധിഷ്ഠിത നിരൂപണത്തിന്റെ കാലോചിത പരിണാമരൂപമായ മാക്സിയൻ സൗന്ദര്യശാസ്ത്രതത്വങ്ങളെ ആശ്രയിച്ചാണ് അദ്ദേഹത്തിന്റെ വിമർശനം മുന്നേറുന്നത്.

കല ജീവിതത്തിന്റെ പകർപ്പാണ് എന്നതുകൊണ്ട് കലാവിമർശനം ജീവിതവിമർശനം തന്നെയാണ്. ജീവിതത്തിന്റെ സമ്പൂർണതയിലും സങ്കീർണതയിലും അഗാധതയിലും വ്യാഖ്യാനിക്കപ്പെടുന്ന നിരവധി തത്വശാസ്ത്രങ്ങൾ നിലവിലുണ്ടെങ്കിലും ഈ തത്വശാസ്ത്രങ്ങൾക്ക് ഒരിക്കലും അപ്രമാദിത്വം നല്കിക്കാണാനാവില്ല. ഈ യാഥാർത്ഥ്യത്തെ ഉൾക്കൊള്ളുമ്പോഴും തനതായ ശൈലിയിലൂടെയും ഭാഷയിലൂടെയും നിരൂപണത്തിൽ തന്റേതായ ഇടവും സമീപനവും രൂപീകരിക്കാൻ എസ്. രാജശേഖരന് കഴിഞ്ഞിട്ടുണ്ട്. കവിതയുടെ ജാതകം(1977), കവിത വെളിച്ചത്തിലേക്ക്, ഞാനിന്നിവിടെപ്പാടുമ്പോലെ, കവിത ഇന്ന്, വൈലോപ്പിള്ളി:കവിതയും ദർശനവും, (1994) നോവലിന്റെ വിതാനങ്ങൾ, ഗോപുരം തകർക്കുന്ന ശില്പി, മലയാളിയുടെ മലയാളം, വൈലോപ്പിള്ളി ശ്രീധരമേനോൻ, കേരളത്തെ വീണ്ടും ഭ്രാന്താലയമാക്കുകയോ?, പാട്ടുപ്രസ്ഥാനം: പ്രതിരോധവും സമന്വയവും, (2005), വിദ്യാഭ്യാസം പുനർനിർവ്വചിക്കുമ്പോൾ, മലയാളം: ഭാഷയും സാഹിത്യവും(2007), നവോത്ഥാനാനന്തര കവിത(2008), ഉത്സവങ്ങളിൽ നഷ്ടമാകുന്നത്(2009), പരിസ്ഥിതിദർശനം മലയാളകവിതയിൽ എന്നിവ അദ്ദേഹത്തിന്റെ പ്രധാന നിരൂപണ കൃതികളാണ്. നിരൂപണസംബന്ധിയായ എഡിറ്റഡ് കൃതികളും അദ്ദേഹത്തിന്റേതായുണ്ട്. വൈലോപ്പിള്ളി കവിതാസമീക്ഷ, ഒ.എൻ.വി. കവിത, കവിത വിതയും കൊയ്ത്തും, സർവ്വകലാശാല വിദ്യാഭ്യാസം: പുതിയ സമീപനം, പരിസ്ഥിതിക്കവിതകൾ, അന്തോണിയോഗ്രാംഷിയും സംസ്കാരപഠനവും, ഇനി ഞാനുണർന്നിരിക്കാം, മലയാളകവിത ഇരുപതാം നൂറ്റാണ്ടിൽ എന്നിവ ഇതിൽ ശ്രദ്ധേയങ്ങളാണ്.

ശാസ്ത്രീയമായ കാഴ്ച്ചപ്പാടുകളും, സാമൂഹികശാസ്ത്രത്തിന്റെ ഉപാധികളും മുൻനിർത്തി കവിതാസാഹിത്യപ്രസ്ഥാനത്തെ വിശകലനം ചെയ്യുന്ന എസ്. രാജശേഖരന്റെ കൃതിയാണ് കവിതയുടെ ജാതകം. പ്രയോജനകരവും സുചിന്തിതവുമായ ക്രമീകൃതഘടനയാണ് ഈ കൃതി പിന്തുടരുന്നത്. പത്തു പ്രബന്ധങ്ങളിൽ ആദ്യ രണ്ടു പ്രബന്ധങ്ങൾ വിഷയപ്രവേശനത്തിനുള്ള നാന്ദിയാണ്. കലയുടെയും കവിതയുടെയും ഉല്പത്തി, ധർമ്മങ്ങൾ, ലക്ഷ്യങ്ങൾ എന്നിവ മാർക്സിസ്റ്റ് ചിന്തകരുടെ ആശയലോകത്തെ ആധാരമാക്കി

വിവരിക്കുകയാണിവിടെ. ഈ അടിസ്ഥാനങ്ങളുടെ മേൽ ആധേയങ്ങളായി കാളിദാസൻ, എഴുത്തച്ഛൻ, ഉണ്ണായിവാര്യർ, കുമാരനാശാൻ, വള്ളത്തോൾ, വൈലോപ്പിള്ളി എന്നിവരെ പഠനവിധേയമാക്കുന്നു. പൊതുവായ മാനദണ്ഡങ്ങളിലധിഷ്ഠിതമായ രചനാമാർഗങ്ങളാണ് ഗ്രന്ഥകാരൻ അനുവർത്തിച്ചിരിക്കുന്നത്. എല്ലാ പഠനത്തിലുമുണ്ട് രണ്ടുഭാഗം വീതം. ഒന്ന് കവിയെ ആസ്പദമാക്കി ഓരോ കവിയും ജീവിച്ചിരുന്ന കാലഘട്ടവും, സാമൂഹ്യമായ സ്വാധീനങ്ങളും, പ്രവർത്തനങ്ങളുമാണ് ഈ ഘട്ടത്തെ നിർണയിക്കുന്നത്.

ആദ്യ പരാമർശവസ്തുതകളെ പ്രസ്തുതകവികളുടെ ഒരു കൃതിയെ അവലംബമാക്കി വിശകലനം ചെയ്യുന്നതാണ് രണ്ടാം ഭാഗം. ആശയങ്ങൾ തെളിമയോടെയും, വ്യക്തതയോടെയും അവതരിപ്പിക്കുന്ന സൂക്ഷ്മശൈലിയും, അലങ്കാരഘോഷങ്ങളില്ലാത്ത ദൃഢമായ ഭാഷാശൈലിയും, ഗ്രന്ഥഭാഷയ്ക്ക് ആഢ്യത്വം നല്കുന്നു. കാലുഷ്യവും, അവക്രവുമായ പ്രതിപാദനത്തിന്റെ മാസ്മരികതയാണ് ഈ കൃതിയുടെ ഭാഷാസ്വത്വത്തെ നിർണയിക്കുന്നത്.

1977-ൽ പ്രസിദ്ധീകരിച്ച കവിതയുടെ ജാതകത്തിന്റെ തുടർച്ചയായി രചിച്ച കൃതിയാണ് നവോത്ഥാനാനന്തരകവിത. ആധുനിക കവിതയുടെ ഗതിക്രമങ്ങളെക്കുറിച്ചും, കവിതയിലൂടെ കേരളീയ ജീവിതവും, കാവ്യസമീപനങ്ങളും നടത്തിയ സഞ്ചാരങ്ങളെക്കുറിച്ചും, ഒരുൾക്കാഴ്ച്ച നല്കാൻ ഈ കൃതിക്ക് കഴിയുമെന്ന് ആമുഖത്തിൽ ലേഖകൻ പ്രത്യാശിക്കുന്നു. നവോത്ഥാനഘട്ടം മുതൽ ഇന്നുവരെയുള്ള മലയാളകവിതയുടെ പരിണാമഗതിവിഗതികളെ രേഖീയമായി ചിട്ടപ്പെടുത്തി അവയിലെ ഭാവുകത്വവ്യതിയാനങ്ങളേയും പ്രതിപാദകസത്തയേയും ശാസ്ത്രീയമായി ഈ കൃതിയിൽ അവതരിപ്പിച്ചിരിക്കുന്നു.തീവ്രമായ അന്വേഷണബുദ്ധിയും, വിശകലനകുശലതയും, കാര്യഗൗരവബോധവും പിന്തുടരുന്ന അഗാധപഠനത്തിന്റെ മാനദണ്ഡങ്ങളാണ് ഈ കൃതിയുടെ സഞ്ചാരമാർഗങ്ങളെ സുഗമമാക്കുന്നത്. നവോത്ഥാന കാലഘട്ടത്തിന്റെ പ്രതിനിധിയായ കുമാരനാശാൻ മുതൽ സമകാലികരായ കവികൾ വരെ നീളുന്ന മലയാളകവിതയുടെ പഠനമാണ് പ്രസ്തുതകൃതി. കേരളത്തിന്റെ നവോത്ഥാനവും തുടർന്നുള്ള അവസ്ഥാഭേദങ്ങളും, കേരളീയജീവിതം മലയാളകവിതയിൽ വരുത്തിയ പ്രതികരണങ്ങളുടെ ഭൂമികയിലുമാണ് ഈ പഠനം രൂപപ്പെട്ടിട്ടുള്ളത്.

വൈലോപ്പിള്ളി കവിതയും ദർശനവും എന്ന എസ്. രാജശേഖരന്റെ ഗവേഷണപ്രബന്ധം വൈലോപ്പിള്ളിക്കവിതയുടെ മികച്ചൊരു

പഠനമാണ്. സമഗ്രവും ശാസ്ത്രീയവുമായ ജീവിതദർശനവും അതർഹിക്കുന്ന ഗൗരവവും, ഗാംഭീര്യവും, ഭാവനാത്മകതയും തികഞ്ഞ കാവ്യമാധ്യമത്തിലൂടെ ആവിഷ്ക്കരിച്ച കവിയാണ് വൈലോപ്പിള്ളി. ഈ സത്യത്തെ വൈലോപ്പിള്ളി കൃതികളിലൂടെ ഗ്രന്ഥകാരൻ പ്രത്യാനയിക്കുന്നു. കാവ്യാനുശീലങ്ങളിലൂടെയും, അഭ്യാസങ്ങളിലൂടെയും, ഉടലെടുക്കുന്ന ദർശനങ്ങളും, പിന്തുടരുന്ന പ്രത്യയശാസ്ത്രചിന്തകളും, മറ്റ് പൂർവ്വ വിജ്ഞാനമാനദണ്ഡങ്ങളും കൊണ്ട് നിർമ്മിതങ്ങളായ വീക്ഷണസജ്ജീകരണങ്ങളാണ് രചനയെ രൂപപ്പെടുത്തിയിരിക്കുന്നത്. വൈലോപ്പിള്ളി കവിതയെക്കുറിച്ചുള്ള പഠനമായ പ്രമുഖ നിരൂപകരുടെ ലേഖനങ്ങളുടെ സമാഹാരമാണ് വൈലോപ്പിള്ളി ക്കവിതാസമീക്ഷ. അതുപോലെ തന്നെ വൈലോപ്പിള്ളി കവിതാപഠനമായി പുറത്തിറങ്ങിയ ഗ്രന്ഥമാണ്, 'ഞാനിന്നിവിടെ പാടുമ്പോലെ' എന്ന രചന.

ഹരിതനിരൂപണത്തിന്റെ അടിസ്ഥാനനിലപാടുകളും, സിദ്ധാന്തങ്ങളും ഉപജീവിച്ചുള്ള രചനയാണ് 'പരിസ്ഥിതിദർശനം മലയാള കവിതയിൽ' എന്ന കൃതി. മലയാള കവിതാലോകത്തെ പരിസ്ഥിതി കവിതകളെയും, കവികളുടെ പ്രകൃതിയോടുള്ള ആഭിമുഖ്യങ്ങളേയും രേഖപ്പെടുത്താനാണ് ലേഖകൻ മുതിരുന്നത്. എൺവയേൺമെന്റൽ ഈസ്തെറ്റിക്സിന്റെ വികസ്വരമായിക്കൊണ്ടിരിക്കുന്ന ജ്ഞാനനിർമ്മിതിയുടെ ആന്തരസ്പർശവും സ്വാധീനവും ഒരു അവബോധമായി രചനയിൽ നിറയുന്നു. മനുഷ്യനും അവന്റെ ആവാസകേന്ദ്രമായ പ്രകൃതിയും തമ്മിലുള്ള സർഗാത്മകബന്ധത്തെക്കുറിച്ച് അവൻ പുലർത്തുന്ന അസ്തിത്വപരമായ അവബോധമാണ് പരിസ്ഥിതി ബോധം. ഇത് മനുഷ്യവംശത്തിന്റെ ആരംഭകാലം മുതൽ തുടർന്നുപോരുന്നതാണ്. ഈ യാഥാർത്ഥ്യത്തിലൂന്നി നിന്നുകൊണ്ട് പ്രാചീനകൃതികൾ മുതൽ സമകാലികകൃതികൾ വരെ എസ്. രാജശേഖരൻ വിശകലനം ചെയ്യുന്നു.

പാട്ടിന്റെ ലക്ഷണങ്ങൾ തികഞ്ഞ കൃതിയായ രാമചരിതം മുതൽ മലയാളത്തിന്റെ തനതു ഗാനരൂപമായ വഞ്ചിപ്പാട്ടുവരെയുള്ള കൃതികളെക്കുറിച്ചുള്ള വിശദപഠനമാണ് പാട്ടുപ്രസ്ഥാനം പ്രതിരോധവും സമന്വയവും എന്ന കൃതി. പാട്ടുകൃതികളുടെ ആവിർഭാവവും വികാസപരിണാമവും ഇവിടെ ഗഹനമായ പഠനത്തിനും വിചിന്തനത്തിനും വിധേയമാക്കിയിരിക്കുന്നു. വൈദികമന്ത്രങ്ങളും, അവയ്ക്ക് നിദാനമായ പ്രാകൃതഗാനങ്ങളും രാമായണ മഹാഭാരതങ്ങളായി ത്തീർന്നതിനു പിന്നിലേതു പോലൊരു പരിണാമപ്രക്രിയ കേരള

ത്തിലെ ആദ്യകാല നാടൻപാട്ടുകൾ രാമചരിതാദി കൃതികളുൾക്കൊള്ളുന്ന പാട്ടുപ്രസ്ഥാനത്തിനുണ്ട് എന്ന നിരീക്ഷണത്തോടെ ഈ ഗാനശാഖയുടെ ഉല്പത്തി വിചാരവിചിന്തനവും സവിശേഷതകളും സൂക്ഷ്മമായും യുക്തിപൂർവ്വവും ഈ കൃതിയിൽ നിബന്ധിച്ചിരിക്കുന്നു.

മലയാളഭാഷയുടെ ആവിർഭാവം, എഴുത്തും ലിപിയും, പാട്ടുപ്രസ്ഥാനം, മണിപ്രവാളം, ഭാഷാഗദ്യം, നോവലും ചെറുകഥയും, കവിതയുടെ പുതിയ മേഖലകൾ, നാടകവും നിരൂപണവും, മാറുന്ന മലയാളം എന്നിവയെ ചരിത്രാത്മകമായി രേഖപ്പെടുത്തുന്ന കൃതിയാണ് മലയാളം ഭാഷയും സാഹിത്യവും.ചരിത്രകൃതിയുടെ പ്രതിപാദനരീതി പിന്തുടരുമ്പോഴും, സ്വാഭിപ്രായങ്ങളും നിഗമനങ്ങളും ഈ കൃതിയിൽ നിറയുന്നുണ്ട്. മലയാളഭാഷയുടെ വികാസമെന്നാൽ കേരളീയജീവിതത്തിന്റെ വികാസം തന്നെയാണ് എന്ന നിലപാടുകൾ വ്യക്തമായി ഇവിടെ ഗ്രന്ഥകാരൻ പുലർത്തുന്നു. വർത്തമാനകാലം നേരിടുന്ന വിവിധസമസ്യകളെ വിശകലനവിധേയമാക്കുന്ന കേരളത്തെ വീണ്ടും ഭ്രാന്താലയമാക്കുകയോ എന്ന കൃതിയും ഏറെ ശ്രദ്ധിക്കപ്പെട്ട രചന തന്നെ. ചുരുക്കത്തിൽ സാഹിത്യസംബന്ധിയും, സാംസ്കാരികവിമർശനപരവുമായ ധാരാളം കൃതികളിലൂടെ മലയാളനിരൂപണമേഖലയ്ക്ക് നൂതനമാനങ്ങൾ സമ്മാനിച്ച നിരൂപകനാണ് എസ്. രാജശേഖരൻ. മാക്സിയൻ സൗന്ദര്യശാസ്ത്രത്തിന്റെ തെളിമയും അന്തർജ്ഞാനവുമാണ് അദ്ദേഹത്തിന്റെ നിരൂപണത്തെ വ്യതിരിക്തമാക്കുന്ന മുഖമുദ്രയെന്ന് നിരീക്ഷിക്കാവുന്നതാണ്.

സഹായകഗ്രന്ഥങ്ങൾ

1. രാജശേഖരൻ എസ്. ഡോ, കവിതയുടെ ജാതകം,നാഷണൽ ബുക്ക്സ്റ്റാൾ കോട്ടയം,2009.

2. രാജശേഖരൻ എസ്. ഡോ, നവോത്ഥാനാനന്തരകവിത,നാഷണൽ ബുക്ക്സ്റ്റാൾ കോട്ടയം,2011.

3. രാജശേഖരൻ എസ്. ഡോ, വൈലോപ്പിള്ളി കവിതയും ദർശനവും, കേരളഭാഷാ ഇൻസ്റ്റിറ്റ്യൂട്ട് തിരുവനന്തപുരം

4. രാജശേഖരൻ എസ്. ഡോ,അന്തോണിയോ ഗ്രാംഷിയും സാംസ്കാരികപഠനവും, ചിന്ത പബ്ലിക്കേഷൻസ് തിരുവനന്തപുരം

5. രാജശേഖരൻ എസ്. ഡോ, പാട്ടുപ്രസ്ഥാനം പ്രതിരോധവും സമന്വയവും, സാംസ്കാരികപ്രസിദ്ധീകരണവകുപ്പ് കേരളസർക്കാർ.

6.രാജശേഖരൻ എസ്. ഡോ, മലയാളം ഭാഷയും സാഹിത്യവും,

ചിന്ത പബ്ലിക്കേഷൻസ് തിരുവനന്തപുരം

7. രാജശേഖരൻ എസ്. ഡോ, കേരളം വീണ്ടും ഭ്രാന്താലയമാക്കുകയോ, ചിന്ത പബ്ലിക്കേഷൻസ് തിരുവനന്തപുരം

8. രാജശേഖരൻ എസ്. ഡോ, ഉത്സവങ്ങളിൽ നഷ്ടമാകുന്നത്, നാഷണൽ ബുക്ക്സ്റ്റാൾ കോട്ടയം, 2009.

9. രാജശേഖരൻ എസ്. ഡോ, വിദ്യാഭ്യാസം പുനർനിർവ്വചിക്കുമ്പോൾ, നാഷണൽ ബുക്ക്സ്റ്റാൾ കോട്ടയം, 2006.

12
ഭാവുകത്വത്തിന്റെ അളവടയാളങ്ങൾ

ഡോ. സുനിൽ ജോസ്

കവിയും നോവലിസ്റ്റും സാംസ്കാരിക വിമർശകനും സാഹിത്യ വിമർശകനുമാണ് അധ്യാപകനായിരുന്ന കൽപ്പറ്റ നാരായണൻ. 'ഏതിലയും മധുരിക്കുന്ന കാടുകളിൽ', 'എന്റെ ബഷീർ', 'കവിത യുടെ ജീവചരിത്രം' (സാഹിത്യ വിമർശനങ്ങൾ), 'തത്സമയം' (സാം സ്കാരിക വിമർശനങ്ങൾ) എന്നീ കൃതികൾക്കൊണ്ട് തന്റെ സവി ശേഷ വിമർശന പാത അദ്ദേഹം രൂപപ്പെട്ടുത്തിയിട്ടുണ്ട്. മാധ്യമം ആഴ്ചപ്പതിൽ അദ്ദേഹം എഴുതിയിരുന്ന ലേഖനപരമ്പരയുടെ സമാ ഹാരമാണ് 'ഈ കണ്ണടയൊന്നുവെച്ചുനോക്കൂ' എന്ന ഗ്രന്ഥം. 'അവർ കണ്ണു കൊണ്ടു കേൾക്കുന്നു', 'ഒഴിഞ്ഞ വൃക്ഷച്ഛായയിൽ', 'കോന്തല', 'സമയപ്രഭു', 'വീണപൂവും മറ്റുപ്രധാന കവിതകളും', 'തത്സമയം', 'ഇത്രമാത്രം', 'നിഴലാട്ടം: ഒരു ചലചിത്ര പ്രേക്ഷകന്റെ ആത്മകഥ', 'മറ്റൊരുവിധമായിരുന്നെങ്കിൽ', 'ഒരു മുടന്തന്റെ സുവിശേഷം', എന്നി വയാണ് മറ്റു കൃതികൾ. 'കറുപ്പ് ഇരുട്ടല്ല, വെളുപ്പ് വെളിച്ചവുമല്ല' എന്ന ഗ്രന്ഥത്തിലും കല്പറ്റയിലെ സൂക്ഷമനിരീക്ഷകനായ വിമർ ശകന്റെ വായനാരീതി വ്യക്തമാകുന്നുണ്ട്.

'കവിതയുടെ ജീവചരിത്രം.' എന്ന നിരൂപണ ലേഖന സമാഹാരം 'പുസ്തകരൂപമെടുത്ത കാവ്യ പാഠശാല' എന്ന ഉപശീർഷകത്തി ലാണ് പ്രസീദ്ധീകരിക്കപ്പെട്ടിട്ടുള്ളത്. കവിതയെയും കവികളെയും കുറിച്ചുള്ള കവിയായ തന്റെ ഭാവുകത്വനീരിക്ഷണങ്ങളാണ് കല്പ റ്റയുടെ കാവ്യ നിരൂപണങ്ങളുടെ കാതൽ. ഒരു സാഹിത്യരചന യുടെ പ്രമേയം, പാഠം, ശൈലി എന്നിവയെ ഗുണദോഷവിചാരം ചെയ്യുന്നവനല്ല വിമർശകൻ. എന്നാൽ ഒരു നവീനചിന്ത, ഇവിടെ ആവശ്യമാണ്. നോവലിലോ കവിതയിലോ ആവിഷ്കരിച്ചിരിക്കു

ന്നത് എന്താണെന്ന് പരിശോധിക്കുകയും അതിനപ്പുറം പോയി പുതിയ ഒരു പാഠം കണ്ടെത്തുകയുമാണ് പ്രധാനം. ഈ പുതിയ പാഠം സാഹിത്യവിമർശകന്റെ സ്വന്തമായിരിക്കണം. പ്രതീകങ്ങൾ, ഭാഷയുടെ താളം, വാക്കുകളുടെ അർത്ഥ വ്യതിയാനങ്ങൾ, മിത്തുകൾ, എഴുത്തുകാരന്റെ വൈയക്തികമായ ചിന്തകൾ ഇതെല്ലാം ഉപയോഗിക്കാം. എന്നാൽ പുതിയ കണ്ടെത്തലും പാഠവും അനിവാര്യമാണ്. വാക്കിനെ സൂക്ഷ്മയായി പിന്തുടരുകയും അവയെ വിടർത്തിയെടുത്ത് കൗതുകവും ആഹ്ലാദവും കലർന്ന കാവ്യാത്മകഭാഷയിൽ പുതിയ അർത്ഥതലങ്ങൾ കാട്ടിത്തരികയാണ് കല്പറ്റയുടെ നിരൂപണരീതി.

'ജീവിതത്തിന്റെ ഒരു പ്രത്യേക മുഖത്തു നിന്ന് സൗന്ദര്യത്തെ ലക്ഷ്യം വച്ച് കാടും പടലും തകർത്ത് തീർത്ഥാടനം ചെയ്യുകയാണ് കവി ചെയ്യുന്നത്. കവിയുടെ മാർഗ്ഗത്തിലൂടെ പിന്നോക്കം സഞ്ചരിച്ച് അയാൾ പുറപ്പെട്ട ദിക്കിലെത്തി ചേരുകയാണ് നിരൂപകൻ. ഇവർക്കിരുവർക്കും കൈകോർത്തു നില്ക്കാവുന്ന ഒരു സമാന ഭൂമികയുണ്ട്. സത്യാന്വേഷണമെന്ന ജീവിത മുഖമാണ് ആ ഏക ഭൂമിക' (ഉലകംതറ 1958:10) കവിയും നിരൂപകനും തമ്മിലുള്ള ബന്ധത്തെ കുറിച്ച് പറഞ്ഞു പറഞ്ഞ് കവിതയാണ് ഏറ്റവും ശക്തമായ നിരൂപണം, കവിയാണ് ഏറ്റവും ശക്തനായ നിരൂപകൻ, കവിക്കേ നല്ല നിരൂപകനാകാൻ കഴിയൂ എന്ന് നിരീക്ഷിക്കപ്പെട്ടിട്ടുണ്ട്. ജീവിതത്തിലെ പ്രതികരണമാണ് കവിത: കവിതയിലുള്ള പ്രതികരണമാണ് (Reaction) നിരൂപണം (ഉലകംതറ 1958:10) കൽപറ്റയിലെ കവിയാണ് കല്പ്പറ്റയിലെ നിരൂപകനു പ്രചോദനം, മറിച്ചും 'തന്നിലെ ഭാവുകത്വത്തിന്റെ സൂക്ഷ്മ രസനമാത്രമാണ് കല്പ്പറ്റയുടെ നിരൂപണങ്ങളുടെ ഉരകല്ല്. അങ്ങനെയാണ് ആശാനും ആറ്റൂരും അക്കിത്തവും വൈലോപ്പിള്ളിയും ഇടശ്ശേരിയും ബാലാമണിയമ്മയും കല്പറ്റയുടെ പ്രിയപ്പെട്ട എഴുത്തുകാരായി മാറുന്നത്.

തന്നിലെ അധ്യാപകനിലും എഴുത്തുകാരനിലും പ്രഭാഷകനിലും വ്യക്തിയിലും അടങ്ങിയിരിക്കുന്ന കവിയെക്കൂടി കൽപ്പറ്റ നാരായണൻ തുറന്നുകാണിക്കുന്നുണ്ട്: 'എനിക്ക് വാക്കുകൊണ്ടേ സുന്ദരനാകാൻ പറ്റൂ, അടുത്ത വാക്യത്തെക്കുറിച്ച്, ഭംഗിയുള്ള ഒരു വാക്യത്തെക്കുറിച്ച്, ആലോചിച്ചു കൊണ്ടിരിക്കുന്ന ഒരാളുടെ എഴുത്താണ് എന്റേത് (2021:169) തന്റെ എഴുത്തിന്റെ അടിസ്ഥാനം അദ്ദേഹം വ്യക്തമാക്കുന്നു. ഇങ്ങനെ പുറമേക്ക് കാണാത്ത ചില കാര്യങ്ങൾ, സൗന്ദര്യങ്ങൾ, രഹസ്യങ്ങൾ മറ്റാർക്കും കഴിയാത്ത മട്ടിൽ ജീവിതത്തിൽ

നിന്ന് കണ്ടെടുക്കുവാനും വളരെ സൂക്ഷ്മമായ ഭാഷയിൽ ആവിഷ്കരിക്കാനുമുള്ള വൈഭവം- അതാണ് കൽപ്പറ്റ നാരായണന്റെ എഴുത്തിന്റെ സവിശേഷത. അദ്ദേഹം തന്നെ പറയുന്നു: 'എല്ലാവർക്കും കാണാവുന്ന എന്നാൽ മിക്കവാറും ആരും കാണാത്ത രഹസ്യം ഓരോ കവിതയ്ക്കും മുൻപേ ആരോ എനിക്ക് കാട്ടിത്തരുന്നു. സാഹിത്യത്തിലും ചിത്രകലയിലും ഞാൻ തേടുന്നത് കനമുള്ള ദർശനങ്ങളല്ല. ജീവിതത്തിൽ നിന്നു ഖനിച്ചെടുക്കുന്നതും എന്നാൽ പുറമേക്ക് കാണാനാകാത്തതുമായ അനുഭൂതി നിറഞ്ഞ നിഗൂഢതകളും രഹസ്യങ്ങളും ആണ്. ഏതിലയും മധുരിക്കുന്ന കാടുകളിൽ എന്ന ഗ്രന്ഥത്തിന്റെ ആമുഖമായി കല്പറ്റ എഴുതുന്നു: 'സായുധനായ ഒരു വിമർശകനല്ല ഞാൻ. അപഗ്രഥനത്തിലല്ല, ഉദ്ഗ്രഥനത്തിലാണ് എനിക്ക് രുചി. എന്തെഴുതുമ്പോഴും അത് എന്റെ കവിത്വത്തിന്റെ കൂടി എഴുത്താവുന്നില്ലെങ്കിൽ എനിക്കൊരു സുഖവുമില്ല' (കൽപ്പറ്റ 2005:7) കവിത്വത്തിന്റെ പ്രസരിപ്പില്ലാത്ത ഒരാളിലും കൽപ്പറ്റ ഉത്സാഹിക്കുകയില്ല. 'ഒരു എഴുത്തുകാരന്റെ സാധ്യത അയാളുടെ ഭാഷയുടെ സാധ്യതയോളം മാത്രമാണെന്ന് തന്റെ കവിതകൾ പോലെ വിമർശനോപന്യാസങ്ങളും അറിഞ്ഞിട്ടുണ്ടെന്നും കല്പറ്റ തുറന്നെഴുതുന്നു. നിരീക്ഷണങ്ങളോ ഉൾക്കാഴ്ച്ചകളോ യാദൃച്ഛികമായ ചില കണ്ടെത്തലുകളോ ആണ് കൽപ്പറ്റയിലെ വിമർശകനെ നയിക്കുന്നത്. അടുപ്പിൽ അല്പം തീപ്പാറ്റുള്ള കൊള്ളികളിൽ ഊതി ഊതി തെളിയിച്ചെടുക്കുന്ന പോലെയാണ് അത്. ഈ 'ഉൾക്കാഴ്ച്ചയും തീ കത്തിക്കലുമാണ് ബഷീറിലെ ഗാന്ധിജിയെ കാഴ്ച്ചയിൽ നിന്ന് ഉൾക്കാഴ്ച്ചയിലേക്ക് വായിച്ചെടുക്കാൻ കൽപ്പറ്റയെ പ്രാപ്തനാക്കുന്നത്.' മങ്ങിയ വെളിച്ചത്തിൽ അർദ്ധനഗ്നനായ ബഷീറിന് ഗാന്ധിയാവാനുള്ള പ്രവണതയുണ്ട്.' (2017:124) എന്നാരംഭിക്കുന്ന ബഷീർ പഠനം, മതിലുകളിലെ ഗാന്ധിയൻ സമസ്യകളെ കണ്ടെത്തുന്നു. സ്വാതന്ത്ര്യത്തിന് മുമ്പുള്ള ഭാരതത്തിന്റെ ഒരു പ്രതി രൂപമാണ് മതിലുകളിലെ ജയിൽ. സ്വാതന്ത്ര്യ പ്രാപ്തിയോടെ ദു:ഖിതനായ ഗാന്ധിയുടെ ആത്മഗതവും 'മതിലുകളിലെ' നായകന്റെ പോലെ 'ഹു വാൺസ് ഫ്രീഡം' എന്നാവാമെന്നും സ്വന്തം നാട്ടിൽ അന്യനായിത്തീർന്ന ഗാന്ധിയുടെ മുഖചരായ ബഷീറിൽ യാദൃച്ഛികമല്ലെന്നും കണ്ടെത്തുന്നു. 'പാത്തുമ്മയുടെ ആടിൽ ഗാന്ധിയൻ യുഗം പ്രമാണമാക്കിയ പലതിന്റെയും - വാമൊഴി, സഹനസമരം, നിസ്സഹകരണം - ആവിഷ്കാരമുണ്ട് എന്ന നിരീക്ഷണത്തിലാണ് കല്പറ്റ ബഷീർ ലേഖനം അവസാനിപ്പിക്കുന്നത്.

'വഴികാട്ടി' എന്ന ആറ്റൂർവായനയിൽ കവിത വഴിയായ, സഞ്ചാര പ്രിയനായ, ആറ്റൂരിൽ ഏറ്റവും തവണ പ്രത്യക്ഷപ്പെടുന്ന ബിംബം വഴിയാണെന്നും, വാക്കുകളിൽ കണിശക്കാരനായ ഇക്കവിയിൽ വഴിയോ പാതയോ മാർഗ്ഗമോ ആവർത്തിച്ചു വരുന്നു (2005:30) എന്നുമുള്ള ശ്രദ്ധേയമായ നിരീക്ഷണങ്ങളുണ്ട്. 'വേരുള്ള (root) വാക്കുകളിൽ അദ്ദേഹം ശ്രദ്ധകാട്ടുന്നു' (2005:36), 'തുളുമ്പുകയില്ല ആറ്റൂർ, ഏക പക്ഷീയമല്ല ആറ്റൂർ' (2005:37), 'ആറ്റൂരിൽ കണ്ണഞ്ചിക്കുന്ന ഉപരിതലങ്ങളില്ല' (2005:38) എന്നീ പാഠങ്ങളോടൊപ്പം ഹിമാലയം കയറി വരുന്ന ആറ്റൂരിനെ അവതരിപ്പിച്ച് വരും കാലത്തിലേക്ക് കയറിക്കയറി വരുന്ന' (2005:38) കവിയെ കണ്ടെടുക്കുകയാണ് കല്പറ്റ ചെയ്യുന്നത്. വൈലോപ്പിള്ളിക്കവിതയെക്കുറിച്ചുള്ള 'വീണ്ടും വന്നു മാമ്പഴക്കാലം' എന്ന പഠനത്തിൽ 'മാമ്പഴം' എന്ന കവിതയെക്കുറിച്ചുള്ള മാരാരുടെയും എം.എൻ.വിജയന്റെയും പഠനങ്ങളെ തന്റെ കാവ്യയുക്തികൊണ്ട് വിമർശിക്കുകയും തന്റേതായ പുനർവായന നിർവഹിക്കുകയുമാണ്. 'മാമ്പഴത്തിലെ കവിതയുടെ മേലല്ല, മാമ്പഴത്തിലെ കഥയുടെ മേലാണ് മാരാർ അഭിപ്രായപ്പെടുന്നത്'(2015:68) 'അമ്മയോട് പിണങ്ങിയ ഉണ്ണിയുടെ അഭിലാഷ പൂരണമാണ് മാമ്പഴമെന്നാണ് വിജയന്റെ വായന' (2015:70) എന്നും കൽപ്പറ്റയിലെ വിമർശകൻ തിരിച്ചറിയുന്നുണ്ട്. 'കവിതയെ ആ പ്രത്യേക വാഗ്രൂപത്തിൽ അറിയുകയാണ് ഉചിത'മെന്ന നിഗമനത്തിലാണ് കല്പറ്റ എത്തി ചേരുന്നത്.' മാമ്പഴത്തിൽ ശിക്ഷ കുറ്റത്തെ കവിയുന്നു (2015:69), 'മാമ്പൂ മാമ്പഴമല്ല, ഇന്നിന്റെ അർത്ഥം നാളെയല്ല', 'അബോധത്തിൽ മരണമില്ലാത്ത മുതിർന്ന മനുഷ്യന്റെ പശ്ചാത്താപമായാണ് കൽപ്പറ്റ മാമ്പഴത്തെ പുനർവായിക്കുന്നുത്.

മാധവിക്കുട്ടിയുടെ 'രോഹിണി' എന്ന കഥയിലെ 'തെമ്മാടി എത്ര സുന്ദരനാണ്' എന്ന വാക്യം ആ രചനകളുടെ ആന്തരികതയിലേയ്ക്കുള്ള 'താക്കോൽ വാക്കായി' (keyword) ഉപയോഗിക്കുന്നുണ്ട് കൽപ്പറ്റ. ആശാനിലെന്ന പോലെ മാധവിക്കുട്ടിയിലും പ്രണയം സ്വാതന്ത്ര്യമണെന്നും സമൂഹം അനുവദിക്കാത്തതിനെ സ്വീകരിക്കുന്നവരാണ് മാധവിക്കുട്ടിയുടെ നായികമാരെന്നും, സാംസ്കാരം എന്തൊരു ശിക്ഷയാണ് എന്ന് തോന്നിക്കുന്നവയാണ് മാധവിക്കുട്ടിയുടെ ഗംഭീരമായ സന്ദർഭങ്ങൾ എന്നും കണ്ടെത്തിക്കൊണ്ട് 'ജീവിതത്തിന്റെ അർത്ഥമില്ലായ്മയാണ്' ആ കഥകളുടെ ശക്തിയെന്നാണ് പറഞ്ഞു വയ്ക്കുന്നത്. 'ജാനു പറഞ്ഞ കഥയിലും മറ്റുമുള്ള ഭാഷ ആ കാതിന്റെ ശ്രദ്ധയും മറ്റെല്ലാകഥയിലുമുള്ള ആ സജീവമായ

വിശദാംശങ്ങൾ ആ കണ്ണുകളുടെ സൂക്ഷ്മതയും കാണിക്കുന്നു എന്ന നിരീക്ഷണം ശ്രദ്ധേയമാണ് (2017:59) മാധവികുട്ടിയുടെ സമകാലീനർ കഥയുടെ ഭാഷയെ കാവ്യഭാഷയോടടുപ്പിച്ചപ്പോൾ 'മാധവിക്കുട്ടി കാവ്യഭാഷലെഴുതി' (2017:62) എന്നാണ് മറ്റാരു കണ്ടെത്തൽ, 'ഏകാന്തതയാൽ ശപിക്കപ്പെട്ട ഒരു സ്ത്രീയുടെ പ്രതികാരമായാണ് മലയാളത്തിലെ ഏറ്റവും സജീവമായ ആ പ്രതിപാദനരീതിയെ കല്പ്പറ്റ വായിച്ചെടുക്കുന്നത്. 'ഒപ്പം നടന്നവർ ഒന്നിച്ചെത്താത്തതെന്താണ്? എന്ന് കൗതുകപ്പെടുമ്പൊഴും (2017:67)', 'ഹ്രസ്വ ദൃഷ്ടിയോ ദീർഘദൃഷ്ടിയോ അല്ല പ്രേമദൃഷ്ടിയാണ് മേതിൽ' (2005:96) എന്ന തിരിച്ചറിവിലെത്തുമ്പോഴും കൽപ്പറ്റയ്ക്ക് തുണവരുന്നത് കവിതയാണ്.

ഇടശ്ശേരിയുടെ 'പൂതപ്പാട്ടിന്' തന്റേതായ ഒരു ഭാഷ്യം ചമയ്ക്കുന്നുണ്ട് 'എന്തൊരു പൂതമാണ് ഈ മഹാബലി' എന്ന ലേഖനം. 'ഒരിക്കൽ നമ്മെ നിയന്ത്രിച്ച് രസിച്ചിരുന്ന പൂതം എങ്ങനെ കാലാന്തരത്തിൽ പരിണമിച്ച് ദുർബലമായി എന്ന കഥയാണ് പൂതപ്പാട്ടിൽ ചെറിയടത്തി അനിയന് പറഞ്ഞു കൊടുക്കുന്നത്' എന്ന് തുടങ്ങി 'മനുഷ്യനെ വരുതിയിൽ നിർത്തിയ ഒരു കാലത്തെ മനുഷ്യൻ വരുതിയിലാക്കിയ കഥയായി' പുനർവായിക്കുന്നുണ്ട് കൽപ്പറ്റ നാരായണൻ. ആദ്യഘട്ടത്തിലെ ആ അജയ്യമായ ശക്തി ഇന്നിതാ ഒരു പൊട്ടിയായി അലയുന്നു. പരിണാമത്തിലെ പരാജയത്തെക്കുറിച്ചാണ് പൂതപ്പാട്ട്. പുരോഗതി ദുർബലയാക്കിയ, നിരാധാരമാക്കിയ ശക്തിയെ കുറിച്ചാണ് (2005:99) എന്നാണ് അദ്ദേഹത്തിന്റെ നിരീക്ഷണം. പുരോഗതി വിരൂപമായ ഒരു വളർച്ചയാണെന്നും എഴുതി അവസാനം 'എന്തൊരു പൂതമാണീ മഹാബലി' എന്ന ലേഖനത്തിൽ വിജയിയുടെ പിറന്നാളുപയോഗിച്ച് പരാജിതനെ ആദരിക്കുന്ന ഉത്സവമായ ഓണത്തെ തിരിച്ചറിയാൻ കഴിയുന്നു. (പുറ:101).

പൂർവ ഭാരങ്ങളില്ലാതെ നാം ജീവിക്കുന്ന കാലത്തിന്റെ രാഷ്ട്രീയ സാമൂഹിക ധൈഷണിക മാനങ്ങളെ ധ്വനന ഭംഗിയിൽ കവിതയിലേയ്ക്കും സാംസ്കാരിക വിമർശനത്തിലേയ്ക്കും സഫലമായി ഉൾച്ചേർക്കാൻ കല്പറ്റയ്ക്കു കഴിഞ്ഞിട്ടുണ്ട്. ശ്രദ്ധേയമായ ആശയങ്ങളും ഭാഷാശൈലിയും കൊണ്ടുമാത്രമല്ല കല്പറ്റ നാരായണൻ എന്ന കവി പരിണിതപ്രജ്ഞനായ ഒരു നിരൂപകനായി മാറുന്നത്. അത് കവിതയുടെ കണ്ണുകൾകൊണ്ട് ലോകത്തെ നോക്കുന്ന സവിശേഷമായ ഭാവുകത്വനീരിക്ഷണങ്ങൾകൊണ്ടുകൂടിയാണ്.

മലയാളവിമർശനം: ശില്പവും ശില്പികളും

ഗ്രന്ഥസൂചി

1. കൽപ്പറ്റ നാരായണൻ 2005, ഏതിലയും മധുരിക്കുന്ന കാടുകളിൽ, ഡിസി ബുക്സ്, കോട്ടയം

2. കൽപ്പറ്റ നാരായണൻ 2014, സൗന്ദര്യം വെളുപ്പുമായി ഒരുടമ്പടിയിലും ഒപ്പുവെച്ചിട്ടില്ല, ഇൻസൈറ്റ് ബുക്സ്, കോഴിക്കോട്.

3. കൽപ്പറ്റ നാരായണൻ 2015 കവിതയുടെ ജീവചരിത്രം, മാതൃഭൂമി ബുക്സ്, കോഴിക്കോട്.

4. കൽപ്പറ്റ നാരായണൻ 2017, കയർ മുറുകുകയാണ്, ഗ്രീൻ ബുക്സ്, കോഴിക്കോട്.

5. കൽപ്പറ്റ നാരായണൻ 2021, കറുപ്പ് ഇരുട്ടല്ല വെളുപ്പ് വെളിച്ചവുമല്ല, മാതൃഭൂമി ബുക്സ്, കോഴിക്കോട്.

6. ഉലകംതറ, മാത്യു 1958, സാഹിത്യം എങ്ങോട്ട്? ലിട്ടിൽ ഫ്ലവർ പ്രസ്, തേവര

○○

13

കാഴ്ചയുടെ വർത്തമാനങ്ങൾ:

(ഇ.പി രാജഗോപാലന്റെ നിരൂപണങ്ങൾക്ക് ഒരു ആമുഖം)

ക്രിസ്റ്റി തോമസ് കെ.

കാഴ്ചയുടെ വ്യത്യസ്തതകളാണ് അനുഭവങ്ങളുടെ വൈവിദ്ധ്യങ്ങളിലേക്ക് നമ്മെ നയിക്കുന്നത്. ശാസ്ത്രത്തിന്റെ നോട്ടത്തിൽ, വിഷ്വൽ പെർസെപ്ഷന്റെ (Visual Perception) ഫലമായി രൂപപ്പെടുന്ന ധാരണയാണ് കാഴ്ച. പരിസ്ഥിതിയിലെ വസ്തുക്കൾ പ്രതിഫലിപ്പിക്കുന്ന പ്രകാശത്തെ ഉപയോഗിച്ച് ചുറ്റുമുള്ള വസ്തുക്കളെ വ്യാഖ്യാനിക്കാനുള്ള കഴിവിനെയാണ് വിഷ്വൽ പെർസെപ്ഷൻ എന്ന് പറയുന്നത്. എന്നാൽ വസ്തു (Object) പ്രത്യക്ഷപ്പെടുന്ന സാംസ്കാരികമണ്ഡലം, വസ്തുവിന്റെ സ്വഭാവഗുണങ്ങൾ, കാണുന്നയാളുടെ സാംസ്കാരികപരിസരം, തുടങ്ങിയവയൊക്കെ കാഴ്ചയെ സ്വാധീനിക്കുന്നുണ്ട്. ഏകശിലാപരമായ കാഴ്ചയിൽ നിന്ന് കാഴ്ചകളുടെ വൈവിദ്ധ്യങ്ങളിലേക്ക് ഉത്തരാധുനികലോകം എത്തിപ്പെട്ടത് ഈ തിരിച്ചറിവിന്റെ ഫലമായാണ്. സമകാലിക മലയാളനിരൂപണത്തിൽ കാഴ്ചയുടെ സാധ്യതകളെ ഏറ്റവും കൂടുതൽ പ്രയോജനപ്പെടുത്തിയ നിരൂപകനാണ് ഇ.പി. രാജഗോപാലൻ. ഏതുകാഴ്ചയെയും ഒരു സാംസ്കാരിക ഉൽപ്പന്നമായും ചരിത്രത്തിന്റെ സൃഷ്ടിയായും കാണാനും വിശകലനം ചെയ്യാനുമുള്ള കഴിവാണ് മറ്റു നിരൂപകരിൽ നിന്നും ഇ.പി.യെ വ്യത്യസ്തനാക്കുന്നത്.

കാഴ്ചയെക്കുറിച്ചുള്ള തന്റെ സങ്കല്പം 'കണ്ണേ മടങ്ങുക...വീണപൂവും കാഴ്ചയുടെ പ്രത്യയശാസ്ത്രവും' എന്ന ലേഖനത്തിൽ ഇ.പി.

വ്യക്തമാക്കുന്നുണ്ട്. 'കാണുന്നതെല്ലാം കാഴ്ചയല്ല. ശ്രദ്ധകൊണ്ട് ഉദ്ധരിക്കപ്പെടുന്നതാണ് കാഴ്ച. കണ്ണുകൊണ്ട് വസ്തുവിനെ ശ്രദ്ധിച്ച്, ആ ശ്രദ്ധയെ അറിവിലുമനുഭൂതിയിലും സ്ഥാനപ്പെടുത്തുമ്പോഴാണ് കാഴ്ച ഉണ്ടാകുന്നത്. നിബിഡമായ വസ്തുവ്യൂഹത്തിൽ നിന്ന് ഒന്നിനെ തിരഞ്ഞെടുക്കണം, അതിനെ വിവരിക്കണം ഏതുതരം സഹപ്രവർത്തനത്തിലാണ് അതുള്ളത് എന്നറിയണം. വർത്തമാനത്തിലിരിക്കുന്ന വസ്തുവിന്റെ ഭൂതമെന്താവാം എന്നാലോചിച്ചറിയണം. ഭാവിയിലെ നിലനിൽപ് എവ്വിധമായിരിക്കും എന്ന് ഭാവന ചെയ്യണം. ഇങ്ങനെ വസ്തുവിനെ സവിശേഷപാഠമായി മനസ്സിൽ വെക്കണം.'1 ഒരു സാംസ്കാരികപ്രക്രിയയായി കാഴ്ചയെ പരിഗണിക്കുകയും കാണുന്നതെന്തായാലും അതിനെ ചരിത്രവൽക്കരിക്കുന്നതിലൂടെ മാത്രം സാധ്യമാകുന്ന ഒന്നായി കാഴ്ചയെ തിരിച്ചറിയുകയും ചെയ്യുന്ന ഈ സമീപനരീതിയാണ് ഇ.പിയുടെ സാഹിത്യവിമർശനത്തിന്റെ ആധാരം. നമുക്ക് പരിചിതമായ ഇടങ്ങളിലെ തദ്ദേശീയ സൗന്ദര്യസങ്കല്പങ്ങളെ അടയാളപ്പെടുത്തുമ്പോൾ ഇ.പിയിലെ സാംസ്കാരികവിമർശകന്റെ മുഖവും വെളിപ്പെടുന്നു.

'സ്വപ്നവും ചരിത്രവും', 'ലോകത്തിന്റെ വാക്ക്', 'കവിതയുടെ ഗ്രാമങ്ങൾ', 'നിശബ്ദതയും നിർമ്മാണവും', 'നാട്ടറിവും വിമോചനവും', 'മീനും കപ്പലും', 'കഥയും ആത്മകഥയും', 'കാലക്രമേണ', 'ആഖ്യാനത്തിന്റെ ജീവിതം', 'പലമ', 'അളവ്', 'പൂവും മരവും പൂരവും', 'മിണ്ടാട്ടങ്ങൾ', 'ഉൾക്കഥ' തുടങ്ങിയ കൃതികളിലൂടെ ജനപ്രിയസംസ്കാരം, സാഹിത്യം മുതലായ മേഖലകളെ ചരിത്രപരമായി പഠിക്കാൻ ഇ.പി. രാജഗോപാലൻ ശ്രമിക്കുന്നു. നവമാർക്സിസം, ഉത്തരഘടനവാദം തുടങ്ങിയ ചിന്തകളെ അതിനായി അദ്ദേഹം ഉപയോഗപ്പെടുത്തുന്നുണ്ട്. പല കാഴ്ചകളെ കോർത്തെടുത്ത് സ്ഥൂലമായി പഠിക്കുന്ന രീതിശാസ്ത്രമല്ല; ഏതെങ്കിലും ഒരു കാഴ്ചയിൽ കണ്ണുടക്കുകയും ആ കാഴ്ചയുടെ സകല സാധ്യതകളിലേക്കും ആഴത്തിൽ ഇറങ്ങിച്ചെല്ലുകയും ചെയ്യുന്ന ആഖ്യാനതന്ത്രമാണ് ഇ.പി.യിലെ നിരൂപകപ്രതിഭയെ വ്യത്യസ്തനാക്കുന്നത്.

കാഴ്ചയുടെ രൂപാന്തരങ്ങൾ

കാഴ്ചയെ കേവലം വർത്തമാനകാലത്തിന്റെ സൃഷ്ടിയായല്ല; മറിച്ചു ചരിത്രപരമായി രൂപപ്പെട്ടു വരുന്ന ഒന്നായിട്ടാണ് പരിഗണിക്കേണ്ടത്. ഈ ബോധ്യമാണ് ഇ.പി രാജഗോപാലന്റെ സാഹിത്യനിരൂപണങ്ങളെ പ്രസക്തമാക്കുന്നത്. 'മീനും കപ്പലും' എന്ന കൃതി

യിൽ കുമാരനാശാന്റെ വീണപൂവിനെ പുനർവായനയ്ക്ക് വിധേയമാക്കുന്ന രണ്ട് ലേഖനങ്ങൾ കാണാം. മണ്ണടിഞ്ഞ പൂവിന്റെ വീഴ്ചയിലാണ് ഇ.പി ശ്രദ്ധ പതിപ്പിച്ചത്. അത്തരമൊരു കാഴ്ച കാണുമ്പോൾ അതിന് പിന്നിൽ നിൽക്കുന്ന സവിശേഷ ചരിത്രസാഹചര്യത്തെ വിലയിരുത്താൻ അദ്ദേഹം ശ്രമിക്കുന്നുണ്ട്. സവിശേഷമായ ഒരു സാമൂഹികചരിത്രത്തിന്റെ ഉൽപ്പന്നമാണ് ഇ.പി കാണുന്ന 'വീണപൂവ്'. ഒരൊറ്റ പൂവിന്റെ വീഴ്ച എന്നുമുതലാണ് നമ്മൾ ചർച്ച ചെയ്തു തുടങ്ങിയത് എന്ന അന്വേഷണമാണ് ഇവിടെ പ്രധാനം 'വീണപൂവിലെ ഗ്രന്ഥാലയം' എന്ന ലേഖനം ഈ അന്വേഷണത്തിന് മറുപടി കണ്ടെത്തുന്നുണ്ട്. 'ഗാർഡനിങ് പൂക്കളെ സവിശേഷദൃശ്യങ്ങളായി, സാംസ്കാരിക ഉദ്ധരണികളായി സ്ഥാനപ്പെടുത്തുന്നുണ്ട്. സാമൂഹികതയുടെയും അദ്ധ്വാനത്തിന്റെയും പരിമിതോത്പാദനത്തിന്റെയും വിശ്വാസത്തിന്റെയും നിയമങ്ങൾ പുലരുന്ന നാടോടി സംസ്കാരത്തിൽ നിന്നു വ്യത്യസ്തമായി വ്യക്തി, വ്യക്തിയുടെ സാധ്യത-സ്വാതന്ത്ര്യം തുടങ്ങിയ വിഷയങ്ങൾ പടർന്നു പന്തലിക്കുന്ന ഒരു ജീവിതസാഹചര്യം 'വീണപൂവി'ന്റെ പിറവിക്ക് മുന്നിലും പിന്നിലുമൊക്കെയുണ്ട്'2 എന്ന നിരീക്ഷണം വിരൽ ചൂണ്ടുന്നത് പടിഞ്ഞാറൻ സംസ്കാരത്തിന്റെ ആഗിരണം സാധ്യമായിക്കഴിഞ്ഞ പൊതുമണ്ഡലത്തിലേക്കാണ്. വീണുകിടക്കുന്ന പൂവിന്റെ സാധ്യതകളാണ് ഇവിടെ പരിശോധിച്ചതെങ്കിൽ, ഇത്തരമൊരു പൂവ് ഒരു കാഴ്ചവസ്തുവായി മാറുന്നത് എങ്ങനെയെന്നുള്ള അന്വേഷണമാണ് 'കണ്ണേ മടങ്ങുക...'വീണപൂവും' കാഴ്ചയുടെ പ്രത്യയശാസ്ത്രവും' എന്ന ലേഖനം നടത്തുന്നത്. 'അധികതുംഗപദ'ത്തിൽ രാജ്ഞിയെപ്പോലെ ശോഭിച്ചിരുന്ന പൂവിന്റെ ചിത്രം നവോത്ഥാനപൂർവ്വകാലത്തേക്കും മണ്ണടിഞ്ഞ പൂവിന്റെ ദൃശ്യം നവോത്ഥാനം സാധ്യമാക്കിയ സാംസ്കാരികസാഹചര്യങ്ങളിലേക്കും വിരൽച്ചൂണ്ടുന്നുണ്ട്.' 'അധികതുംഗപദം' എന്ന, സാധാരണക്കാർക്ക് അപ്രാപ്യമായ, സ്ഥാനം (സ്ഥാനങ്ങൾ) അങ്ങനെ അല്ലാതായിക്കൊണ്ടിരിക്കുന്ന, അതല്ലെങ്കിൽ അത് അങ്ങനെയല്ലാതാവണം എന്ന് കൂടുതലാളുകൾ ചിന്തിച്ചു തുടങ്ങിയ ഒരു സാമൂഹ്യാവസ്ഥയാണ് കവിതയിലെ കാഴ്ചാപ്രമേയത്തെ നവീകരിക്കുന്നത്'3 എന്ന നിരീക്ഷണം വളരെ പ്രധാനപ്പെട്ടതാണ്. ഈ കാഴ്ച്ചയുടെ വെളിച്ചത്തിലാണ് 'രാജാവിനെയും രാജ്ഞിയെയും പൊതുപരിശോധനയ്ക്ക് കിട്ടുന്ന കാലത്തിന്റെ കവിതയാണ് വീണപൂവ്' എന്ന ചരിത്രപരമായ കണ്ടെത്തലിലേക്ക് ഇ.പി. എത്തിച്ചേരുന്നത്. കാഴ്ചയും കാഴ്ചയെ അപ

നിർമ്മിക്കുമ്പോൾ സാധ്യമാകുന്ന ഉൾക്കാഴ്ച്ചയും ഇവിടെ കാണാം.

ഏതു സാഹിത്യകൃതിയെ വിശകലനം ചെയ്യുമ്പോളും, ആ കൃതിയെയും അതിന്റെ സന്ദർഭങ്ങളെ സാധ്യമാക്കിയ ചരിത്രസാഹചര്യത്തെയും കണ്ടെത്തുക എന്നത് വളരെ പ്രധാനപ്പെട്ടതാണ്. കൃതി ചർച്ച ചെയ്യുന്ന രാഷ്ട്രീയവും ഉയർത്തിപ്പിടിക്കുന്ന നിലപാടും അപ്പോൾ മാത്രമേ വെളിപ്പെടൂ. വൈലോപ്പിള്ളിയുടെ 'കുടിയൊഴിക്കൽ' വായിച്ച് അതിലെ മുതലാളി-തൊഴിലാളി വർഗ്ഗവൈരുദ്ധ്യങ്ങളെ ചർച്ച ചെയ്ത നിരൂപകരൊക്കെയും കാണാതെ പോയ ഒരു ചിന്തയിലേക്ക് ഇ.പി വായനക്കാരെ കൊണ്ടെത്തിക്കുന്നുണ്ട്. 'തേവിടിശ്ശി'പ്രയോഗത്തിന്റെ സാധ്യതയാണത്. ആഖ്യാനത്തിന്റെ ജീവിതം എന്ന കൃതിയിലെ കൊള്ളിവാക്ക് എന്ന ലേഖനത്തിലെ ഒരു നിരീക്ഷണം നോക്കുക. 'ഭാര്യയെ തേവിടിശ്ശി'എന്ന് വിളിക്കുന്നത് അവൾ അങ്ങനെ ആയതുകൊണ്ടല്ല- മേലാളരായ ആണധികാരികളുടെ പറമ്പരാഗതമായ ഒരു ശീലത്തെയാണ് തൊഴിലാളി ആക്രമിക്കുന്നത്. കീഴാളപ്പെണ്ണിനെ ശയ്യോപകരണമാക്കാനുള്ള മേലാളന്റെ പഴയ വ്യഗ്രതയ്ക്കും സാധ്യതയ്ക്കും നേർക്കുള്ള പുതിയ തൊഴിലാളിയുടെ നീക്കമാണത്. ചോറ് കഴിഞ്ഞ് ബാക്കിയാവുന്നതാണ് കഞ്ഞി, മാംസളത മേലാളൻ ഉണ്ടുവോ?- ബാക്കിയായ എച്ചിലാണോ തനിക്ക് എന്ന കീഴാളന്റെ ക്രൂരമായ സംശയവും അതിന്റെ ഉച്ചാരണവുമാണ് ഇവിടെ 'തെറിച്ചു വീഴുന്നത്' 4 വാക്കിനെ ഉപരിപ്ലവമായി വിശദീകരിക്കുകയല്ല; മറിച്ച് വാക്കിനെ സൃഷ്ടിച്ച സവിശേഷ ചരിത്രമുഹൂർത്തത്തെയും അതിന് പിന്നിലെ അധികാരഘടനയേയും ഇഴപിരിച്ചു പരിശോധിക്കുന്ന ഇ.പിയുടെ പ്രതിഭയാണ് ഇവിടെ വെളിപ്പെടുന്നത്.

ഇതിവൃത്തത്തിന്റെ മേന്മയിലോ കഥാപാത്രത്തിന്റെ സൗന്ദര്യത്തിലോ ഉടക്കി നിൽക്കുന്നതല്ല ഇ.പിയുടെ കണ്ണുകൾ. അത് ഒരേ സമയം ചരിത്രസന്ദർഭങ്ങളിലേക്കും വർത്തമാനജീവിതത്തിലേക്കും ഭാവിയിലേക്കു പോലും സഞ്ചരിച്ചെന്നു വരാം. ഇങ്ങനെ ചരിത്രബോധത്തിന്റെയും വർത്തമാനകാല അനുഭവങ്ങളുടെയും പശ്ചാത്തലത്തിൽ രൂപപ്പെടുന്നതാണ് അദ്ദേഹത്തിന്റെ നിരീക്ഷണങ്ങൾ. ചങ്ങമ്പുഴയുടെ 'വാഴക്കുല'യെ വിശകലനം ചെയ്യുമ്പോൾ, വൃക്ഷം എന്ന മഹാബിംബത്തിന്റെ കീഴാളസമാന്തരമാണ് വാഴ എന്ന് അദ്ദേഹം നിരീക്ഷിക്കുന്നു.'(വാഴ്വുള്ളത്: 'വാഴക്കുല'യ്ക്ക് ഒരു ചരിത്രം), എം. മുകുന്ദന്റെ 'ഫോട്ടോ' ചർച്ച ചെയ്യുമ്പോൾ ക്യാമറ ഒരു പുരുഷലിംഗവസ്തുവാണെന്നും ക്യാമറയ്ക്ക് പിന്നിൽ നിന്നുകൊണ്ട് ക്യാമ

റാമാൻ ചെയ്യുന്ന പ്രവർത്തികൾ ബലാത്സംഗമാണെന്നും ഇ.പി സ്ഥാപിക്കുന്നുണ്ട് (ഛായയും ഗ്രഹണവും). എന്തിനെയും പ്രശ്നവൽക്കരിക്കുകയും അപനിർമ്മിക്കുകയും ചെയ്യുന്ന കാഴ്ചയുടെ രൂപാന്തരങ്ങളാണ് ഇത്തരം നിരീക്ഷണങ്ങൾ.

ഒരൊറ്റ വാക്കിനെയോ സന്ദർഭത്തെയോ തിരഞ്ഞെടുത്ത് സാധ്യമായ എല്ലാ തലങ്ങളിലേക്കും അവയെ വികസിപ്പിക്കുന്നു എന്നത് ഇ.പിയുടെ ലേഖനങ്ങളുടെ സവിശേഷതയാണ്. 'എന്റെ ഗുരുവായൂരപ്പാ' എന്ന വിളിയിലാണ് ഉറൂബിന്റെ 'സുന്ദരികളും സുന്ദരന്മാരും' എന്ന നോവൽ ആരംഭിക്കുന്നത്. ഈയൊരു വിളിയിലാണ് ഇ.പി കണ്ണുടക്കിയത്. ദൈവത്തെ വിളിക്കുന്ന ഈ വിളിയെ അപനിർമ്മിക്കുന്ന ലേഖനമാണ് 'ആളുകൾ'. പ്രാർത്ഥന ഞെരക്കമായി മാറുന്ന സാമൂഹ്യഘടനയാണ് ഇവിടെ പരിശോധിക്കപ്പെടുന്നത്. എം.ടിയുടെ നാലുകെട്ടിലെ ആദ്യവാക്യത്തെ മുൻനിർത്തിയുള്ള ലേഖനമാണ് 'നായകനെ ഒറ്റിക്കൊടുക്കുന്ന നോവൽ'. 'വളരും' എന്ന വാക്കിനെ മുൻനിർത്തി വളർച്ചയുടെയും ഇളകലിന്റെയും കഥ പരിശോധിക്കപ്പെടുന്നു. അപ്പുണ്ണിയുടെ കഥയെ കേരളത്തിലെ ആധുനികതയുടെ കഥയായി അദ്ദേഹം വായിക്കുന്നു.

നാട്ടുകാഴ്ചകളും ഓർമകളും

നമ്മുടെ സാംസ്കാരികവൈവിധ്യങ്ങളെയും ഓർമ്മകളെയും നാട്ടറിവുകളെയും അടയാളപ്പെടുത്തുന്നിടത്താണ് ഇ.പി രാജഗോപാലൻ എന്ന നിരൂപകപ്രതിഭയുടെ മറ്റൊരു മുഖം പ്രകടമാകുന്നത്. തീർത്തും സാധാരണം എന്ന് മുദ്രകുത്തി നമ്മുടെ പൊതുമണ്ഡലം അവഗണിക്കുന്ന പല കാഴ്ചകളിലും നമ്മുടെ സാംസ്കാരിക സ്വത്വം ഉള്ളടങ്ങിയിട്ടുണ്ട് എന്ന തിരിച്ചറിവാണ് ഇവിടെ അദ്ദേഹത്തെ വ്യത്യസ്തനാക്കുന്നത്. നമ്മുടെ നവോത്ഥാനപ്രക്രിയയിലെ ചില പിശകുകളെ ചൂണ്ടിക്കാണിച്ചുകൊണ്ടാണ് ഇ.പി. നാട്ടറിവുകളെ തിരിച്ചുപിടിക്കാൻ ശ്രമിക്കുന്നത്. അതുകൊണ്ടാണ്, 'മലയാളികളുടെ ആധുനികതയ്ക്ക് മുമ്പത്തെ (Pre-modern) അറിവുകൾ- അതിൽ കഥയും പാട്ടും ചിത്രവും ശില്പവും ഗണിതവും തച്ചുശാസ്ത്രവും തുണിനെയ്ത്തും ലോഹസംസ്കരണവും വൈദ്യവും ഒക്കെയൊക്കെവരും-കൂടി ഇവിടുത്തെ ആക്കാദാമിക വിദ്യാഭ്യാസത്തിന്റെ ഭാഗമായിച്ചേർന്ന്, യഥാർത്ഥത്തിൽ സന്തുലിതമായ -'ലോക'ത്തിന്റെ ഭാഗമായി 'നാടി'നെയും 'നാടി'ന്റെ തുടർച്ചയായി 'ലോക'ത്തെയും കാണുന്ന സമീപനം വളർന്നിരുന്നെങ്കിൽ കേരളീയമനസ്സിന്റെ ദേശീ

യസ്വഭാവം സന്ദിഗ്ധമാവുമായിരുന്നില്ല. അങ്ങനെ നമുക്ക് സ്വന്തമായ ആധുനികത സാധ്യമാക്കാമായിരുന്നു.'5 എന്ന് അദ്ദേഹം പറയുന്നത്.

അളവ് എന്ന കൃതിയിലെ 'തകരത്തമ്പുരാൻ' എന്ന ലേഖനം ഒരു നാട്ടുപുരാവൃത്തത്തെ പഠനവിധേയമാക്കുന്നതാണ്. പടുമുളയായി വളരുന്ന തകരയാണ്, കർക്കിടകത്തിൽ കീഴാളരുടെ പട്ടിണിയകറ്റുന്നത്. കീഴാളജീവിതം തകരയ്ക്ക് തമ്പുരാൻ പദവി കല്പിച്ചു നൽകിയിരിക്കുന്നു. തകരയുടെ ആനുകൂല്യം കീഴാളജീവിതത്തിനു മാത്രമേ ആവശ്യമുള്ളൂ. സമ്പന്നസവർണ്ണർക്ക് അതൊരു പാഴ്ച്ചെടി മാത്രമാണ്. തകരത്തമ്പുരാൻ പ്രത്യക്ഷത്തിൽ ഉണർത്തുന്ന ചിന്തകൾ ഇത്രയൊക്കെയാണ്. എന്നാൽ ഇ.പിയുടെ തൂലിക ഈ ചിന്തകൾക്കും അപ്പുറം കടക്കുന്നുണ്ട്. തകരത്തമ്പുരാൻ എന്ന വിളിയിൽ രാജാധികാരത്തെ ചോദ്യം ചെയ്യുന്ന കീഴാളസ്വരം ഇ.പി കേൾക്കുന്നു. 'വാസ്തവത്തിൽ ജീവിതത്തിന് ഒറ്റ അധികാരിയല്ല ഉള്ളത്-രാജാവിന് മാത്രമായി ജനങ്ങളെ രക്ഷിക്കാനാവില്ല; അതിനാൽ ജനങ്ങൾക്ക് ഒറ്റ രാജാവല്ല ഉള്ളത്-മറ്റ് ആശ്രയരൂപങ്ങളെ (അത് ഒരു ചെടി പോലുമാകാം) കണ്ടില്ലെന്നു നടിച്ചും അങ്ങനെയൊന്നുമില്ലെന്ന് വിശ്വസിപ്പിച്ചുമാണ് രാജാവ് ഏകാധികാരസ്ഥാനമായി നിൽക്കുന്നത്. ഈ അർത്ഥങ്ങളൊക്കെയും 'തകരത്തമ്പുരാ'നിൽ ഉണർന്നു വരുന്നുണ്ട്.'6 നാട്ടുപുരാവൃത്തത്തെ ചരിത്രബോധത്തിന്റെയും സമഷ്ടിബോധത്തിന്റെയും പശ്ചാത്തലത്തിൽ അപനിർമ്മിക്കുമ്പോളാണ് ഈ അർത്ഥതലങ്ങൾ വെളിപ്പെടുന്നത്.

'പലമ' എന്ന കൃതിയിലെ 'വീട്ടറിവ്' എന്ന ലേഖനം, നാട്ടറിവുകൾക്ക് സാമാന്തരമായി ഒരോ വീടിനുള്ളിലും നിലനിൽക്കുന്ന, തലമുറകളായി കൈമാറ്റം ചെയ്യപ്പെട്ടു പോരുന്ന, അറിവുകളിലേക്ക് വെളിച്ചം വീശുന്നുണ്ട്. 'ഒരു വീടിന്റെ ഘടന, ചുറ്റുപാട്, പാരമ്പര്യം, തൊഴിലുകൾ, ഉൽപ്പാദനബന്ധങ്ങൾ, വിശ്വാസങ്ങൾ, പാത്രങ്ങൾ, സ്ഥിരതാമസക്കാർ, സന്ദർശികർ, വളർത്തുമൃഗങ്ങൾ, പക്ഷികൾ, മരങ്ങൾ, ഭക്ഷണരീതികൾ, ചടങ്ങുകൾ എന്നിവയൊക്കെ വച്ചുകൊണ്ടാണ് അവിടുത്തെ 'വീട്ടറിവ്' ഉണ്ടാകുന്നത്'.7 തികച്ചും സാധാരണം എന്ന് തോന്നുന്ന ഇത്തരം വീട്ടറിവുകൾ വീടിന്റെ അനൗപചാരികചരിത്രം കൂടിയാണ് എന്ന നിരീക്ഷണം പ്രധാനപ്പെട്ടതാണ്. ആധുനികതയുടെ കാലത്ത് വീട് വെറും താമസസ്ഥലം മാത്രമായി ചുരുങ്ങുകയും അംഗങ്ങൾ തമ്മിലുള്ള ബന്ധം ഔപചാരികമായി ത്തീരുകയും ചെയ്യുമ്പോൾ വീട്ടറിവുകൾ അപ്രത്യക്ഷമാകുന്നു എന്ന

സൂചനയും ഇ.പി മുന്നോട്ടു വയ്ക്കുന്നുണ്ട്.

ഏതു വിഷയത്തെയും അതിന്റെ ചരിത്രപരതയെയും സാമൂഹികവസ്ഥയെയും മുൻനിർത്തി പഠിക്കാനും വിശകലനം ചെയ്യാനുമുള്ള കഴിവ് ഇ.പി രാജഗോപാലനുണ്ട്. 'നരയും കരിയും' എന്ന ലേഖനത്തിൽ ഡൈയിങ് സാധ്യമാക്കുന്ന, നിർമ്മിതയുവാക്കൾക്ക് പ്രാധാന്യമേറുന്ന ഒരു സ്ഥലമായി കേരളം മാറുന്ന കാഴ്ചയെ അദ്ദേഹം വിശകലനം ചെയ്യുന്നുണ്ട്. മുതലാളിത്തത്തിന്റെ വാണിജ്യതാല്പര്യമായാണ് ഈ അവസ്ഥാവിശേഷത്തെ ഇ.പി മനസിലാക്കുന്നത്. 'Archaic-wiseman എന്ന പ്രരൂപത്തിന്റെ നിഷേധം മുതലാളിത്തം ആഗ്രഹിക്കുന്നു. അതിനാൽ ആ പ്രരൂപത്തിന്റെ പ്രത്യക്ഷത്തെ സമൂഹത്തിൽ നിന്ന് കഴിയുന്നത്ര കാണാതാക്കണം. അതിനായി മുന്നോട്ടു വയ്ക്കുന്ന സാംസ്കാരിക ന്യായമാണ് ഹെയർ ഡൈ.'[8] 'കിടപ്പറയുടെ രാഷ്ട്രീയം' ചർച്ച ചെയ്യുമ്പോൾ, കേവലം ജീവശാസ്ത്രപരമായ ഒന്നല്ല ലൈംഗികത എന്നും അതിന് ചരിത്രപരവും സാമൂഹികവുമായ മാനങ്ങൾ ഉണ്ട് എന്നും ഇ.പി നിരീക്ഷിക്കുന്നു. ശരീരങ്ങളുടെ സംവാദമായി ലൈംഗികത പുനർനിർവ്വചിക്കപ്പെടണം, അതിൽ അടിച്ചമർത്തലിന്റെ മാത്രമല്ല വിമോചനത്തിന്റെ തത്വം കൂടി അടങ്ങിയിട്ടുണ്ട് എന്നും അദ്ദേഹം കണ്ടെത്തുന്നു.

ഇ.എം. എസ്സിന്റെ ആത്മകഥയിലെ രണ്ടാം അധ്യായത്തിലെ ഒരു ചെറിയ വിവരണത്തെ മുൻനിർത്തി ഇ.പി എഴുതിയ ലേഖനമാണ് 'വണ്ടി'. 'തീവണ്ടി ഓടിക്കൊണ്ടിരുന്ന റെയിൽവേപ്പാതയുടെ തൊട്ടടുത്താണ് ഗുരുഗൃഹം' എന്ന വാക്യത്തെ മുൻനിർത്തി ആധുനികതയും പാരമ്പര്യവും തമ്മിലുള്ള ബന്ധത്തെ അദ്ദേഹം വിശകലനം ചെയ്യുന്നു. പാരമ്പര്യമൂല്യങ്ങളിൽ നിന്ന് ഒരു കണ്ണേറ് ദൂരത്തോളം അകലെ ആധുനികത എത്തിയ ഒരു കാലഘട്ടത്തിന്റെ സൂചനകൂടിയാണത്. പൂണൂൽ, ഭ്രഷ്ട്, വിക്ക്, വിവാഹം, സമ്മാനം തുടങ്ങിയ ലേഖനങ്ങളിലൂടെ ഇ.എം.എസ്സിന്റെ ജീവിതമുഹൂർത്തങ്ങളെ അടർത്തിയെടുത്തു വിശകലനം ചെയ്യാനും ഇ.പി. ശ്രമിക്കുന്നുണ്ട്.

വൃക്ഷങ്ങളെക്കുറിച്ചുള്ള ഓർമ്മകളും പഠനങ്ങളും എപ്രകാരമാണ് സാമൂഹികമായി മാറുന്നത് എന്ന അന്വേഷണമാണ് 'മിണ്ടാട്ടങ്ങൾ' എന്ന കൃതിയിലെ 'മരങ്ങളുടെ സഞ്ചാരം' എന്ന ലേഖനം. 'മരത്തലയൻ' എന്ന വിശേഷണം ഒരു വിഡ്ഢിക്ക് കല്പിച്ചു കൊടുത്തത് ആരായിരിക്കും എന്ന അന്വേഷണത്തോടെയാണ് ലേഖനം ആരംഭിക്കുന്നത്. അധ്വാനസംസ്കാരത്തിൽ നിന്ന് ഇത്തരമൊരു പ്ര

യോഗം ഉടലെടുക്കാൻ സാധ്യതയില്ല എന്നും അധ്വാനത്തിന്റെ ഫലം കവർന്നു സുഖിച്ചു ജീവിച്ചു പോന്ന ഏതെങ്കിലും പ്രമാണി ആയിരിക്കാം ഈ വാക്കുണ്ടാക്കിയത് എന്നുമുള്ള നിരീക്ഷണം ചരിത്രപരമായ ബോധ്യങ്ങളിൽ നിന്ന് ഉടലെടുക്കുന്നതാണ്. ആഖ്യാനത്തിന്റെ ജീവിതം എന്ന കൃതിയിലെ 'പുല്ലിന്റെ വില' എന്ന ലേഖനത്തിലും സമാനമായ നിരീക്ഷണങ്ങൾ ഉണ്ട്. 'തൃണവത്ഗണിക്കുക എന്ന ശൈലി ഗ്രാമസമ്പ്രദായമല്ല. വയൽ, പുരയിടം, കന്നുകാലികളെ പോറ്റുന്ന ഇടം എന്നീ അർത്ഥമുള്ള പുലം എന്ന വാക്കിൽ നിന്നാണ് പുല്ല് ഉണ്ടായത്. അതിൽ ഒരു അനാദരവും ഇല്ല. പുല്ലൻ എന്ന് 'നിസ്സാരൻ' എന്ന അർത്ഥം വിചാരിച്ച് ആദ്യം വിളിച്ചത് ഏതെങ്കിലും ജന്മി മാടമ്പി ആയിരിക്കണം.'9 നിരീക്ഷണങ്ങളിൽ ഉള്ളടങ്ങിയിരിക്കുന്ന ചരിത്രപരതയും സാമൂഹികതയുമാണ് ഇ.പി.യുടെ നിരൂപണങ്ങളെ വ്യത്യസ്തമാക്കുന്നത്. ചങ്കൂറ്റത്തിന്റെയും ആത്മീയതയുടെയും പ്രതീകമായും സ്ഥലസൂചകങ്ങളായും ചരിത്രത്തിന്റെ ദൃക്സാക്ഷികളായുമൊക്കെ മരങ്ങളെ വിലയിരുത്താൻ കഴിയും. വൃക്ഷത്തെക്കുറിച്ചുള്ള പഠനങ്ങളിൽ സാമൂഹികമായ ചില വഴികൾ കൂടി കലർന്നിട്ടുണ്ടെന്നും നാം കണ്ടതും അനുഭവിച്ചതുമായ മരങ്ങൾ പ്രകൃതിയുടെ ഭാഗം എന്നതിനേക്കാൾ സംസ്കാരത്തിന്റെ ശില്പം കൂടിയാണെന്നും ഇ.പി. സ്ഥാപിക്കുന്നു.

ഒരു വിമർശകന്റെ ദൗത്യം സാഹിത്യകൃതികളെ മൂല്യനിർണ്ണയം ചെയ്യുക മാത്രമാണെന്ന സങ്കല്പത്തിൽ ഇന്ന് ഏറെക്കുറെ വിള്ളലുകൾ വീണിട്ടുണ്ട്. ഏതു കാര്യവും ചരിത്രത്തിന്റെയും സാമൂഹിക ഇടപെടലുകളുടെയും ഉൽപ്പന്നമാണ് എന്ന ചിന്തയാണ് ഇന്നത്തെ സാഹിത്യവിമർശനത്തെയും സാംസ്കാരികവിമർശനത്തെയും മുന്നോട്ടു നയിക്കുന്നത്. ഏതു വിഷയത്തെയും സംസ്കാരികമായി സമീപിക്കാമെന്നും എല്ലാറ്റിനെയും രാഷ്ട്രീയമായി കാണാമെന്നുമുള്ള അറിവാണ് ഇ.പി.യുടെ നിരൂപണങ്ങൾ മുന്നോട്ടു വയ്ക്കുന്നത്. ഇ.പി.യുടെ വാക്കുകൾ ശ്രദ്ധിക്കുക: 'ഒരു കാര്യവും നിസ്സാരമല്ലെന്നും ഏതു കാര്യവും ആ കാര്യം മാത്രമല്ലെന്നും ഒരു കാര്യം പല നീക്കങ്ങളുടെയും ഫലവും ഭാഗവുമാണെന്നുള്ള സമീപനമാണിത്. ജനാധിപത്യാദർശത്തെ മാനിക്കുന്ന, പല പല സാമ്പത്തിക -സാംസ്കാരിക -ലൈംഗിക തൊഴിൽ ശ്രേണികളെയും പ്രതികരണമാതൃകകളെയും അറിവുറവകളെയും കണക്കിലെടുക്കുന്ന അന്വേഷണങ്ങളായിട്ടാണ് മിക്കവാറും ഈ പ്രവർത്തനം വരുന്നത്.'10 സാഹിത്യകൃതികളായാലും സാംസ്കാരികരൂപങ്ങളായാലും

കേവലം വർത്തമാനകാലത്തിന്റെ മാത്രം സൃഷ്ടി അല്ലെന്നും ചരിത്രപരമായ രൂപപ്പെടൽ അവയ്ക്ക് പിന്നിൽ ഉണ്ടെന്നും അതിനെ വിശകലനം ചെയ്യുകയാണ് സമകാലികവിമർശനം ആവശ്യപ്പെടുന്നത് എന്നും ഇ.പി. രാജഗോപാലൻ ഉറച്ചു വിശ്വസിക്കുന്നുണ്ട്. അതുകൊണ്ടാണ് കാഴ്ചകളെ വിശകലനം ചെയ്യുവാനും അതിനെ അപനിർമ്മിച്ചുകൊണ്ട് സാധ്യമാകുന്ന ഇടങ്ങളിലേക്കെല്ലാം വികസിക്കുവാനും അദ്ദേഹത്തിനു കഴിഞ്ഞത്.

കുറിപ്പുകൾ

1. 'കണ്ണേ മടങ്ങുക...' വീണപൂവും കാഴ്ചയുടെ പ്രത്യയശാസ്ത്രവും, മീനും കലപ്പയും, ഇ.പി രാജഗോപാലൻ, പുറം.21
2. വീണപൂവിലെ ഗ്രന്ഥാലയം, മീനും കലപ്പയും, ഇ.പി രാജഗോപാലൻ, പുറം. 9
3. കണ്ണേ മടങ്ങുക...' വീണപൂവും കാഴ്ചയുടെ പ്രത്യയശാസ്ത്രവും, മീനും കലപ്പയും, ഇ.പി രാജഗോപാലൻ, പുറം.23-24
4. കൊള്ളിവാക്ക്, ആഖ്യാനത്തിന്റെ ജീവിതം, ഇ.പി രാജഗോപാലൻ, പുറം.3
5. അടുപ്പം, പൂവും മരവും പൂരവും, ഇ.പി രാജഗോപാലൻ, പുറം.11
6. തകരത്തമ്പുരാൻ, അളവ്, ഇ.പി രാജഗോപാലൻ, പുറം.10
7. വീട്ടറിവ്, പലമ, ഇ.പി രാജഗോപാലൻ, പുറം. 33
8. നരയും കരിയും, പലമ, ഇ.പി രാജഗോപാലൻ, പുറം.50
9. പുല്ലിന്റെ വില, ആഖ്യാനത്തിന്റെ ജീവിതം, ഇ.പി രാജഗോപാലൻ, പുറം. 12
10. മിണ്ടാട്ടം: കേരളത്തിന് ഒരു സംഭാഷണചരിത്രം സങ്കല്പിക്കുമ്പോൾ, മിണ്ടാട്ടങ്ങൾ, പുറം.175

ഗ്രന്ഥസൂചി

1. രാജഗോപാലൻ ഇ.പി., അളവ്, പുസ്തകഭവൻ, പയ്യന്നൂർ, 2010
2. രാജഗോപാലൻ ഇ.പി., ആഖ്യാനത്തിന്റെ ജീവിതം, കേരള ഭാഷാ ഇൻസ്റ്റിറ്റ്യൂട്ട്, തിരുവനന്തപുരം, 2012
3. രാജഗോപാലൻ ഇ.പി., കഥയും ആത്മകഥയും, പിയാനോ പബ്ലിക്കേഷൻ, കോഴിക്കോട്, 2011
4. രാജഗോപാലൻ ഇ.പി., നിശബ്ദതയും നിർമ്മാണവും, കേരള

ഭാഷാ ഇൻസ്റ്റിറ്റ്യൂട്ട്, തിരുവനന്തപുരം, 2006

5. രാജഗോപാലൻ ഇ.പി., കാലക്രമേണ..., പിയാനോ പബ്ലിക്കേഷൻ, കോഴിക്കോട്, 2011

6. രാജഗോപാലൻ ഇ.പി., പലമ, ഹരിതം ബുക്സ്, കോഴിക്കോട്, 2010

7. രാജഗോപാലൻ ഇ.പി., മിണ്ടാട്ടങ്ങൾ, ഡി.സി ബുക്സ്, കോട്ടയം, 2021

8. രാജഗോപാലൻ ഇ.പി., മീനും കപ്പലും, പൂർണ പബ്ലിക്കേഷൻസ്, കോഴിക്കോട്, 2011

9. രാജഗോപാലൻ ഇ.പി., ലോകത്തിന്റെ വാക്ക്, സാഹിത്യപ്രവർത്തക സഹകരണസംഘം, കോട്ടയം, 1999

14

സാഹിത്യനിരൂപണം ജി. മധുസൂദനന്റെ കൃതികളിൽ

ഗീതു പി.എസ്.

പരിസ്ഥിതി ശാസ്ത്രത്തെ സാഹിത്യ വിമർശനവുമായി കൂട്ടിയിണക്കി പഠനം നടത്തിയതിൽ മുഖ്യ പങ്ക് വഹിച്ച മലയാള നിരൂപകനാണ് ജി. മധുസൂദനൻ. വിമർശന സാഹിത്യത്തിലേക്ക് അദ്ദേഹം കടന്നുവന്നത് ഹരിത നിരൂപണത്തെക്കുറിച്ചുള്ള ചിന്തകൾ അവതരിപ്പിച്ചുകൊണ്ടാണ്. പ്രകൃതിയും മനുഷ്യനുമായുള്ള പാരസ്പര്യത്തെ സൂക്ഷ്മ നിരീക്ഷണത്തിലൂടെ പാരിസ്ഥിതിക ദർശനത്തിന് പുതുമാനം നൽകാൻ അദ്ദേഹത്തിന് കഴിഞ്ഞു. പാശ്ചാത്യ സാഹിത്യത്തിലെ വിമർശന സമീപനങ്ങളെ അവലംബിച്ച് നവീനതയുടെ ദർശനം വിശദീകരിക്കുകയും നവ സാഹിത്യത്തെ വ്യാഖ്യാനിക്കുകയും ചെയ്തു അദ്ദേഹം. വളരെ സങ്കീർണമായ ആശയങ്ങൾ ലളിതമായി അവതരിപ്പിക്കാനും സ്വാഭിപ്രായം രേഖപ്പെടുത്താനും വിമർശകനെന്ന നിലയിൽ അദ്ദേഹത്തിന് കഴിഞ്ഞു.

1979-ൽ കഥ മാസികയിൽ ഒരു ചെറുകഥ പ്രസിദ്ധീകരിച്ചുകൊണ്ടാണ് ജി. മധുസൂദനൻ സാഹിത്യ രംഗത്തേക്ക് കടന്നു വരുന്നത്. കഥയും പരിസ്ഥിതിയും (2000), ഭാവുകത്വം ഇരുപത്തിയൊന്നാം നൂറ്റാണ്ടിൽ (2000), ഹരിത നിരൂപണം മലയാളത്തിൽ (2002), നഷ്ടമാകുന്ന നമ്മുടെ സ്വപ്നഭൂമി (കേരളത്തിന്റെ പാരിസ്ഥിതിക ചരിത്രം), ഭാവനയുടെ ജലസ്ഥലികൾ, ജി പ്രണാമം (മഹാകവി ജി. വായന പുനർവായന സ്മരണ), എൻ.വി.യുടെ പരിസ്ഥിതി ചിന്തകൾ എന്നിവയാണ് മലയാള സാഹിത്യ നിരൂപണത്തിൽ അദ്ദേഹത്തിന്റെ സംഭാവന. കൂടാതെ മാതൃഭൂമി ആഴ്ചപ്പതിപ്പ്, ഭാഷാപോഷിണി, മലയാളം വാരിക എന്നിവയിലും ഓൺലൈൻ മാധ്യമങ്ങളിലും അദ്ദേഹം ലേഖനങ്ങളും സാഹിത്യ പഠനങ്ങളും പ്രസിദ്ധീകരിച്ചുവരുന്നു.

മലയാളവിമർശനം: ശില്പവും ശില്പികളും

ഇരുപത്തിയൊന്നാം നൂറ്റാണ്ടിന്റെ ഉദയത്തോടുകൂടി മലയാള സാഹിത്യ നിരൂപണത്തിൽ നിരവധി പഠനസാധ്യതകൾ നിലവിൽ വന്നു. പ്രായോഗിക വിമർശനങ്ങളേക്കാൾ സൈദ്ധാന്തിക ചർച്ചകളാണ് ഈ ഘട്ടത്തിൽ നടന്നത്. പാശ്ചാത്യ ചിന്തകളുടെയും വിമർശനത്തിന്റെയും രംഗത്ത് അപ്പോഴുണ്ടാകുന്ന ഉപദർശനങ്ങൾ പുതിയ വിമർശകരിലൂടെ പ്രതിഫലിച്ചിരുന്നു. അവയിൽ പ്രധാനപ്പെട്ട ഒരു പഠന സാധ്യതയാണ് ഹരിത നിരൂപണം. ഹരിതനിരൂപണം ഉടലെടുത്തത് മനുഷ്യനും പ്രകൃതിയും തമ്മിലുള്ള പാരസ്പര്യത്തെക്കുറിച്ചുള്ള ഗഹനമായ ചിന്തയിൽ നിന്നാണ്. പാശ്ചാത്യ സാഹിത്യ ചിന്തയിൽ നിന്നാണ് മലയാളത്തിലേക്കും ഇത് കടന്നുവന്നത് എങ്കിലും സൈലന്റ്‌വാലി പ്രക്ഷോഭത്തിനു ശേഷമാണ് ശക്തിയാർജിച്ചത്. സുഗതകുമാരി, എൻ.വി. കൃഷ്ണവാരിയർ, ഒ.എൻ.വി കുറുപ്പ്, അയ്യപ്പപ്പണിക്കർ, വിഷ്ണുനാരായണൻ നമ്പൂതിരി തുടങ്ങിയ എഴുത്തുകാർ പാരിസ്ഥിതിക ആക്ടിവിസത്തിലേക്കും ഭാവുകത്വത്തിലേക്കും കടന്നത് ഈ സാഹചര്യത്തിലാണ്. സാഹിത്യത്തെയും കലയെയും സംസ്കാരത്തെയും ആഴത്തിലറിയാനുള്ള ശ്രമമാണ് ഇതിലൂടെ സാധ്യമായത്. എഴുത്തുകാർ രൂപം നൽകിയ പ്രകൃതി സംരക്ഷണ സമിതിയുടെ കൂട്ടായ്മയിൽ 1983 -ൽ വനപർവ്വം എന്ന കവിതാ സമാഹാരം പ്രസിദ്ധീകരിച്ചതോടെയാണ് മലയാളത്തിൽ പരിസ്ഥിതിക കല രൂപപ്പെട്ടത്.

ജി. മധുസൂദനൻ 'കഥയും പരിസ്ഥിതി'യും എന്ന ഗ്രന്ഥത്തിൽ മലയാള കഥകളിലൂടെ രൂപപ്പെടുന്ന പാരിസ്ഥിതിക സൗന്ദര്യശാസ്ത്രത്തെ കേരളീയ പശ്ചാത്തലത്തിൽ അടയാളപ്പെടുത്തുന്നു. പരിസ്ഥിതി നിരൂപണത്തെ പരിചയപ്പെടുത്തി അതിന്റെ അടിസ്ഥാനത്തിൽ പ്രകടമായ പാരിസ്ഥിതിക സ്വാധീനമുള്ള കഥകളെ പഠിക്കുന്നു. ഇതിലൂടെ പരിസ്ഥിതിയും സാഹിത്യവുമായുള്ള ബന്ധത്തെ കഥകളിലൂടെ തിരിച്ചറിയുന്നു. മുപ്പത് അധ്യായങ്ങളുള്ള പുസ്തകത്തിൽ രണ്ടു മുതൽ പതിനാല് വരെയുള്ള അധ്യായങ്ങളിൽ കഥയിലെ പ്രകൃതിയെക്കുറിച്ചാണ് പഠിക്കുന്നത്. സമകാല പാരിസ്ഥിതിക പ്രതിസന്ധിയുടെ പ്രധാന കാരണങ്ങളും അവയുടെ വിശദീകരണങ്ങളും കഥയിലൂടെ വെളിപ്പെടുന്നതിനെക്കുറിച്ചാണ് പതിനഞ്ച് മുതൽ ഇരുപത്തിയൊന്ന് വരെയുള്ള അധ്യായങ്ങൾ. ഹരിതദർശനത്തിന്റെ വിവിധ സൈദ്ധാന്തിക തലങ്ങൾ കഥയിൽ ആവിഷ്കരിക്കുന്നത് എങ്ങനെയെന്ന് പഠിക്കുന്നതാണ് ഇരുപത്തിരണ്ട് മുതൽ ഇരുപത്തിയേഴ് വരെയുള്ള അധ്യായങ്ങൾ. ഇരുപത്തിയെട്ടാം

അധ്യായം പുതിയ ചിന്തയിലെ അപസ്വരങ്ങളെ കണ്ടെത്തുന്നു. കഥകളിലെ ഭാഷ, ഉത്തരാധുനികതയുടെ ശരിയായ രൂപം എന്നിവയാണ് യഥാക്രമം ഇരുപത്തിയൊൻപത്, മുപ്പത് അധ്യായങ്ങൾ.

കഥയിലൂടെ പ്രതിഫലിക്കുന്ന പാരിസ്ഥിതിക സംവേദനവും അവയെക്കുറിച്ചുള്ള പഠനങ്ങളും മനുഷ്യന്റെ മാനസിക പുനർനിർമ്മിതിയെ സ്വാധീക്കുന്നുണ്ടെന്ന് അദ്ദേഹം കരുതുന്നു. മലയാള സാഹിത്യത്തിലെ ആധുനികതയെ അദ്ദേഹം ചരിത്രമായിട്ടാണ് കാണുന്നത്. 'എന്താണ് ആധുനികത'യിൽ എം മുകുന്ദൻ ആധുനികത എന്താണെന്ന് നിർവചിക്കുന്നുണ്ട്. അതിനോടൊപ്പം തന്റെ നിലപാട് മധുസൂദനൻ കുട്ടിച്ചേർക്കുന്നത്- 'യഥാർത്ഥത്തിൽ ഈ നിഷേധത്തിലും വ്യഥയിലും നിന്ന് ആധുനിക സാഹിത്യം മുന്നോട്ട് പോയതേയില്ല' എന്നാണ്. ഏകശിലാരൂപമായ ഒരാധുനികത മലയാളത്തിൽ ഉണ്ടായിട്ടില്ല എന്ന് ഉദാഹരണ സഹിതം അദ്ദേഹം വ്യക്തമാക്കുന്നു.

സർഗാത്മക സാഹിത്യകാരന്മാർ ആധുനികതയെ പിന്നിലാക്കി മുന്നോട്ട് സഞ്ചരിച്ചപ്പോഴും ആധുനിക നിരൂപകരിൽ ചിലർ അവരുടെ സിദ്ധാന്തങ്ങളെ പുതിയ പേരിൽ അവതരിപ്പിച്ചു എന്ന് മധുസൂദനൻ രേഖപ്പെടുത്തുന്നു. നിലനിൽപ്പിനുവേണ്ടി അവർ ആധുനികതയെ ഉത്തരാധുനികതയിലും പുനരവതരിപ്പിച്ചുകൊണ്ട് ജീവിതത്തിന്റെ സമഗ്രതയെ നടുകടത്തി എന്ന് അദ്ദേഹം വാദിക്കുന്നു. ഇത്തരത്തിൽ ജീവിതത്തിൽ നിന്നും പ്രകൃതിയിൽ നിന്നുമുള്ള അകൽച്ചയെ അദ്ദേഹം വിലോഭന നഷ്ട (Disenchantment)മെന്ന് വിളിക്കുന്നു. മനുഷ്യർ വ്യവസായിക ആവശ്യങ്ങൾക്കായി അമ്മയായ പ്രകൃതിയെ ചൂഷണം ചെയ്യുന്നു. ആധുനിക വ്യവസായ സംസ്കാരം പുഷ്ടിപ്പെടുന്നതിലൂടെ പ്രകൃതിയും സംസ്കാരവും തമ്മിൽ ഒരു അയഥാർത്ഥ ഭിന്നാവസ്ഥയും ശത്രുതയും ഉടലെടുത്തതായി അദ്ദേഹം കണ്ടെത്തുന്നു.

ഉപഭോഗ സംസ്കാരം സൃഷ്ടിക്കുന്ന വലിച്ചെറിയലിലൂടെയും വിസ്മൃതിയിലൂടെയും ആധുനിക പാരിസ്ഥിതിക പ്രതിസന്ധി ഉടലെടുത്തു. ഇതിന്റെ പരിണിത ഫലമായിട്ടാണ് പ്രകൃതിക്ഷോഭം ഉണ്ടാകുന്നത്. പരിസ്ഥിതി ദർശനത്തെ വിശദീകരിച്ചുകൊണ്ട്, പാരിസ്ഥിതിക പ്രതിസന്ധി കടന്നു വരുന്നത് മനുഷ്യന്റെ ആത്മീയവും സാംസ്കാരികവും പാരിസ്ഥിതികവുമായിട്ടാണ് എന്ന് കണ്ടെത്തുന്നു. ഈ ഘട്ടത്തിലാണ് സാഹിത്യത്തിലും ഭാവുകത്വ വ്യതിയാനമുണ്ടായതെന്ന് അദ്ദേഹം വ്യക്തമാക്കുന്നു.

പാരിസ്ഥിതിക പ്രതിസന്ധിയോട് ആദ്യം പ്രതികരിച്ചത് എഴുത്തുകാരാണെന്ന് പറഞ്ഞുകൊണ്ട് ആധുനികതയുടെ പൂർത്തീകരണത്തിന് മുമ്പായി മലയാള കഥയിൽ ഈ ഭാവുകത്വം പ്രകടമാകുന്നതായി ടി. പത്മനാഭന്റെ 'സാക്ഷി'(1969)യിലൂടെ അദ്ദേഹം വ്യക്തമാക്കുന്നു. പ്രകൃതിയും പ്രപഞ്ചവും ജീവിതവുമായി കൂട്ടിയിണക്കി കഥയിൽ അവതരിപ്പിക്കപ്പെടുകയും അത് തുടർന്നുള്ള രണ്ട് ദശകങ്ങളിലായി ശക്തമാകുകയും ചെയ്തു. ഇതിനെ കഥയുടെ പുനർവിലോഭനം (Re-enchantment) എന്ന് അദ്ദേഹം വിളിക്കുന്നു.

ഇരുപത്തിയൊന്നാം നൂറ്റാണ്ടിൽ വികസിച്ചുവരുന്ന ഭാവുകത്വത്തെ ആധുനികതയും ഉത്തരാധുനികതയും: കുറെ പൊളിച്ചെഴുത്തുകൾ, നവദർശനങ്ങൾ ഉത്തരാധുനികതയ്ക്കു ശേഷം, പുതിയ കലയും സാഹിത്യവും, പാരിസ്ഥിതിക വിമർശനം, പാരിസ്ഥിതിക സൗന്ദര്യശാസ്ത്രം എന്നീ അഞ്ച് ഭാഗങ്ങളിലായി ഇരുപത്തിയഞ്ച് പഠനങ്ങളിലൂടെ വിശദമാക്കുകയാണ് 'ഭാവുകത്വം ഇരുപത്തിയൊന്നാം നൂറ്റാണ്ടിൽ' എന്ന ഗ്രന്ഥം. ഇരുപതാം നൂറ്റാണ്ടിൽ ജീവിതത്തെയും കലയെയും ഒരുപോലെ സ്വാധീനിച്ച സംഭവങ്ങളെ വിലയിരുത്തുകയും പുതിയ നൂറ്റാണ്ടിലെ ഏതാനും സമീപനങ്ങളെ തിരിച്ചറിയുകയും ചെയ്തുകൊണ്ടാണ് ഭാവുകത്വത്തെ ജി. മധുസൂദനൻ അടയാളപ്പെടുത്തുന്നത്. ഉത്തരാധുനികത, പെണ്ണെഴുത്ത്, ദളിത് സാഹിത്യം, അപകോളനികൃത സാഹിത്യം, പാരിസ്ഥിതിക കല എന്നീ സമീപനങ്ങളെ പുതിയ ഭാവുകത്വത്തെ അടിസ്ഥാനമാക്കി വിലയിരുത്തുന്നു.

ഇരുപതാം നൂറ്റാണ്ട് ആഗോളവത്കരണത്തിന്റെ കാലമാണ്. ഈ സാഹചര്യത്തിൽ ശാസ്ത്രവും സാങ്കേതികവിദ്യയും പാശ്ചാത്യ ചിന്തയും അതിവേഗം വളർന്നു വികസിച്ചു. ഇരുപതാം നൂറ്റാണ്ടിൽ ആഗോളമായി സ്വാധീനം ചെലുത്തിയ വ്യക്തികളെയും സംഭവങ്ങളെയും മധുസൂദനൻ വിശകലനം ചെയ്യുന്നു. ഇരുപതാം നൂറ്റാണ്ടിന്റെ അന്ത്യത്തോടെ കലയിലും സാഹിത്യത്തിലും പാരിസ്ഥിതിക ദർശനം ഏറെ സ്വാധീനം ചെലുത്തിയതായി കണ്ടെത്തുന്നു.

നീത്ഷെയുടെ ദർശനങ്ങളെ വിമർശനാത്മകമായി പഠിച്ച ശേഷം കെ.പി. അപ്പനും വി.രാജകൃഷ്ണനും നീത്ഷെയുടെ ദർശനത്തിന്റെ ഇരുണ്ട വശങ്ങളെയാണ് ഉണ്മയായി കണ്ടെത്തുന്നത് എന്ന് സ്ഥാപിക്കുന്നു. സിരാ രോഗവും രതിയുമായുള്ള ബന്ധത്തെക്കുറിച്ചുള്ള ആധുനിക എഴുത്തുകാരുടെ സമീപനത്തെ ഫ്രോയ്ഡിന്റെ ദർശനങ്ങളെ ആസ്പദമാക്കി വിശകലനം ചെയ്യുന്നു. ലൈംഗികതയുടെ

അതിപ്രസരം, മരണം, സൃഷ്ടിക്ക് സിരാരോഗവുമായുള്ള ബന്ധം എന്നിവയെക്കുറിച്ചുള്ള ആധുനിക വിമർശകരുടെ സങ്കൽപങ്ങൾ വിശകലനം ചെയ്യുന്നു. ഇതിലൂടെ ഒരു തരം വികലമായ കാൽപ നികതയായി ആധുനിക വിമർശനം അധ:പതിച്ചതായി അദ്ദേഹം കണ്ടെത്തുന്നു. ആധുനികതയിലുണ്ടായ പല സൃഷ്ടികളും ഭാവി യിലേക്കുള്ള ചൂണ്ടുപലകയായി മാറി എന്നും അദ്ദേഹം കൂട്ടിച്ചേർ ക്കുന്നു.

ആധുനിതയെക്കുറിച്ചുള്ള കെ.പി. അപ്പന്റെ ചിന്തകളെ പരിശോ ധിച്ചുകൊണ്ട് 'ആധുനികത ഒരു തിരിഞ്ഞു നോട്ട'ത്തിൽ തനിക്കെ തിരെയുള്ള വിമർശനങ്ങളെ കെ.പി. അപ്പൻ പരോക്ഷമായി ശരി വയ്ക്കുന്നതായി മധുസൂദനൻ നിരീക്ഷിക്കുന്നു. 1980-കളുടെ ആരം ഭത്തിൽ തന്നെ മലയാളത്തിൽ ആധുനികത മരിച്ചു എന്ന് വാദി ക്കുന്നു. ഉത്തരാധുനികതയോട് ചേർന്നു നിൽക്കുന്ന പ്രധാന സങ്കൽപം പരിപ്രേക്ഷ്യവാദം (Perspectivism) ആണെന്ന് അദ്ദേഹം കണ്ടെത്തുന്നു. കാൽപനികത, കാൽപനികതയുടെ പരിമിതികൾ, കാൽപനികതയിലെ സ്ത്രീവിരുദ്ധത എന്നിവ ചർച്ച ചെയ്ത് പാരി സ്ഥിതിക റിയലിസത്തെ പരിചയപ്പെടുത്തുന്നു.

പുതിയ ഭാവുകത്വത്തിന് അടിസ്ഥാനമായ പുതിയ ദർശനങ്ങ ളായ പ്രതീതിയാഥാർത്ഥ്യം, ആധുനികാനന്തര ശാസ്ത്രം, ഹരിത മനശാസ്ത്രം, ഹരിത ദൈവശാസ്ത്രം, ഗഹന പരിസ്ഥിതിവാദം, ക്രിട്ടിക്കൽ റിയലിസം, പാരിസ്ഥിതിക സ്ത്രീവാദം എന്നിവ പരി ചയപ്പെടുത്തുന്നു. പാരിസ്ഥിതിക മാർക്സിസത്തെ ദീർഘമായി വിവരിക്കുന്നു. കലയിലും സാഹിത്യത്തിലുമുണ്ടായ സൃഷ്ടികൾ വില യിരുത്തിക്കൊണ്ട് പുതിയ നിരൂപണത്തിന്റെ സാധ്യതകളും വൈ വിധ്യവും രേഖപ്പെടുത്തുന്നു. ഹരിത നിരൂപണത്തിന്റെ പരിധിയിൽ വരുന്ന മലയാളത്തിലെ വിമർശന കൃതികളെ അപഗ്രഥിക്കുകയും, മലയാളത്തിൽ എഴുതപ്പെട്ട പാരിസ്ഥിതിക സൗന്ദര്യശാസ്ത്ര ചിന്ത യെ വിമർശനാത്മകമായി അവലോകനം ചെയ്യുന്നു.

പാരിസ്ഥിതിക വിമർശന രംഗത്തെ മലയാളത്തിലെ പ്രഥമ ആധി കാരിക ഗ്രന്ഥമാണ് ജി. മധുസൂദനൻ എഡിറ്റു ചെയ്ത 'ഹരിത നിരൂപണം മലയാളത്തിൽ'. പാരിസ്ഥിതിക സൗന്ദര്യശാസ്ത്രം, കവിതാ പഠനങ്ങൾ, കഥാ പഠനങ്ങൾ, നോവൽ പഠനങ്ങൾ, കലാ പഠനങ്ങൾ എന്നീ അഞ്ച് ഭാഗങ്ങളിലായി അൻപത്തിരണ്ട് പഠന ങ്ങളാണ് ഈ ഗ്രന്ഥത്തിലുള്ളത്. ഈ പുസ്തകത്തിന്റെ പ്രവേശ കത്തിൽ ഇക്കോ ക്രിട്ടിസിസത്തിന്റെ ആരംഭം വിശദമാക്കുന്നു.

പുതിയ ഭാവുകത്വമായി പരിസ്ഥിതി സൗന്ദര്യശാസ്ത്രം ഉയർന്നു വന്ന സാഹചര്യം പരിശോധിക്കുന്നു.

'ആരാണ് ഭൂമിയുടെ അവകാശികൾ?' എന്ന പഠനത്തിൽ പാരിസ്ഥിതിക സദാചാര (Environmental ethics)ത്തെ പരിചയപ്പെടുത്തുന്നു. മനുഷ്യനും സസ്യ ജീവജാലങ്ങൾക്കും ഭൂമിയിൽ നിൽ നിൽക്കാൻ അവകാശമുണ്ട്. ഇത് സസ്യജീവജാലങ്ങളിലൂടെ മനുഷ്യന്റെ നിലനിൽപ്പിന് അത്യന്താപേക്ഷിതമാണെന്ന ചിന്തയിൽ നിന്നാണ് ഈ സദാചാരം ഉയിർ കൊണ്ടത്. വർത്തമാന കാലത്തെ ദുരന്തമാണ് ഭൂമിയുടെ അവകാശികളിലൂടെ ബഷീർ രേഖപ്പെടുത്തിയിരിക്കുന്നത് എന്നദ്ദേഹം സ്ഥാപിക്കുന്നു. ഭൗമ സദാചാരത്തിലൂന്നിയ കോസ്മിക് വിഷനാണ് ബഷീറിലൂടെ പ്രകടമാകുന്നത്. 'മലയാള കഥയിലെ ആദ്യകാല ഇക്കളോജിക്കൽ പുരാണമാണ് -പാരിസ്ഥിതിക സദാചാരത്തിന്റെ കഥയിലെ പ്രഥമ ആഖ്യാനമാണ് ബഷീറിന്റെ ഭൂമിയുടെ അവകാശികൾ' എന്നദ്ദേഹം വിശേഷിപ്പിക്കുന്നു.

'ജലവൃക്ഷത്തിന്റെ സ്മൃതിഫലങ്ങൾ' എന്ന പഠനത്തിൽ അയ്മനം ജോണിന്റെ കഥകളെ പഠന വിധേയമാക്കുന്നു. കഥയിലെ ജൈവ സംസ്കാര സമന്വയങ്ങൾ എന്ന അധ്യായത്തിൽ അംബികാസുതൻ മാങ്ങാടിന്റെ കഥകളെ പഠിച്ചുകൊണ്ട് അദ്ദേഹം സംസ്കാരത്തിന്റെ ഇക്കോളജി ആവിഷ്കരിക്കുന്നു എന്ന് പറയുന്നു. 'പുനർനിർമ്മിതിയുടെ പാഥേയത്തിൽ' പി. സുരേന്ദ്രന്റെ നോവലുകളെ പഠിച്ചുകൊണ്ട് പുനനിർമ്മിതി എന്താണെന്ന് വിശദമാക്കുന്നു. ഉപഭോഗ സംസ്കൃതിയിലൂടെ നശിച്ച മനുഷ്യന്റെ ബുദ്ധിയെയും മൂല്യങ്ങളെയും വീണ്ടെടുത്തു കൊണ്ട് പ്രകൃതിയുടെയും ജീവിതത്തിന്റെയും സംരക്ഷണവും പുനരേകീകരണവും പുനസംഘടനയും നടപ്പിലാക്കണം. ഈ സങ്കല്പമാണ് പുനർനിർമ്മിതി. പ്രകൃതി ഉൾപ്പെടുന്ന ചരിത്ര സങ്കൽപം നോവലിൽ കാണപ്പെടുന്നു. ഇത് ചരിത്രത്തിന്റെ പാരിസ്ഥിതികമായ പുനരെഴുത്താണെന്ന് അദ്ദേഹം സ്ഥാപിക്കുന്നു.

എൻ.വി. കൃഷ്ണവാരിയരുടെ ശാസ്ത്ര ലേഖനങ്ങൾ സമാഹരിച്ച ഗ്രന്ഥമാണ് 'എൻ.വിയുടെ പരിസ്ഥിതി ചിന്തകൾ'. സുസ്ഥിര വികസനം, വിളർച്ച അഥവാ അപവികസനം (degrowth) തുടങ്ങിയ ചിന്തകൾ അദ്ദേഹത്തിന്റെ ലേഖനത്തിലൂടെ പങ്കുവയ്ക്കുന്നു. പരിസ്ഥിതി ബോധത്തെ ശാസ്ത്രീയമായി എൻ വി പ്രചരിപ്പിച്ചു. അദ്ദേഹത്തിന്റെ ലേഖനങ്ങളിലൂടെ വെളിപ്പെടുന്നത് നവീകരിക്കപ്പെട്ട

ശാസ്ത്രബോധം മാത്രമല്ല, പുതു ചരിത്രബോധവും സാമൂല്യബോധവും കൂടിയാണെന്ന് മധുസൂദനൻ കണ്ടെത്തുന്നു. അദ്ദേഹത്തിന്റെ പഠനങ്ങളിലൂടെ കേരളത്തിന്റെ ബദൽ ചരിത്രവും/ഹരിത ചരിത്രവും [environmental history] വെളിവാകുന്നു. ഇത് കവിയുടെ അനുഭവ -വായനാ പശ്ചാത്തലത്തിൽ നിന്നും രൂപപ്പെട്ടതാണ് എന്ന് മധുസൂദനൻ നിരീക്ഷിക്കുന്നു. മുതലാളിത്ത വികസനത്തിന്റെ ബദലുകൾ തേടുന്ന ചിന്തകനായി എൻ വിയെ കാണുന്നു.

'ജി പ്രണാമം' എന്ന ഗ്രന്ഥത്തിൽ ജിയുടെ കവിതകളെ പുനർവായിച്ചുകൊണ്ട് പരിസ്ഥിതികമായ ഉൾക്കാഴ്ച ജിയുടെ കൃതികളിലൂടെ അവതരിപ്പിച്ചിരുന്നു എന്ന് നിരീക്ഷിക്കുന്നു. പാരിസ്ഥിതിക സോഷ്യലിസത്തിന്റെയും സുസ്ഥിര വികസനത്തിന്റെയും ആദ്യകാല സ്ഫുരണങ്ങൾ ജിയുടെ കവിതയിൽ കണ്ടെത്തുന്നു. ജി യുടെ കവിതകൾ വികസിച്ച് നേച്ചർ മെറ്റീരിയലിസത്തിലെത്തി എന്ന് വാദിക്കുന്ന മധുസൂദനൻ, ജിയുടെ കവിതയിലൂടെ കയോസ് സിദ്ധാന്തത്തെ പരിചയപ്പെടുത്തുന്നു. പ്രപഞ്ചസൃഷ്ടിയെ വ്യവസ്ഥിതമാക്കുന്നതിന് മുമ്പ് ഉണ്ടായിരുന്നതായി സങ്കല്പിക്കപ്പെട്ടിരിക്കുന്ന അവ്യവസ്ഥിതാവസ്ഥയാണിത്. കയോസ് സിദ്ധാന്തവും പൗരസ്ത്യ ദർശനങ്ങളും തമ്മിലുള്ള ബന്ധം വ്യക്തമാക്കുന്നു.

കേരളത്തിന്റെ പാരിസ്ഥിതിക ചരിത്രത്തെ അടയാളപ്പെടുത്തുന്ന പുസ്തകമാണ് 'നഷ്ടമാകുന്ന നമ്മുടെ സ്വപ്ന ഭൂമി'. ആഗോള താപനവും കാലാവസ്ഥാ വ്യതിയാനവും കേരളത്തെ എങ്ങനെ ബാധിക്കുന്നുവെന്ന് ചരിത്രപരമായ അനുഭവങ്ങളുടെയും പഠനങ്ങളുടെയും അടിസ്ഥാനത്തിൽ വിശകലനം ചെയ്യുന്നു. കേരള ജനത അതിജീവിക്കേണ്ട പ്രതിസന്ധികൾ, മുന്നറിയിപ്പ് എന്നിവ ചർച്ച ചെയ്യുന്നു.

'ഭാവനയുടെ ജലസ്ഥലികൾ' എന്ന ഇരുപത്തിയെട്ട് അദ്ധ്യായങ്ങളുള്ള ഈ പുസ്തകത്തിൽ 'സാഹിത്യത്തിന്റെ നൂതനലോകങ്ങൾ' എന്ന ഒന്നാമദ്ധ്യായത്തിൽ പാരിസ്ഥിതിക വിമർശനത്തിന്റെ പ്രസക്തി വിശദമാക്കുന്നു. ഓരോ ഘടകത്തെയും പരിചയപ്പെടുത്തിക്കൊണ്ട് അവയോട് ബന്ധപ്പെട്ട സാഹിത്യകൃതികളെ പരാമർശിക്കുകയും ചെയ്യുന്നു. ശുദ്ധകലാവാദം അവസാനിക്കുകയും ജീവിതമെന്നാൽ മനുഷ്യവികാരങ്ങളുടെ ആവിഷ്കാരവുമാണെന്ന നീത്ഷേയുടെ വാദത്തെ വിശകലനം ചെയ്തുകൊണ്ട് പുതിയ വിമർശന സമീപനങ്ങളുടെ ആവശ്യകത ഊന്നിപ്പറയുന്നു. ചിന്തയുടെയും സൗന്ദര്യബോധത്തിന്റെയും ഭാഷയുടെയും ശബ്ദഗുണങ്ങൾ സാഹിത്യവിമർശനത്തിൽ നിലനിർത്തുന്ന കാലത്തോളം വായനാസമൂഹം

അതിനെ പിന്തുണയ്ക്കും എന്ന ശുഭാപ്തിവിശ്വാസം അദ്ദേഹം പങ്കുവയ്ക്കുന്നു.

നവഭൗതികവാദത്തെ ചർച്ചയ്ക്ക് വിധേയമാക്കി വികലഭൗതിക വാദം എന്ന് വിളിക്കുന്നു. മലയാളത്തിൽ ഇക്കോഫെമിനിസ്റ്റ് വിമർശനത്തെ പഠിച്ചുകൊണ്ട് ഇക്കോ ഫെമിനിസ്റ്റ് വിമർശനം ഒരു മുരടിപ്പിലാണ് എന്ന് അഭിപ്രായപ്പെടുന്നു. പാരിസ്ഥിതിക വിമർശനത്തിന്റെ വളർച്ചയും വ്യാപനവും വൈവിധ്യവും കേരളത്തിന്റെ സാമൂഹ്യ സാഹചര്യത്തിൽ എങ്ങനെ പ്രായോഗികമാക്കാം എന്നതിന് അനേകം ഉദാഹരണങ്ങൾ ഈ കൃതിയിലൂടെ നൽകുന്നു. സാമൂഹ്യവും പാരിസ്ഥിതികവുമായ സമീപനങ്ങളിലൂടെയും അവയുടെ സമന്വയത്തിലൂടെയും വിമർശനത്തെ സമീപിക്കുന്ന ഒരു നവനിരൂപകന് ഭാരതീയ കാവ്യശാസ്ത്രത്തിൽ നിന്ന് ഏറെയൊന്നും പഠിക്കാനില്ലെന്ന് അദ്ദേഹം ഊന്നിപ്പറയുന്നു. തിണ സങ്കല്പത്തെ പാരിസ്ഥിതിക വിമർശനത്തിന്റെ ആദ്യകാല രൂപമായി അദ്ദേഹം പരിഗണിക്കുന്നു.

മധുസൂദനൻ സാഹിത്യകൃതികളെ വിശകലനം ചെയ്യുമ്പോൾ ആദ്യം പഠിക്കുന്നത് ഒ.വി. വിജയന്റെ 'മധുരം ഗായതി' എന്ന നോവലാണ്. പുനർ വായനയിലൂടെ ഈ നോവൽ ഒരു പാരിസ്ഥിതിക നോവലല്ല എന്നു വായിച്ചെടുക്കുന്നു. തന്റെ യുക്തികളും വാദങ്ങളും നിരത്തിക്കൊണ്ട് പരിസ്ഥിതിവിരുദ്ധമായ നിലപാടുകൾ നോവലിൽ കടന്നുവരുന്നതെങ്ങനെയെന്ന് വ്യക്തമാക്കുന്നു. സൃഷ്ടിയെക്കുറിച്ചുള്ള ഹൈന്ദവസങ്കല്പങ്ങളുടെ സ്വാധീനത്തിൽ പരിണാമസിദ്ധാന്തത്തെ ഒ.വി. വിജയൻ നിരാകരിക്കുന്നത് പരിസ്ഥിതിവിരുദ്ധതയായി ഗ്രന്ഥകാരൻ ചൂണ്ടിക്കാണിക്കുന്നു. ഹൈന്ദവ ആത്മീയതയെ പരിസ്ഥിതിയുമായി കൂട്ടിച്ചേർത്തപ്പോഴുണ്ടായ അപകടങ്ങളാണ് മധുരം ഗായതിയിലുണ്ടായത് എന്ന് വ്യക്തമാക്കുന്നു. സാഹിത്യത്തിലെ പരിസ്ഥിതി ചിന്തകൾ എന്ന നിലയിൽ കടന്നു വന്ന ചതിക്കുഴികൾ വ്യക്തമാക്കുന്നതിനാണ് 'മധുരം ഗായതി' താൻ പഠനവിധേയമാക്കിയതെന്ന് അദ്ദേഹം പറയുന്നു. സാറാ ജോസഫിന്റെ 'ആലാഹയുടെ പെൺമക്കൾ' എന്ന നോവലിനെ നാല് വ്യത്യസ്ത സമീപനങ്ങളിലൂടെ മധുസൂദനൻ പുനർവായിക്കുന്നു. കേരളത്തിന്റെ ഒരു പാരിസ്ഥിതിക പുരാവൃത്തം നോവലിലൂടെ നൽകുന്നുണ്ടെന്നും ആധുനിക നോവലിൽ നഷ്ടപ്പെട്ട ദേശവും ദേശചരിത്രവും പുനസൃഷ്ടിക്കപ്പെടുന്നുണ്ടെന്നും അദ്ദേഹം കണ്ടെത്തുന്നു.

അമേരിക്കൻ പരിസ്ഥിതി ചിന്തകനായ ഹെന്റി ഡേവിഡ് തോറോ

യുടെ ചിന്തകൾ വിവരിച്ചുകൊണ്ട് തോറോയുടെ ചിന്തകളിലെ പരാധീനതകൾ കണ്ടെടുക്കുന്നു. ആൻഡി ഗോൾഡ് സ്വർത്തി, ക്രിസ് ഡ്യൂറി, പീറ്റർ റൻഡാർ എന്നിവരെ പരിചയപ്പെടുത്തിക്കൊണ്ട് ശില്പകല എങ്ങനെ പാരിസ്ഥിതികതയിൽ അടിസ്ഥാനപ്പെടുന്നു എന്ന് വിവരിക്കുന്നു. പരിസ്ഥിതി ആവിഷ്കാരങ്ങൾ എന്ന നിലയിൽ പ്രാചീനതയിലേക്കുള്ള മടങ്ങിപ്പോകുന്നതിനോട് അദ്ദേഹത്തിനുള്ള എതിർപ്പാണ് ഈ പുസ്തകത്തിലൂടെ രേഖപ്പെടുത്തുന്നത്.

പാരമ്പര്യ സങ്കൽപങ്ങളെ നിരസിക്കുകയും സങ്കേതങ്ങളെ ഉപേക്ഷിക്കുകയും ചെയ്തുകൊണ്ടാണ് നവീന വിമർശനം കടന്നുവന്നത്. ഇരുപതാം നൂറ്റാണ്ടിന്റെ അന്ത്യത്തിൽ നവീന വിമർശനത്തിൽ നിന്ന് വ്യത്യസ്തമായ ഒരു ഭാവുകത്വം പ്രകടമായി. സമകാല പാശ്ചാത്യ സാഹിത്യ ചിന്തയിലും തത്വചിന്തയും അവഗാഹമുള്ള ജി. മധുസൂദനൻ മലയാളത്തിലെ നവീന സാഹിത്യത്തിന്റെ പല സമീപനങ്ങളെയും അവതരിപ്പിച്ചു. മലയാള നിരൂപണ സാഹിത്യത്തിൽ പാരിസ്ഥിതിക സൗന്ദര്യ ശാസ്ത്രത്തിന് അടിത്തറ നൽകാൻ അദ്ദേഹത്തിന് കഴിഞ്ഞു. പുതിയ പദാവലിയും ബിംബാവലിയും മലയാള സാഹിത്യത്തിലേക്കു സംഭാവന ചെയ്യാനും ഇതിനോടൊപ്പം സ്വന്തം നിലപാടും നിരീക്ഷണങ്ങളും രേഖപ്പെടുത്താനും അദ്ദേഹത്തിന് കഴിഞ്ഞു.

○○

15

മലയാള സാംസ്കാരിക വിമർശനത്തിന്റെ ഫെമിനിസ്റ്റ് ബോധ്യങ്ങൾ

ബേബി റീന എസ്.

മലയാള സാംസ്കാരിക ലോകത്തും സാഹിത്യത്തിലും വിമർശനത്തിന്റെ നിശിതമായ ഫെമിനിസ്റ്റ് മുഖമാണ് സാറാ ജോസഫ്. നിരൂപണ/വിമർശന ലേഖനങ്ങൾ അധികം എഴുതിയിട്ടില്ലെങ്കിലും എഴുതിയതെല്ലാം തന്നെ പുരുഷാധിപത്യത്തിന്റെ, സവർണാധിപത്യത്തിന്റെ നടപ്പുശീലങ്ങൾക്ക് നേരെയുള്ള ആക്രമണമായിരുന്നു. തന്റെ എഴുത്തിലൂടെയും പ്രസംഗത്തിലൂടെയും ആഞ്ഞു പ്രഹരിക്കുന്ന വിമർശനങ്ങൾ അഴിച്ചുവിട്ട സാറാ ജോസഫിന്റെ സാംസ്കാരികവും ചരിത്രപരവുമായ സംഭാവനകളെ, ഇടപെടലിനെ അടയാളപ്പെടുത്താനും രേഖപ്പെടുത്താനുമുള്ള ശ്രമമാണ് ഈ ചെറു പഠനം. സാറാ ജോസഫിന്റെ രചനകളെക്കുറിച്ച് പഠനങ്ങൾ വന്നിട്ടുണ്ടെങ്കിലും അവരുടെ വിമർശന ഇടപെടലുകൾ ഇതുവരെ ഗൗരവമായ പഠനവിഷയമാക്കിയതായി കാണുന്നില്ല. ഈ പഠനം സാറാ ജോസഫിന്റെ സാഹിത്യവും സാഹിത്യേതരവുമായ രചനകളെയും സാംസ്കാരിക ഇടപെടലിനെയും പരാമർശിച്ചും വിശകലനം ചെയ്തുമാണ് മുന്നോട്ട് പോകുന്നത്.

ആണധികാരങ്ങളെ പ്രഹരിക്കൽ

'ആഭയോടും മനുവിനോടും ആരെങ്കിലും ചോദിച്ചോ'? എന്നത് സാറാ ജോസഫ് 2000-ന്റെ തുടക്കത്തിൽ ഒരു പ്രഭാഷണത്തിൽ ഉന്നയിച്ച ചോദ്യമാണ്. (1) അത് പിന്നീട് ലേഖനരൂപമാർജിച്ചു.

ഇന്ത്യൻ രാഷ്ട്രീയത്തിന്റെ പുരുഷ കാഴ്ചപ്പാടുകളെ മുഴുവൻ തകർത്തിടുകയായിരുന്നു അതിലൂടെ സാറാ ജോസഫ്. ഗാന്ധിജി തന്റെ ലൈംഗിക -ജീവിത പരീക്ഷണങ്ങളുടെ ഭാഗമായി മനുവിനും ആഭയ്ക്കും ഇടയിൽ രാത്രി ഉറങ്ങിയതിനെ മഹത്വൽക്കരിച്ച പുരുഷ കാഴ്ചപ്പാടിനെ ഈ ചോദ്യത്തിലൂടെ സാറാ ജോസഫ് പൊളിച്ചുകളഞ്ഞു. ഗാന്ധിജിയുടെ പരീക്ഷണങ്ങളെപ്പറ്റി നിരവധി ലേഖനങ്ങളും പഠനങ്ങളും ഒക്കെ വന്നുവെങ്കിലും ഒരു പുരുഷൻ നഗ്നനായി മധ്യത്തിൽ ഉറങ്ങുമ്പോൾ എന്തായിരുന്നു മനോവ്യവഹാരം എന്നാരും മനുവിനോടും ആഭയോടും ചോദിച്ചിരുന്നില്ല. കേവലം, ആ അനുഭവങ്ങൾ അവർ പറയാത്തതിനെപ്പറ്റിയല്ലായിരുന്നു സാറാ ജോസഫിന്റെ വിമർശനം. മറിച്ച് ബോധപൂർവം അദൃശ്യരാക്കപ്പെടുന്ന സ്ത്രീകൾക്കും അവരുടെ വികാരവിചാരങ്ങൾക്കും ദൃശ്യത നൽകേണ്ടതുണ്ട്, അവർ സഹനത്തിന്റെ മൂർത്തിഭാവങ്ങളോ, ഇരകളോ അല്ല (ആകരുത്) എന്നായിരുന്നു ചോദ്യത്തിന്റെ ഉദ്ദേശ്യം. കേവലം പുരുഷന്റെ പരീക്ഷണങ്ങൾക്ക് നിശബ്ദ വിധേയരാക്കപ്പെടുന്ന, അദൃശ്യരാക്കപ്പെടുന്ന സ്ത്രീകളോട് ഐക്യപ്പെട്ട്, ഇതേ മട്ടിലുള്ള ചോദ്യങ്ങൾ പല രൂപത്തിൽ, ഭാവത്തിൽ , തലത്തിൽ സാറാ ജോസഫ് സാംസ്കാരിക ലോകത്ത് ഉയർത്തിയിട്ടുണ്ട്.

തൃശ്ശൂർ ജില്ലയിലെ കുരിയച്ചിറയിൽ 1946 ഫെബ്രുവരി 10-ന് ലൂയീസ് പൂക്കൊടന്റെയും കൊച്ചു മറിയത്തിന്റെയും നാലുമക്കളിൽ മുത്തമകളായിട്ടാണ് സാറാ ജോസഫിന്റെ ജനനം. യാഥാസ്ഥിതിക ക്രിസ്ത്യൻ കുടുംബത്തിൽ ,മത പശ്ചാത്തലത്തിൽ വളർന്ന സാറാ ജോസഫ് ചോദ്യം ചെയ്തതും വിമർശിച്ചതും മതത്തിന്റെ പിന്തിരിപ്പൻ മൂല്യങ്ങളെ മാത്രമല്ല, ആണധികാര പൗരോഹിത്യത്തെക്കൂടിയാണ്. സാറാ ജോസഫിന്റെ സാഹിത്യകൃതികളിൽ, പ്രഭാഷണങ്ങളിൽ, വിമർശനങ്ങളിൽ എല്ലാം ക്രിസ്ത്യൻ മതമേധാവിത്തം വിചാരണ ചെയ്യപ്പെടുന്നത് ജീവിത പശ്ചാത്തലത്തിൽ നിന്നാർജിച്ച തിരിച്ചറിവിൽ നിന്ന് കൂടിയാവണം. 'പള്ളിയോടുള്ള എന്റെ അകലത്തിനു കാരണം, അത് യേശുവിന്റെ വഴിയേ അല്ല എന്നും മൾട്ടിനാഷണൽ കമ്പനികളുടെ ചാരിറ്റി പ്രവർത്തനങ്ങൾ പോലെയാണ് അത് ദരിദ്രരെ സ്നേഹിക്കുന്നതെന്നും ഉള്ളതിനാലാണ്. അതാകട്ടെ വ്യക്തികളോടല്ല, പ്രസ്ഥാനത്തോടുള്ള കലഹമാണ്. എത്രയോ നല്ല വ്യക്തികൾ, ആദരണീയരായ പുരോഹിത ശ്രേഷ്ഠർ, കന്യാസ്ത്രീകൾ അതിനകത്തും ഉണ്ട്. അവരോടുള്ള ബഹുമാനം മുൻനിർത്തിതന്നെ പറയട്ടെ, പള്ളി ആയിരിക്കേണ്ടത് ദരിദ്രരുടെയും

വേദനിക്കുന്നവരുടെയും നിസ്വാർത്ഥരുടെയും ഒപ്പമാണ്..' എന്ന് ആത്മാംശക്കുറിപ്പുകളിൽ സാറാ ജോസഫ് എഴുതുന്നു. ക്രിസ്ത്യൻ മതമേധാവിത്തത്തെ മാത്രമല്ല, വിമർശനങ്ങളിൽ ഹിന്ദുത്വ അധികാര ധാരയെയും അവർ നിശിതമായി തുറന്ന് എതിർത്തു. 'ഭഗവദ് ഗീതയുടെ അടുക്കളയിൽ എഴുത്തുകാർ വേവിക്കുന്നത്' എന്ന തലക്കെട്ടിൽ തന്നെ വിമർശനത്തിന്റെ ആഴത്തിരകൾ കാണാം. കർമം, ജാതിബോധം, പുരുഷ അഹന്ത എന്നിങ്ങനെ ഭഗവദ്ഗീതയുടെ സ്ത്രീവിരുദ്ധമായ കാഴ്ചപ്പാടുകളെയാണ് സാറാ ജോസഫ് ആക്രമിക്കുന്നത്. ഇത് തന്റെ പ്രഭാഷണങ്ങളിലോ, ലേഖനങ്ങളിലോ മാത്രമായി അവർ ഒതുക്കുന്നില്ല. 'പാപത്തറ', 'നിലാവറിയുന്നു' അടക്കമുള്ള കഥകളിലും 'ഊരുകാവൽ' പോലുള്ള നോവലുകളിലും അടിച്ചമർത്തപ്പെടുന്ന സ്ത്രീയുടെ ശബ്ദം ആണധികാരങ്ങളെ പ്രഹരിച്ചുകൊണ്ട് മുഴങ്ങുന്നുണ്ട്.

ചിന്തിക്കുന്ന (സമരം ചെയ്യുന്ന) സ്ത്രീകൾ

കേരളത്തിന്റെ രാഷ്ട്രീയ-സാമൂഹിക ചരിത്രത്തിൽ സാറാ ജോസഫ് അടയാളപ്പെടുന്നതും നിറയുന്നതും കൃത്യമായ ഫെമിനിസ്റ്റ് കാഴ്ചപ്പാടുകൾ സ്ഥാപിച്ചതിന്റെയും വളർത്തിയതിന്റെയും പേരിലാണ്. അതുപോലെ ഫെമിനിസ്റ്റ് ആക്റ്റിവിസത്തിന്റെ പേരിലും. സ്ത്രീകളുടെ വിമോചനം പുരുഷാധിപത്യത്തിൽനിന്നുള്ള അടിച്ചമർത്തമർത്തൽ കൂടി ഇല്ലാതായായാലേ പൂർണ്ണമാകൂവെന്ന നിലപാടിന്റെ അടിസ്ഥാനത്തിൽ കേരളത്തിൽ ഒരു സ്ത്രീ വിമോചന സംഘടന കെട്ടിപ്പടുത്തത് സാറാ ജോസഫിന്റെ നേതൃത്വത്തിലാണ്. 1986-ൽ രൂപീകരിക്കപ്പെട്ട മാനുഷി എന്ന സംഘടനയായിരുന്നു അത്. അക്കാലത്ത് പട്ടാമ്പി ഗവ. സംസ്കൃത കോളജ് അധ്യാപികയായിരുന്നു സാറാ ജോഫ്. കോളജിൽ നടന്ന സ്ത്രീപക്ഷ ചർച്ചകളുടെയും പ്രവർത്തനങ്ങളുടെയും തുടർച്ചയിലാണ് സംഘടന യാഥാർത്ഥ്യമാകുന്നത്. 'സ്ത്രീയുടെ അവസ്ഥക്ക് പരിഷ്കരണമോ സംവരണമോ അല്ല ആവശ്യം സാമ്പത്തികവും സാമൂഹികവും ജനാധിപത്യപരവുമായ തുല്യതയാണ് വേണ്ടത്' എന്ന നിലപാട് മാനുഷി മുന്നോട്ടുവച്ചു. സാമ്പത്തിക അടിമത്തം മാത്രമല്ല സ്ത്രീകളുടേത് വർഗേതരവും കൂടിയായ മർദനമാണ് എന്ന നിലപാടാണ് മാനുഷിക്ക് ഉണ്ടായിരുന്നത്. പ്രൊഫ. ഇന്ദിര, പ്രൊഫ. സുമംഗലക്കുട്ടി, വിദ്യാർത്ഥികളായ ശ്രീജ, ഗീത, ഭദ്ര, സതി, ശാന്ത, ബീന, ബിന്ദു, ശൈലജ തുടങ്ങിയവരായിരുന്നു മുഖ്യ പ്രവർത്ത

കർ. 'മാനുഷി-ചിന്തിക്കുന്ന സ്ത്രീകളുടെ നിലപാട് രേഖ' എന്ന മാനിഫെസ്റ്റോയും തയ്യാറാക്കി. സംഘടന 'മാനുഷി' എന്ന പേരിൽ ഒരു പ്രസിദ്ധീകരണം ഇറക്കി. 'ലിംഗ ജനാധിപത്യത്തിന്റെ പ്രശ്നത്തെ ലൈംഗികതയും കുടുംബഘടനയുടെ പൊളിച്ചെഴുത്തുമായി ബന്ധപ്പെടുത്തി' മാനുഷി പരസ്യ ചർച്ചകൾ നടത്തി. കേരളത്തിൽ ആദ്യമായിട്ടായിരുന്നു ഈ രീതിയിൽ നിലപാട് ഒരു സ്ത്രീ സംഘടന എടുക്കുന്നത്. 1986-ൽ സ്ത്രീകൾ സംവിധാനം ചെയ്ത്, സ്ത്രീകൾ മാത്രം അഭിനയിച്ച നാടകങ്ങൾ അവരിപ്പിക്കപ്പെട്ടു. സ്ത്രീ മർദനങ്ങൾക്കെതിരെ സജീവ ഇടപെടലുകളും സമരങ്ങളും മാനുഷി സംഘടിപ്പിച്ചു. മാനുഷി അധികം വൈകാതെ, രാഷ്ട്രീയ കാരണങ്ങളാൽ അസ്തമിച്ചെങ്കിലും 'മാനവി'യിലൂടെയും മറ്റും സാറാ ജോസഫ് ഫെമിനിസ്റ്റ് പോരാട്ടം തുടർന്നു.

അടുക്കള തിരിച്ചുപിടിക്കുക

സാമൂഹ്യ പരിഷ്കരണ പ്രസ്ഥാനത്തിന്റെ ഭാഗമായി വി.ടി. ഭട്ടതിരിപ്പാട് 1929-ൽ എഴുതിയ പ്രഹസനമാണ് 'അടുക്കളയിൽ നിന്ന് അരങ്ങത്തേക്ക്' ആ വർഷം ഡിസംബർ 24-ന് യോഗക്ഷേമ സഭയുടെ 22-ാം വാർഷികത്തിൽ തൃശൂർ എടക്കുന്നിയിലായിരുന്നു ആദ്യ അവതരണം. സ്ത്രീകൾ അടുക്കളയിൽ നിന്ന് അരങ്ങത്തേക്ക് കടന്നുവരണം എന്നായിരുന്നു ആഹ്വാനം. അത് നിരവധി സ്ത്രീകൾ ഏറ്റെടുത്തു. ഈ സഹസ്രാബ്ദത്തിന്റെ തുടക്കത്തിൽ 'അടുക്കള തിരിച്ചുപിടിക്കുക' (2)എന്ന മുദ്രാവാക്യം സാറാ ജോസഫ് ഉയർത്തി. ഇത് വി.ടിയുടെ മുദ്രാവാക്യത്തിന്റെ എതിർവായനയായി തോന്നാമെങ്കിലും അതായിരുന്നില്ല വാസ്തവം. വി.ടിയുടെ ആഹ്വാനത്തിന്റെ മറ്റൊരു തുടർച്ചയും തിരുത്തിയെഴുത്തുമായിരുന്നു ആ ആഹ്വാനം.

'നമ്മുടെ അടുക്കള തിരിച്ചുപിടിക്കുക' എന്ന ലേഖനത്തിൽ സാറ ജോസഫ് എഴുതി. 'അടുക്കള ആരുടേതാണ്? നമുക്ക്, ആണിനോ പെണ്ണിനോ നമ്മുടെ അടുക്കളയിൽ എന്തവകാശമാണുള്ളത്? അടുക്കള സ്ത്രീയുടെയോ പുരുഷന്റെയോ എന്നല്ല, അടുക്കള അന്യന്റേതായിക്കൊണ്ടിരിക്കുന്നു എന്നതാണ് പ്രശ്നം. അടുക്കള പെണ്ണിന്റെ ലോകമോ, പെണ്ണ് ബഹിഷ്കരിക്കേണ്ട ലോകമോ അല്ല. അടുക്കള വീണ്ടെടുക്കപ്പെടേണ്ട ലോകമാണ്. ഇവിടുന്നാണ് വീണ്ടെടുക്കലുകൾക്കായുള്ള എല്ലാ കലാപങ്ങളും തുടങ്ങേണ്ടത്. ചെറുത്തുനിൽപ് അടുക്കളയിൽ നിന്നാണ്, ടൗൺഹാളിൽ നിന്നല്ല തുട

ങ്ങേണ്ടത്. ഉമ്മറക്കോലായയും അടുക്കളയും ഒന്നായാലേ അത് നടക്കൂ.' (3) അടുക്കള പലതട്ടിൽ സാറാ ജോസഫിന്റെ രചനക ളിൽ വരുന്നുണ്ട്. കുടുംബത്തിലെ അടിച്ചമർത്തലിന്റെ ഇടമായി ട്ടാണ് ആദ്യകാല കഥകളിലെങ്കിൽ, അടുക്കളയുടെ ഇരുട്ടിൽ നിന്നും പുകയിൽ നിന്നും പുറത്തുവന്ന സ്ത്രീകൾ രാഷ്ട്രീയം പറയുന്ന കഥകൾ അവർ എഴുതി. അതിനൊപ്പം സ്ത്രീക്കും പുരുഷനും അന്യ മാകുന്ന അടുക്കളയെപ്പറ്റിയും പറഞ്ഞു.

സ്ത്രീയുടെ അകവും പുറവും

സാറാ ജോസഫിന്റെ രചനകളിൽ സ്ത്രീയുടെ 'അകം' പലവി ധത്തിൽ നിറയുന്നു. സംഘർഷം, വിഷാദം, വെറുപ്പ്, കാമന, സ്നേഹം, വാത്സല്യം എന്നിങ്ങനെ സ്ത്രീയുടെ പുറമേ കാണാത്ത അകത്തെപ്പറ്റി എഴുതാനുള്ള ആഹ്വാനം കൂടിയായിരുന്നു അവരുടെ വിമർശനങ്ങൾ.സാറാ ജോസഫ് എഴുതുന്നു: 'അകത്തുള്ള ആളുക ളുടെ' മനസ്സിൽ തിരതല്ലിയിരുന്ന വിഷാദ വീചികളുടെ എണ്ണം ആരെടുത്തു? ഓരോരോ ദിനരാത്രങ്ങൾ എണ്ണികുറയ്ക്കെ കുടിച്ചു വറ്റിച്ച കയ്പ്നീർ ആരളുന്നു, അരപ്പേജല്ല, ആറായിരം പേജെങ്കിലും എഴുതി നിർത്താനാവുമോ സങ്കടങ്ങളുടെ ആ കണക്കെഴുത്തു പുസ് തകം? അത് 'അകം' ജീവിതമാണ്. ആണിനായാലും പെണ്ണിനാ യാലും 'അകം' ജീവിതവും 'പുറം'ജീവിതവുമുണ്ട്. പുറം ജീവിത മെഴുതാൻ എളുപ്പമാണ്. അകം ജീവിതം മുഴുവൻ സത്യസന്ധമാ യെഴുതാൻ കഴിയും വിധം സുതാര്യമായി ജീവിച്ചവർ എത്രയുണ്ടാ കും? അതിൽ തന്നെ എല്ലാം എഴുതിവച്ചിട്ടുള്ളവർ എത്രകാണും? ആത്മകഥയെഴുതുന്നത് സ്ത്രീയാണെങ്കിൽ പുറംജീവിതത്തെക്കാ ളധികം അകം ജീവിതമാണ് എഴുതാനുണ്ടാവുക'(4)

ഭാഷ സംഗീത സാന്ദ്രമാകുന്ന 'ആലാഹയുടെ പെൺമക്കൾ', (5) 'മാറ്റാത്തി' (6)എന്നീ നോവലുകളിൽ അകം ജീവിതം നിറയെ ആവിഷ്കരിക്കപ്പെടുന്നു. 'ആലാഹയുടെ പെൺമക്കളിൽ' ആനി, മാറ്റാത്തിയിൽ 'ലൂസി' എന്നീ കഥാപാത്രങ്ങളുടെ ആവിഷ്കാര ത്തിൽ നിറയുന്നത് മുഴുവൻ 'അക'മാണ്. ഈ രണ്ടു നോവലുകളി ലെയും സ്ത്രീകൾ നേർരേഖകളിലൂടെയോ നെടുങ്കൻ പാതകളി ലൂടെയോ അല്ല സഞ്ചരിക്കുന്നത്. ഊടുവഴികളിലൂടെ, കാലത്തിന്റെ വിഹ്വലതകൾ ഏറ്റുവാങ്ങി, ചിരിച്ചും കരഞ്ഞും, ഉരുകിയും ഉണർ ന്നും, കോപിച്ചും കേണുമെല്ലാം 'അകം' ജീവിതത്തെ ആവിഷ്കരി ക്കുന്നു. സ്ത്രീയുടെ അകവും പുറവും ഒന്നാവുന്ന മാജിക്കും സാറാ

ജോസഫിന്റെ രചനകളിലുണ്ട്. 'മാറ്റാത്തി'യുടെ അവസാന ഭാഗങ്ങളിൽ നമുക്ക് ഇങ്ങനെ വായിക്കാം:' പ്രപഞ്ചം ഇപ്പോൾ മിടിയ്ക്കുന്നത് ലൂസിയുടെ അലക്കിന്റെ താളത്തിലാണ്. ഓളങ്ങൾ കരയിലേയ്ക്കല്ല, കരയിൽ നിന്ന് ലൂസിയിലേയ്ക്കാണ് കുതിയ്ക്കുന്നത്. എന്നിട്ട് ലൂസിയുടെ അരയ്ക്ക് ചുറ്റും വട്ടം കറങ്ങുന്നു. ഇതേതു വെള്ളമാണ്? ഇത്ര നേർമയോടെ, ഇത്ര തെളിമയോടെ, ഇത്ര തണുപ്പോടെ ഭൂമിയിലെ ഏതുറവയിൽ നിന്നാണ് ഇത് ഊറിക്കൂടിയത്'(7)

'പാപ്പത്തറ'യിൽ സ്ത്രീഅവസ്ഥകളുടെ ഏറ്റവും തീഷ്ണമായ ഭാവങ്ങൾ ചിത്രീകരിക്കുന്നു. സമൂഹത്തിൽ ഒരു സ്ത്രീയ്ക്ക് അനുഭവിക്കേണ്ടി വരുന്ന തിക്താനുഭവങ്ങളാണ് ഈ കഥയിലുള്ളത്. പെൺകുട്ടിയെ മാത്രം പ്രസവിക്കുന്ന ലക്ഷ്മിക്കുട്ടിക്ക് നേരിടേണ്ടി വരുന്ന സഹനങ്ങൾ. അതിലൂടെ പെണ്ണിനെ പിറക്കാൻ അനുവദിക്കാത്ത പുരുഷ മേധാവിത്വത്തിന്റെ ക്രൂരത ചിത്രീകരിക്കുന്നു. 'വേദന പൊറുക്കാഞ്ഞിട്ടല്ല... കിതപ്പിനിടയിൽ ലക്ഷ്മിക്കുട്ടി പിറു പിറുത്തു. എന്റെ മകളെ ഞാൻ ഒളിപ്പിച്ചു വെയ്ക്കും. ഒരു കൊട്ടയിലാക്കി, പഴത്തുണികൾക്കിടയിലൊളിപ്പിച്ച് മുത്തുവേടത്തി, നിങ്ങളെന്റെ മകളെ പുഴയ്ക്കക്കരെ കടത്തി തരേ്വാ? ഈ താലീം മാലേം പൊട്ടിച്ചു തരാം'. സ്ത്രീക്ക് സ്ത്രീ തന്നെ രക്ഷയാകണം എന്ന രാഷ്ട്രീയചിന്തയും പാപത്തറ എന്ന കഥയിലടക്കം മിക്ക രചനകളിലും സാറാ ജോസഫ് മുന്നോട്ടുവയ്ക്കുന്നു.

പരിസ്ഥിതിക്ക് ഒപ്പം

സാറാ ജോസഫിന്റെ എഴുത്തുകൾ പരിസ്ഥിതിയെ ആവാഹിക്കുന്നു. സാഹിത്യരചനകളിൽ പ്രകൃതി ഒന്നു ചേരുന്നുവെന്ന് മാത്രമല്ല, പ്രകൃതിക്കായി കൂടിയുള്ളതാണ് ആ രചനകൾ. 'ആതി' എന്ന നോവൽ ആ എഴുത്തിന്റെ പാരമ്യമാണ്. സാറാ ജോസഫ് 'ആതി'യുടെ ആമുഖത്തിൽ എഴുതി: 'ആതി അങ്ങനെ ഒരു കയമാണ്. പ്രാചീന വിശുദ്ധിയോടെ, തണുപ്പോടെ അത് കിടക്കുന്നു. മരുഭൂമിയിൽ, ഹാഗാർ, അവളുടെ മൃതപ്രായനായ മകനോടൊപ്പം മുങ്ങിക്കിടന്ന, ജീവന്റെ ഉറവപോലൊന്ന്! മനസ്സിലും ശരീരത്തിലും മാരകമായി അണുവികരണമേറ്റുകൊണ്ടിരിക്കുന്ന ഈ ലോകത്തു നിന്നും ഓടിപ്പോയി മുങ്ങിക്കിടക്കാൻ എനിക്കൊരു കയം വേണം. അതിനാലാണ് ഞാൻ 'ആതി' എഴുതിയത്. 'ആതി' ഒരു സ്വപ്ന ലോകമോ, സങ്കൽപ ദേശമോ അല്ല. 'ആതിക്ക്' സമാനമായ ശൈവ വിശുദ്ധികൾ ഇപ്പോഴും ബാക്കിയുണ്ട്!. അവസാനത്തെ മരം

പോലെ, അവസാനത്തെ പുഴപോലെ...'(8)

വികസനത്തിന് വേണ്ടിയുള്ള മുറവിളികളിൽ പ്രകൃതി ഇല്ലാതാകുന്നുവെന്നും അതിനെതിരെ ചെറുത്തുനിൽപുകൾ വേണമെന്ന് സാറാ ജോസഫ് ആവർത്തിക്കുന്നുണ്ട്. 'മനുഷ്യരുടെ ശമനമില്ലാത്ത സുഖാസക്തികൾക്കനുസൃതമായിട്ടാണ് വികസനം രൂപപ്പെടുത്തുന്നത്'(9) പരിസ്ഥിതി നശീകരണത്തിനെതിരെയാകും സ്ത്രീപ്രശ്നങ്ങൾക്ക് പുറത്ത് സാറാ ജോസഫ് ഏറ്റവും കൂടുതൽ എഴുതുകയും പറയുകയും ചെയ്തിട്ടുള്ളത്. 'നിൽക്കൂ, ഇനി നമുക്ക് മെല്ലെപ്പോകാം' എന്ന് സാറാ ജോസഫ് പറയുന്നതിന് സമകാലീന ലോകത്ത് അതിവിപുലമായ അർത്ഥതലങ്ങളുണ്ട്.(10) വികസനത്തെപ്പറ്റി ഇങ്ങനെ അവർ പറയുന്നു: 'വികസനത്തിന് പരിധിവേണം എന്നല്ല വിരാമം വേണം എന്നാണ് ഒ.വി. വിജയൻ വാദിച്ചത്. അതിനർത്ഥം 'പുരോഗതി ആവശ്യമില്ലെന്നല്ല.' 'പുരോഗതി'യുടെ ഫലം വിനാശമാണ് എങ്കിൽ പുരോഗതി ഇല്ലാതിരിക്കലാണ് നല്ലത് എന്ന തിരിച്ചറിവാണ് പോസ്റ്റ് ഗ്രോത് ഇക്കണോമികസ് മുന്നോട്ടുവയ്ക്കുന്നത്. ബദൽ ജീവിതങ്ങളല്ല, 'പുരോഗതി' ഇല്ലാതാക്കിക്കളഞ്ഞ സ്വസ്ഥവും ശാന്തവുമായ ജീവിതങ്ങൾ തിരിച്ചുപിടിക്കണം' (11)

മനുഷ്യരോടും പ്രപഞ്ചത്തിലെ ജീവജാലങ്ങളോടും വരുംകാല ഇണകളോടും അഗാധമായ സ്നേഹം പുലർത്തുന്ന വരികളാണ് സാറാ ജോസഫ് എന്നും എഴുതിയത്. അതിനാൽ തന്നെ പ്രകൃതിയോട് ഇണങ്ങിയും ഒപ്പവും നിന്ന വിമർശനങ്ങളാണ് സാറാ ജോസഫ് എഴുത്തിലും ആക്റ്റിവിസത്തിലും സജീവമാകുന്ന കാലം മുതൽ നടത്തിയത്.

ദേശം, ഭാഷ, ആവിഷ്കാരം

സാറാ ജോസഫിന്റെ രചനകളിൽ ദേശവും ദേശത്തിന്റെ ഭാഷയും പരസ്പരം ഇടകലർന്നിരിക്കുന്നു. ഈ ദേശമെഴുത്തും ദേശത്തിന്റെ ഭാഷയെ ആവിഷ്കരിക്കലും ഒരു വീണ്ടെടുപ്പാണ് എന്നതിൽ തർക്കമില്ല. വികസനത്തിന്റെ, ആഗോളീകരണത്തിന്റെ, ഉപഭോക്തൃ ത്വരയുടെ കാലത്ത് നഷ്ടപ്പെടുന്ന രണ്ട് രൂപകങ്ങൾ എന്ന നിലയിലാണ് ദേശത്തെയും ദേശത്തിന്റെ ഭാഷയെയയും കണ്ടെത്തേണ്ടത്. സാറാ ജോസഫ് ഇതിലൂടെ നിർവഹിക്കുന്നത് പ്രതിരോധമാണ്. സാംസ്കാരികമായി അധിനിവേശത്തിനെതിരെ ഒരു ചെറുത്ത്നിൽപ് അവർ രചനകളിലൂടെ അഴിച്ചുവിടുന്നു. കുരിയച്ചിറ എന്ന ജന്മദേശമാണ് 'ആലാഹയുടെ പെൺമക്കളി'ലും 'മാറ്റാ

ത്തി'യിലും കോക്കാഞ്ചിറയായി പുനർജനിക്കുന്നത്. ദേശം സ്ത്രീകളെക്കുറിച്ച് പ്രശ്നഭരിതമാണ് എന്ന് സാറാ ജോസഫ് പലയാവർത്തി പറഞ്ഞിട്ടുണ്ട്. അവർ ചോദിക്കുന്നു: 'കെട്ടിച്ച വിട്ട പെണ്ണിന് ഏതാണ് സ്വന്തനാട്? സ്വന്തവീട്? ഇതല്ല നിന്റെ വീട്, ഇതല്ല നിന്റെ നാട് എന്ന് പെറ്റവർ പറയുന്നതു കേട്ടുവളരുന്നു, വളരുന്തോറും പേടിയും വളരുന്നു.'(12) അങ്ങനെ എഴുതുന്നുവെങ്കിലും തന്റെ നാടിന്റെ സാംസ്കാരിക സ്വത്വത്തിൽ ഊന്നിനിന്നാണ് സാറാ ജോസഫ് ആഗോളീകരണത്തിന്റെ അധിവിവേശ കടന്നുവരവുകളെ ചെറുക്കുന്നത്.

ദേശത്തിന്റെ ഭാഷയുടെ വീണ്ടെടുപ്പ് മറ്റൊരു സാംസ്കാരിക ഇടപെടലാണ്. തൃശൂരിന്റെ നാട്ട് ഭാഷയുടെ സുന്ദരവും ആർദ്രവുമായ കോറിയിടൽ സാറാജോസഫിന്റെ രചനകളിലെമ്പാടും കാണാം. 'നിന്ക്ക് വാല് മൊയ്ക്കൂട്ടാ', 'പച്ചമുട്ട കുടിച്ചാ നിന്റോച്ച കോഴികാർപ്പിക്കണന്ത്യാവും', 'തൊടങ്ങ്യ പെണ്ണിന്റെ തൊള്ളാറക്കല്' (13) എന്നിങ്ങനെ നീളുന്ന സംഭാഷണ ശകലങ്ങളിലൂടെ ഭാഷയുടെ വീണ്ടെടുപ്പ് സാറാ ജോസഫ് നടത്തുന്നത് കാണാം. അതേ സമയം തന്നെ മിത്തുകളെ അതിമനോഹരമായി, സംഗീതാത്മകായി രചനകളിൽ അവർ ഇണക്കിചേർക്കുന്നു. 'ആലാഹയുടെ പെൺമക്കൾ' തുടങ്ങുന്നത് തന്നെ അത്തരം കയ്യടക്കങ്ങളിലൂടെയാണ്: 'അങ്ങനെ വളർന്ന അമരവള്ളിയാണ്... സങ്കടങ്ങൾക്കു മേൽ അത് പടർന്നു. ഇപ്പോൾ അതിൻ മേൽ പൂക്കാലം. വെള്ളയും വയലറ്റും നിറമുള്ള പൂക്കൾ. കറുത്ത ഈച്ചകൾ. നീല വണ്ടുകൾ പച്ച നിറമുള്ള കാറ്റ്... ഈ അമരവള്ളിയിലൂടെ ഞാൻ കയറും. ഇതിന്റെ തുഞ്ചത്ത് അതിശയകരമായ ഒരു ലോകമുണ്ട്. വെള്ള നിറമുള്ള ഉടുപ്പിന്റെ പതിനേഴായിരത്തേഴു ഞൊറികൾ വിടർത്തി പിടിച്ചുകൊണ്ട് ആ വിസ്മയലോകത്ത് ഞാൻ കാലു കുത്തും. ഓർത്തിരിക്കാത്ത നേരത്തു അമ്മാമക്ക് ചുറ്റും പൊന്മഴ പെയ്യും. രത്നങ്ങൾ പെറുക്കി കൈ കഴക്കുമ്പോൾ അമ്മാമ വിളിച്ചു. പറയും. 'മതീരിക് ടാവേ"

ആലഹായുടെ പെൺമക്കളിന്റെ അന്ത്യഭാഗത്ത് നാടിന് സംഭവിക്കുന്ന (കോക്കാഞ്ചിറ) മാറ്റം ചിന്തിപ്പിക്കുന്നു. നാഗരീകതയിൽ മനുഷ്യസമൂഹത്തിന് സംഭവിക്കുന്ന മാറ്റം അതിൽ അടയാളപ്പെടുത്തുന്നു. തുറന്ന സൗഹൃദത്തിൽ കഴിഞ്ഞ ജനങ്ങൾ ക്കിടയിൽ മതിലുകൾ ഉയരുന്നു, ജനങ്ങൾ വേർതിരിക്കപ്പെടുന്നു. ദുര അവിടെ ആധിപത്യം നേടുന്നു.

ഇതിലൂടെ മനുഷ്യസമൂഹത്തിന്റെ മാറ്റമാണ് സാറാ ജോസഫ് പറയുന്നത്.

ശരീരം, പ്രണയം

സ്ത്രീ ശരീരത്തെപ്പറ്റിയുള്ള പുരുഷാധിപത്യ ചിന്തകളെ മുഴുവൻ സാറാ ജോസഫ് കുടഞ്ഞെറിയുന്നു. ശരീരം പാപമാണെന്ന ക്രിസ്ത്യൻ യാഥാസ്ഥിതിക ചിന്തയെയുമാണ് തുടക്കം മുതൽ അവർ വിമർശിക്കുന്നത്. താൻ ചെറുപ്പത്തിൽ പതിവായി കേട്ടിരുന്ന 'ശരീര' ചിന്തകൾ സാറാ ജോസഫ് എഴുതുന്നതിങ്ങനെയാണ്: 'നമ്മെ ചതിക്കാൻ എപ്പോഴും തക്കം പാർത്തിരിക്കുന്ന ശത്രുവിനെപ്പോലെയാണ് നമ്മുടെ ശരീരം. എന്റെ അമ്മ പറഞ്ഞുതന്നു, പെൺകുട്ടികളുടെ എറ്റവും വലിയ ശത്രു അവളുടെ ശരീരമാണ്. അതുകൊണ്ട് ശരീരം ആഗ്രഹിക്കുന്ന വഴികളിലൂടെ നടക്കരുത്. മനസ് ശരീരത്തിനനുകൂലമായി ആഗ്രഹിക്കുകയുമരുത്.' (14) ഈ നിഷിധ ചിന്തയെ ആക്രമിക്കുന്ന സാറാ ജോസഫ് ഇങ്ങനെ എഴുതുന്നു: 'ആരൊക്കെ എത്രയൊക്കെ ഭയപ്പെടുത്തിയാലും ശാസിച്ചാലും അടക്കി നിർത്തിയാലും ശരീരത്തിന്റെ കുനുകുനു വസന്തങ്ങൾ ഉടൽനീളത്തിൽ പുളകങ്ങളുണ്ടാക്കിക്കൊണ്ടിരിക്കും'(15). 'ആകാശമാണ് അവളുടെ അതിര്' എന്ന് സാറാ ജോസഫ് പറയുന്നത് ശരീരത്തെ നിഷിധമായി കാണരുതെന്ന ആഹ്വാനത്തോടെയാണ്. 'കുളി കഴിഞ്ഞ്, മുടി വിടുർത്തിയിട്ട് മുടി കോതി... മുടി കോതി... മുടി കോതി... മുറ്റത്തു നിന്ന ലളിത. അച്ഛൻ അവളോടാജ്ഞാപിച്ചു: മുടികെട്ടിവയ്ക്ക്. സഹോദരൻ കൽപിച്ചു: മുടി കെട്ട്. കെട്ടാനാ പറഞ്ഞേ. ഭർത്താവ് സനാതൻ അലറി: മുടി കെട്ടിവയ്ക്ക്. എന്നാൽ സനാതനും ദുർമന്ത്രവാദികളുമുറങ്ങുന്ന ഉച്ചകളിൽ ലളിത ഇറങ്ങി നടന്നു... മുടി കോതി, മുടി കോതി, മുടി കോതി നിന്നു' (കഥ: മുടിത്തെയ്യമുറയുന്നു). സ്ത്രീയോട്, അവളുടെ ശരീരത്തോടുള്ള ആജ്ഞകളെ ലളിതമാരിലൂടെ സാറാ ജോസഫ് ലംഘിച്ചു. അവരോട് മാറിനിൽക്കാൻ, സ്ത്രീ ശരീരത്തിനുമേൽ നിങ്ങൾക്കധികാരമില്ലെന്ന് പ്രഖ്യാപിച്ചു.

ശരീരത്തെപ്പറ്റിയുള്ള നിഷിധമായ അവസ്ഥ പ്രണയത്തെപ്പറ്റിയുമുണ്ട്. അതിനെയും സാറാ ജോസഫ് കശക്കിവിടുന്നു. ജീവിതത്തിലെ ഏറ്റവും വിലപിടിപ്പുള്ള സ്വകാര്യ അനുഭവമാണ് പ്രണയം എന്ന് (16) അവർ തറപ്പിച്ചു പറയുന്നു. എന്നെ ജീവിപ്പിച്ചതും നിലനിർത്തിയതും എന്റെ പ്രണയമാണ്. എന്നോട് തന്നെ നീതി പുലർ

ത്തലായിരുന്നു എനിക്ക് പ്രണയം എന്ന് എഴുതുന്നു. 'പ്രണയം' എന്ന പേരിൽ ഒരു കഥയും സാറാ ജോസഫ് എഴുതിയിട്ടുണ്ട്. ആ കഥയിൽ നമ്മൾ അറിയുന്നു കുളിർമഴ മാത്രമായിരുന്നില്ല അഗ്നി നദിയും ആയിരുന്നു പ്രണയം എന്ന്.

ഉപസംഹാരം

സ്ത്രീയുടെ പ്രണയം, കാമനകൾ, ശരീരം, അവകാശം, തുല്യത എന്നിങ്ങനെയുള്ള പരമ്പരാഗത, പുരുഷാധിപത്യ ചിന്തകളെയും ശീലങ്ങളെയും തന്റെ രചനകളിലൂടെയും, പ്രഭാഷണത്തിലൂടെയും മാറ്റിയെഴുതുകയായിരുന്നു സാറാ ജോസഫ്. മലയാളത്തിന് അന്യമായിരുന്ന ഫെമിനിസ്റ്റ്, കീഴാള ചിന്താധാരകളെ അവർ പുതിയതായി സാംസ്കാരിക ലോകത്തേക്ക് കടത്തിവിട്ടു. ആക്റ്റിവിസ്റ്റ് എഴുത്തുകാർക്ക് സംഭവിക്കാനിടയുള്ള അപകടവും സാറ ജോസഫിൽ സംഭവിച്ചില്ല-മുദ്രാവാക്യരചനകളുടെ തലത്തിലേക്ക് പതിക്കുക. സാറാ ജോസഫിന്റെ എഴുത്തുകൾ തീവ്രമായ രാഷ്ട്രീയ കാഴ്ചപ്പാടുകൾ മുന്നോട്ടുവച്ചപ്പോൾ തന്നെ അത് സർഗാത്മകയുടെ പുതിയ അനുഭവവും ആസ്വാദന തലങ്ങളും പകർന്നു. എഴുതപ്പെട്ട നിരൂപണത്തേക്കാൾ, തന്റെ എഴുത്തിലും പ്രഭാഷണത്തിലും പറഞ്ഞ വിമർശനങ്ങളാൽ, അതി സമ്പന്നമായ പുതിയ നിരൂപണന വിമർശന ധാര വെട്ടിത്തെളിച്ചു എന്നിടത്താണ് സാറാ ജോസഫ് വേറിട്ട് നിൽക്കുന്നത്. അവർ വെട്ടിത്തെളിച്ചിട്ട മണ്ണിലാണ് മലയാളത്തിന്റെ വിമർശന സാഹിത്യം പൂക്കുന്നത്. അതിനാൽ വിമർശകരുടെ വിമർശക എന്ന വിശേഷണമാവും സാറാ ജോസഫിന് കൂടുതൽ ഇണങ്ങുക.

(തൃക്കാക്കര ഭാരത മാത കോളജിൽ അസിസ്റ്റന്റ് പ്രൊഫസറാണ് ലേഖിക.)

ഗ്രന്ഥ സൂചിക

1. ബിഷപ്പ് പൗലോസ് മാർ പൗലോസ് അനുസ്മരണം, മാധ്യമം ആഴ്ചപ്പതിപ്പ്, 2000 ഒക്ടോബർ 6

2. നമ്മുടെ അടുക്കള തിരിച്ചുപിടിക്കുക, 2016, കോഴിക്കോട്, ഹരിതം ബുക്സ്

3. ഭഗവത് ഗീതയുടെ അടുക്കളയിൽ എഴുത്തുകാർ വേവിക്കുന്നത്, 2013, കോഴിക്കോട്, ലിപി പബ്ലിക്കേഷൻസ്

4. പുല്ലിലൂടെ തിരിഞ്ഞോടുന്ന യേശുവും പച്ചനീലയുടുപ്പിട്ട

പെൺകുട്ടിയും, സാറ ജോസഫ്, മാതൃഭൂമി ആഴ്ചപ്പതിപ്പ്, 2011 ഒക്ടോബർ 23

5. ആലാഹയുടെ പെൺമക്കൾ, 1999, തൃശൂർ, കറന്റ് ബുക്സ്

6. മാറ്റാത്തി, 2003, തൃശൂർ, കറന്റ് ബുക്സ്

7. അതേ കൃതി, പേജ് 216

8. ആതി, 2011, തൃശൂർ, കറന്റ് ബുക്സ്

9. അതേ ആമുഖക്കുറിപ്പ്

10. മാധ്യമം ആഴ്ചപ്പതിപ്പ്, 2012 നവംബർ 28 (ലക്കം:770)

11. 2012 നവംബർ 11 ന് ഹൈദരാബാദിൽ ഒ.വി. വിജയൻ സാഹിത്യ പുരസ്കാര സമ്മേളനത്തിൽ നടത്തിയ പ്രഭാഷണം.

12. പിൻവിളി, സാറാ ജോസഫ്, ഭാഷാപോഷിണി, 2001 ഫെബ്രുവരി

13. സംഭാഷണ ശകലങ്ങൾ 'മാറ്റാത്തി'യിൽ നിന്ന്

14. പുല്ലിലൂടെ തിരിഞ്ഞോടുന്ന യേശുവും പച്ചനീലയുടുപ്പിട്ട പെൺകുട്ടിയും, സാറാ ജോസഫ്, മാതൃഭൂമി ആഴ്ചപ്പതിപ്പ്, 2011 ഒക്ടോബർ 23.

15. അതേ കുറിപ്പ്

16. അതേ കുറിപ്പ്

ലേഖകർ

ഡോ. സിനി വി.
അസിസ്റ്റന്റ് പ്രൊഫസർ
മലയാളവിഭാഗം
ശ്രീനാരായണ കോളേജ്
ശിവഗിരി, ശ്രീനിവാസപുരം പി.ഒ
വർക്കല.
പിൻ 695145
ഫോൺ: 8281197835

ചന്ദ്രലേഖ എ.
പരുമലശ്ശേരിൽ
ഈരേഴ തെക്ക്,
ചെട്ടികുളങ്ങര പി ഒ
മാവേലിക്കര, പിൻ 690106
ഫോൺ: 9526161970

രേണു വി. ആർ.
ഗോകുലം, നെടുംകോട്ടുകോണം,
മുക്കംപാലമൂട്
നരുവാമൂട് പി. ഒ.
തിരുവനന്തപുരം-695528
ഫോൺ: 9946588597

ജെ. എസ്. അനന്തകൃഷ്ണൻ
ജ്യോതി നിവാസ്
കൊറ്റാമല,
നെടുമങ്ങാട്
തിരുവനന്തപുരം- 695541
ഫോൺ:7012880591

ഡോ. ആരതി എ.
ആലപ്പാട്ട്, കിടങ്ങൂർ പി.ഒ
കോട്ടയം - 686572
ഫോൺ: 9645904458

ഡോ. ജെൻസി കെ.എ.
സെന്റ് ജോസഫ് കോളേജ് ഫോർ വിമൻ
ഇരിങ്ങാലക്കുട
തൃശൂർ
ഫോൺ: 99956 19278

ശാന്തിനി എസ്. എൽ.
വെൺമിഴാവ് വീട്
തിരുപുറം പി ഒ
തിരുവനന്തപുരം
പിൻ : 695133
ഫോൺ: 7306625689, 7558842130

കാവ്യ എം.വി.
ഐശ്വര്യ
അവണാകുഴി,
താന്നിമൂട് പി.ഒ.
തിരുവനന്തപുരം. പിൻ 695123
ഫോൺ: 9746425393

ആർ. ചന്ദ്രബോസ്
അസോ. പ്രൊഫസർ
മലയാളവിഭാഗം
കേരള കേന്ദ്ര സർവകലാശാല
പെരിയ പി ഒ,
കാസർകോട് 6713 20,
ഫോൺ: 9446487452

ഡോ. വി. എസ്. റോബർട്ട്
മലയാളവിഭാഗം മേധാവി
മലബാർ ക്രിസ്ത്യൻ കോളേജ്
കോഴിക്കോട് - 673001
ഫോൺ: 9447622183.

ഡോ. പ്രിൻസ് മോൻ ജോസ്
അസി. പ്രൊഫസർ, മലയാളവിഭാഗം
സെന്റ് തോമസ് കോളേജ് പാലാ.
അരുണാപുരം,
കോട്ടയം - 686574
Email - princemonjose@gmail.com

ഡോ. സുനിൽ ജോസ്
മലയാളവിഭാഗം
സെന്റ് ജോസഫ്'സ് കോളേജ് (ഓട്ടോണോമസ്)
ദേവഗിരി
മെഡിക്കൽ കോളേജ് പി.ഒ
കോഴിക്കോട്. 673008.
ഫോൺ. 9447781288

ക്രിസ്റ്റി തോമസ് കെ.
കോട്ടയിൽ ഹൗസ്
മണ്ടളം പി. ഒ, മാമ്പള്ളം
കണ്ണൂർ,
പിൻ: 670582
ഫോൺ: 8281432557

ഗീതു പി. എസ്.
ടിസി 42/823(79/ 1082)
ലത ഹട്ട്, ജികെആർഎ 36,
ജി.കെ. ഗാർഡൻ, ജി.കെ. ജംഗ്ഷൻ
ശ്രീവരാഹം,
തിരുവനന്തപുരം 695008
ഫോൺ: 9961329756

ബേബി റീന എസ്.
ശ്രീ, 33/3193 സി
തൈക്കാവ് ജങ്ഷൻ
വെണ്ണല പി.ഒ, കൊച്ചി 682028
ഫോൺ: 9496203100

○○

www.ingramcontent.com/pod-product-compliance
Lightning Source LLC
LaVergne TN
LVHW090402051026
849518LV00006B/2210
* 9 7 8 8 1 1 9 9 4 0 1 3 4 *